# చిన్ననాటి ముచ్చట్లు

డాక్టర్ కె. యన్. కేసరి

## విషయ సూచిక

# ప్రశస్థి

మహనీయుల స్వీయచరిత్ర నావకు చుక్కానివలె మార్గదర్శి కాగలదు. సులభశైలి, తేటతెలుగు, చదువుట ప్రారంభించిన ముగియు వరకు వీడుటకు మనసురాని విషయములు గలవు.

ఆనాటి చెన్న నగరము ఎట్లుండెనో, అప్పటి విద్యార్థులెట్లు కాలము గడిపిరో, రోడ్లు, కాఫీహోటల్లు భవనములు ఏరీతిన ఉండెడివో తెలుసు కొనుటకు అనువగు వర్ణనలు కలవు. కేవలము వైద్యవృత్తిలోనేగాక, శిల్పమందు, లలితకళలయందు, సనాతన ధర్మరక్షణయందు వారికిగల నైపుణ్యము ఈ గ్రంథము చదివిన తెలియనగును. మానవసేవయే మాధవసేవ అని డాక్టరుగారి ఆదర్శము.

ప్రత్తిపాటి సత్యనారాయణరావు

మద్రాసు హైకోర్టు జడ్జి

9 - 3 - 53

## తొలి పలుకు

పేదరికమునపుట్టి, అసహాయులై, స్వయంకృషిచే విశేషధనము నార్జించి అనేక సంఖ్యాకులకు పలువిధముల సహాయ్యముచేసి, విద్యాసంస్థలకు లక్షల కొలది విరాళము లొసంగి, స్నేహపాత్రులై, ఆంధ్రదేశమునకు మాసిపోని వన్నె తెచ్చిన ధన్యజీవులు శ్రీయుతులు కేసరిగారు.

శ్రీ కేసరిగారు వైద్యశాస్త్రములో మిక్కిలి ప్రతిభను గడించి వ్యాపారము పెద్దచేయుటతోనే తృప్తి చెందలేదు. రాజకీయ విషయములలో పాల్గొనకపోయినను వారికి సంఘసంస్కరణములో అత్యంతమైన ఉత్సాహము. సాంఘికోద్యమములకు వారు చేసిన సహాయ్యములు ఈ పుస్తకము చదివినవారికి తేటతెల్లము కాగలవు.

హాస్యముగ విషయములను వర్ణింపగల శక్తి వారికి గలదు. అందుకు తార్కాణముగా అరవ కాపురము - తెలుగు కాపురమును పేర్కొనవలెను.

రసము వెలితికాకుండ ఆత్మ అనుభవములను సాదృశ్యము చేయగల నేర్పు గొప్ప రచయితులకు మాత్రము సాధ్యము. శ్రీ కేసరిగారి శైలి, వర్ణించు ధోరణి మిక్కిలి రుచికరములు. ఇది శ్రీ కేసరిగారు ఆంధ్రవాణికి యిచ్చిన కానుక. చిరకాలము ఈ పుస్తకము ఆంధ్ర సారస్వతము నలంకరించగలదని నా నమ్మకము.

7-3-53

మైదవోలు శేషాచలపతి

అడ్వకేటు, మద్రాసు.

# 1

## బాల్యము - విద్యాభ్యాసము

మా తల్లికి నేనొక్కడనే సంతానము. ఆమె తనకు ఆడబిడ్డలులేని ముచ్చట తీర్చుకొనుటకై నాకు ఆడపిల్ల వేషమువేసి ఇరుగుపొరుగిండ్లచూపి ఆనందించుట నాకిప్పటికిని జ్ఞాపకమున్నది. నా 5వ ఏటనే మా అమ్మ నన్ను మా ఊరిలో బడికి చదువ పంపినది. ఆ బడిపంతులు పేరు పిచ్చయ్యగారు. వారికి పిల్లకాయలకు చదువు చెప్పగల సామర్థ్యము లేకపోయినను చీటికి మాటికి వారిని చావగొట్టేవారు. అందుచేత వారిని చూస్తే పిల్లకాయలందరికి చాలా భయముగా ఉండేది. ఆకాలములో బడిపంతుళ్లకు నెలజీతములు లేక నెలకింతని జీతముగానిచ్చుట లేకపోయినను భోజనపదార్థములగు వరిగలను, కాయధాన్యములను, వంకాయలు, గోంగూర పచ్చిమిరప కాయలు మొదలగు కాయగూరలను, రైతుల పిల్లకాయలు తెచ్చి ఇచ్చేవారు. అందుచే వారు పంతులు దయకు పాత్రులై యుండేవారు. అట్టివారికి దెబ్బలుండవు. ఏమీ తేలేని వారికి మాత్రము, పంతులు బెత్తముతో కావలసినన్ని పేముపండ్లను ప్రసాదించేవారు. బడిలో పిల్లకాయల సంఖ్యను బట్టి ప్రభుత్వమువారు అప్పటికి కొంతకాలమునుండి, సాలీనా రొఖ రూపమున గ్రాంటు నిచ్చుచుండిరి. ఆ సర్కారు గ్రాంటుకై ఆయన తంటాలుపడి పిల్లకాయలను బడికి చేరదీసేవారు.

కొత్త పిల్లకాయలను బడిలోనికి చేర్చేవాడు, బడిలో చదివే పిల్లలందరికి పప్పుబెల్లాలు పంచి పెట్టేవారు. పంతులుకు వరహా (4 రూ॥లు) మామూలైనను అందరు ఇచ్చుకొన గలిగేవారుకారు. అయినను పిల్లకాయలవల్లనే పంతులుకు సంసారము తేలికగా జరిగిపొయ్యేది. పంతులు ఇంటిముందు వేయబడిన పూరికొట్టములో మాబడి ఉండేది.

ఆ కాలమున గుంట ఓనమాలు నేర్చుకొని ఆ పిమ్మట కొయ్య పలకమీద వ్రాయడమారంభించేవారము. కొయ్యపలకమీద వ్రాయుటకు ముందు నీలిమందు, దోసాకు పసరులు పట్టించి, బాగుగా మెరుగుపెట్టి, ఎండలో పెట్టేవారము. ఆరిన పిదప దానిపై బలపముతో వ్రాయవలసి యుండేది. ఆ కాలమున బలపపు కోపులనే మెత్తటి తెల్లరాళ్లుండేవి. వాటిని తెచ్చి రంపముతో సన్నసన్న కోపులుగా కోసి వానితో ఆ కొయ్య పలకపై వ్రాసుకొనేవారము.

నాలుగైదు సంవత్సరములు ఆ బడిలో చదివిన మీదట పెద్ద పుస్తకమును (సామాన్యముగా రామాయణము, లేనిచో భారతమో భాగవతమో) పట్టించుట జరిగేది. సరస్వతి పూజ జరిపి పిల్లవానిచేత రామాయణమును పంతులు చదివించేవారు. ఆ దినమున పిల్లకాయలకు పప్పుబెల్లాలు పంచి బడికి ఆటవిడుపు (శెలవు)ను ఇచ్చేవారు. ఈపెద్ద పుస్తకముతో ఆ బడిలోని చదువు సమాప్తము. ఆ కాలమున పెద్దపుస్తకము పట్టుట పూర్తి అయినచో, ఈ కాలమున బి.ఏ. పట్టా పొందుట వంటిది.

నేను పేదవాడిని గనుక పంతులుకు ఏమియు సమర్పించుకోలేని కారణమున నాకు దెబ్బలు తప్ప చదువు అంతగా అంటలేదు. నేను బడికికూడా క్రమముగా పోలేకపోతిని. ఏలననగా మాతల్లికి నేను కొంత సహాయం చేయవలసి ఉండేది. మాఊరిలో గుండ్లకమ్మ అనే నది కలదు. నేను తెల్లవారగనే ఏటికిపోయి, కాలకృత్యములు తీర్చుకొని, చిన్నకావడిలో రెండు చిన్నతప్పేలాలు పెట్టుకొని, ఏటిలో నీటిని ఇంటికి తీసికొని పోయేవాడను. పిమ్మట చద్దిఅన్నమును తిని, ఎవరి పొలముల వద్దకైనా పోయి వంకాయలను, గోంగూర, పచ్చిమిరపకాయలను, దోసకాయలు మొదలైన వానిని అడిగి కోసుకొనివచ్చి తల్లికి ఇచ్చేవాడిని. మరి జొన్నకంకులు, సొజ్జకంకులను కూడా తెచ్చుకొనేవాడిని.

మా యింటి సమీపముననే ఉప్పలవారి మర్రిచెట్టు అని, యొక పెద్దచెట్టు ఉండెను. అది యిప్పటికిని యున్నది. దాని ఆకులు చాలా పెద్దవి. విస్తరాకులు కావలసి నేను ఒకనాడు ఆ మర్రియాకులను కోయుటకై చెట్టెక్కితిని. కొంతదూరమెక్కగానే కండ్లు తిరిగినవి. పైకెక్కలేను; క్రిందికి దిగలేను. అట్లనే చెట్టు కావలించుకొని యుంటిని. పట్టు తప్పెనా నీపట్టున వ్రాయవలసిన అగత్యముండేది కాదు. దైవవశమున ఇంతలో మరియొకడు ఆకులను కోసుకొనుటకు వచ్చి నా అవస్థ చూచి నన్ను వాడు మోకుతో క్రిందికి దించెను. అప్పటినుండి నేను చెట్టు ఎక్కడము మాని, దోటి కట్టుకొనిపోయి దానితో ఆకులను కోసి తెచ్చేవాడను. ఆ ఆకులతో విస్తళ్లను కుట్టేవాడను. జొన్నదంటు ఈనెలను సన్నగా చీల్చి, విస్తళ్లను సన్నగా కుట్టు నేర్పరితనము నాకు ఉండేది. నేను కుట్టిన విస్తళ్లను చూచిన మిషను కుట్టువలె ఉండేది.

నాతల్లి రవికెలు కుట్టడంలో చాలా నేర్పరి. ఊరివారంతా మా అమ్మవద్దకు వచ్చి రవికెలు కుట్టించుకొనేవారు. సాదా రవికెలు కుట్టిన ముక్కాలణా; పూలువేసి కుట్టిన ఒక్కణా; తేళ్లు,

మండ్రగబ్బలు, పక్షులు - వీని బొమ్మలువేసి కుట్టిన రెండు అణాలు; యిచ్చేవారు. ఆ కాలమునాటి నాజూకు వస్త్రాలంకారములు పాలచాయ కోకలు, నల్లచాయ రవికెలు, గువ్వకన్ను, నెమలికన్ను అద్దకము రవికెలు. అట్లతద్దె పండుగ వచ్చినప్పుడు ఆనాటి స్త్రీలు, ఈ విధమగు చీర రవికెల ధరించి, కొప్పులనిండ బంతిపూలు తురుముకొని కోలాహలముగా వుయ్యాలలూగు చుండెడువారు. అట్టి వినోదములు ఈనాటి స్త్రీలకు పరిచయము లేవు. అవి జాతీయమగు క్రీడా వినోదములు; దేహమునకు చురుకు, పుష్టినిచ్చునవి కూడ, మాతల్లి రవికెలను కుట్టి సంపాదించిన డబ్బు మా భోజనమునకు కొంతవరకు సరిపోయేది.

ఆ కాలములో పండుగనాడు, తద్దినము నాడు మాత్రమె వరి అన్నమును తినేవారము. తక్కినదినములలో జొన్నలు, సజ్జలు, వరిగలు వాడుకొనువారము.

నెయ్యి, వరిబియ్యమును మాత్రము డబ్బిచ్చి కొనేవారము. వంటచెరకునకై మాతల్లి పొలముల చాయపెళ్లి కంది దుంపలను త్రవ్వి తెచ్చెడిది. కందిమొక్కలను కోయునపుడు జానెడు లోపున భూమిపై విడిచి కోయువారు. ఆ విడువబడిన దానిని సమూలము త్రవ్వి తీయుచో చక్కని వంట చెరకుగా ఉపయోగపడేది. తిరగాపైరు వేయుటకు అడ్డములేకుండా ఈ దుంపలు తీసివేయవలయును. పైగా రైతు లటు నిటు పొలములలో తిరుగునప్పుడీ దుంపలు పొరబాటున కాలులో గుచ్చుకొన్నచో గాయమై ఒక రాగాన మానదు. అయితే తామే త్రవ్విస్తే కూలి ఇవ్వవలెను. అందుచేత సామాన్య రైతుల ఇంటి ఆడువాండ్లు వచ్చి వారి ఇంటికి వంటచెరకున కవసరమైనన్ని త్రవ్వి తీసుకొని పోవుదురు. రైతులున్నూ, పేదవారిని ఉచితముగానే త్రవ్వి తీసుకొని పోనిత్తురు. ఈ ప్రకారం మాతల్లి సం॥నకు చాలినన్ని దుంపలను త్రవ్వి జాగ్రత్త పెట్టేది.

మా ఊళ్ళో మా బంధువులు ములుకుట్ల కృష్ణయ్య అనేవారు భిక్షాటనమున, పౌరోహిత్యమున తన జీవితమును గడుపుకొనేవారు. వారు అప్పుడప్పుడు మా ఊరికి సమీపములో ఉండే బసవన్న పాలెమనే చిన్న గ్రామానికి భిక్షమునకు వెళ్లేవారు. నాకు ఉన్న ఊరిలో బిచ్చమెత్తుకొనుటకు లజ్జగా ఉండేది. అందుచేత కృష్ణయ్యతో కూడా బసవన్న పాలెమునకు జోలెకట్టుకొని భిక్షమునకు పోతిని. నేను చిన్నవాడిని అగుటచేతను, కొత్తగా వెళ్లుటచేతను, ఆ వూరి అమ్మలక్కలందరూ నన్ను ప్రేమతో లాలించి కృష్ణయ్యకు కంటే ఎక్కువగా నాకు బిచ్చము పెట్టినారు. కృష్ణయ్య జోలెకన్న నాది

పెద్దదైనది. మోయ జాలనైతిని. అప్పుడు నా అవస్థ చూచి కృష్ణయ్యగారు నా మూటను గూడ కొంచెము దూరము వారే తీసుకొనిరి. మధ్యాహ్నమునకు ఇంటికి చేరినాము. అప్పడు మా తల్లి నా జోలెమూటను జూచి సంతసించినది; గాని వెంటనే నా చమటలు, అలసట, ఆయాసము చూచి భోరున ఏడ్చినది. తక్షణమే నన్ను స్నానము చేయించి, కడుపునిండ అన్నముపెట్టి నిదురపొమ్మని ఆమె భోజనమునకు పోయినది. ఆమె భోజనము చేసివచ్చే లోపలనే నేను నిద్రపోతిని. నాతల్లి నాకాళ్లవైపున కూర్చుండి ఏడ్చుచుండెను. నాకు మెలకువ వచ్చి "ఎందుకేడ్చెదవమ్మా అని నేనడుగగా నాకాళ్లలో ముళ్లుగుచ్చుకొని యుండుటను చూపినది. నేను భిక్షాటనమునకై పోయివచ్చిన డొంకన తుమ్మ ముళ్లు విస్తారముగా నాకాలిలో విరిగియుండెను. వాని నన్నిటిని ఆమె సూదితో మెల్లగా తీసివైచి మరల ఎన్నడు అట్లా భిక్షాటనమునకు పోనని నాచే ప్రమాణము చేయించుకున్నది.

మా ఇంటి యెదుటనే మా మేనమామగారు ములుకుట్ల మహదేవయ్యగారు నివసించేవారు. కాని వారి సహాయము మాకు ఏమీ లేకుండెను. మా మామగారు ధర్మరాజు వంటివారు. మా అత్తగారు మాత్రము గయ్యాళిగంప. వారి ధాటికి మా మామగారేగాక ఊరివారంతా భయపడేవారు. ఆమె అమిత జగడాల మనిషి ఎవరినైనా తిట్టదలుచుకుంటే తిట్టిన తిట్టు మరల తిట్టకుండా రెండు మూడు గంటల కాలము తిట్టగల శక్తి ఆమెకు గలదు. అందువల్ల ఆమెను చూచిన యింటివారికి, వెలుపలి వారికికూడా అమిత భయము. ఈ కారణమున మా మేనమామ మాకు సహాయమొనర్ప జాలకుండెను.

ఈ విధముగా సమీప బంధువుల సహాయములేక, స్వయం శక్తిచే సంపాదించి తాను వంటిపూట భుజించి, నాకు వీలువెంట రెండుమూడు పూటలు అన్నము పెట్టుచు నా తల్లి నన్ను కంటిని రెప్పవలె పోషించు చుండెను. అప్పడామె కష్టమును చూడలేక ఆమెతో చెప్పకుండానే మా ఊరినుంచి కాలినడకన మద్రాసుకు చేరినాను.

## 2

## పార్కుఫేర్ పరశురామప్రీతి

మొదటి ముచ్చటలో చెన్నపట్నానికి రాకముందు మా గ్రామంలో ఉండగానే జరిగిన నా చిన్ననాటి సంగతులను చెప్పియున్నాను. ఇకపై చెన్నపట్నం వచ్చిన తర్వాత నేను పెరిగి పెద్దవాడనై, ప్రయోజకుడను కాగలుగుటకు ముందు నా అనుభవములో తెలిసిన కొన్ని విశేషములను చెప్పదలచి, అందొక ఘట్టమును వ్రాయుచున్నాను.

చెన్నపట్నంలో ప్రతి డిశంబరు నెల ఆఖరు వారమున రాణితోటలో (పీపిల్స్ పార్కు) వేడుకలు జరుగుట కారంభమైనవి. వానినే 'పార్క్ ఫేర్ వేడుకలు' అని జనులు పిలుతురు. చెన్నపట్న మీ రాష్ట్రమునకు రాజధాని కదా. వేసవి శెలవులలో రాష్ట్రీయోద్యోగులు పలువురు చల్లదనమునకై ఉదక మండలములకు వెళ్ళుదురు. కావున డిశంబరు శెలవులు వేసవి శెలవులకన్న క్లుప్తమైనను, పెద్ద పెద్ద ఉద్యోగులను చూచి ఎరుకపడ వచ్చుననే ఉద్దేశముతో మండలములనుండి చిన్న ఉద్యోగులు పలువురు పనికట్టుకొని చెన్నపట్నమునకు వచ్చుట అలవాటు. బంధువులిచ్చటయున్నవారు కొందరు కుటుంబములతోనే వచ్చేవారు. ఇట్టిపై జనము వచ్చుటచేత ఈ వేడుకలకు విస్తారముగా ధనము వచ్చెడిది. మరియు అనేకవిధములగు వస్తువుల ప్రదర్శనమును, విక్రయమును జరిగెడిది.

ఈ ప్రదర్శనములకై ఏటేటా టెంకాయ ఆకులతో వెదురు బొంగులతో పెద్ద పెద్ద రెండు ఆవరణములను కట్టేవారు. మొదటిది లోపలి ఆవరణము (Inner Circle), రెండవది వెలుపలి ఆవరణము (Outer Circle), మొదటి ఆవరణములో వెలగల వస్తువులను ప్రదర్శించేవారు. రెండవ ఆవరణములో సోడా అంగళ్లు, లాటరీ అంగళ్లు, కాఫీ హోటళ్లు మొదలగు వాటిని ప్రదర్శింపజేయుదురు. దుండగీడులు మొదటి ఆవరణపు తడికలపైనెక్కి లోనికి దూకకుండ దానిని చౌకకొయ్యలతో దిట్టముగా కట్టేవారు. ఒక్కొక్క ఆవరణమునకు నాలుగుద్వారములుండేవి. ద్వారముల వద్ద పోలీసు కాప్దారీతోపాటు అంగళ్ల కంట్రాక్టరుల తాలూకు మనుష్యులు కూడా ఉండేవారు. వెలుపలి ఆవరణము లోనికి పోవుటకు అర్ధణా టిక్కట్టు; లోపలి ఆవరణమునకు పోవుటకు నాలుగణాలు

యివ్వవలయును. మొదట అర్ధణా యిచ్చి, లోపలికి పోతేగాని నాలుగణాల ఆవరణమునకు పోవుటకు వీలుకాదు.

అప్పటికి యింకను మద్రాసులో ఎలక్ట్రిక్ దీపాలు ఏర్పడలేదు. రాత్రి వెలుతురు కొరకు కిర్సనాయిల్ పోసిన తగరపుబుడ్లను, అంగళ్లలోను, బయటను తోరణములుగా కట్టేవారు. ఆ నూనెదీపములను వెలిగించుట 5 గం||లకే ప్రారంభించినగాని, చీకటిపడునప్పటికి ముగియదు. ఆ కాలమున నేను మద్రాసులోనేయుండి చదువుకొనుచుంటిని. నా తల్లి నన్ను చూచిపోవుటకు మద్రాసు వచ్చినది. ఆమె వచ్చిన పిమ్మట కొత్వాలు బజారు సమీపమున యుండు ఆచారప్పన్ వీధి సందులోయున్న ఒక యింటిలో ఒక రూమును నెల 1-కి రూ. 0-12-0 లకు అద్దెకు తీసుకొని ఇరువురము నివసించుచుంటిమి.

అది 1886 అని జ్ఞాపకము. అప్పటికి రాణి తోటలో డిశంబరు వేడుకలు ప్రారంభమై రెండు మూడు సం||లైనది. ఆ సం||ను యథాప్రకారమవి సాగుచున్నవి. ఒకనాటి సాయంకాలము మాయింటిలో కాపురముండే పిల్లవాడును నేనును కలిసి రాణి తోటలోని వేడుకలు చూడ వెళ్లితిమి. నేను మా తల్లితో చెప్పియే వెళ్లితిని. మేమిరువురము సంతోషముతో ఇల్లు విడిచి నడుస్తూ, సాయంకాలం 6 గంటలకు తోటకు చేరితిమి. పిమ్మట కొంతసేపు బయటనున్న రంగులరాట్నమును ఎక్కి గిరగిర తిరిగి ఆనందించితిమి. చుక్కాణిలో కాశీ రామేశ్వరములను చూచి సంతోషించితిమి. ఆవల నాతో వచ్చిన పిల్లవాడు లోనికి పోదాము అని నన్నుకూడ పిలిచినాడు. నావద్ద అర్ధణాలేదని చెప్పితిని. అయితే నాతో వచ్చిన బాలుని వద్ద అర్ధణామాత్రమే యుండెను. అతడు నాయందలి సావాసమున నన్ను విడిచి పోలేక పోలేక లోపలికి పోయెను. అప్పుడు నా చేతిలో ఆరు దమ్మిడీలు లేని కారణమున నేను దిగబడి ఉండవలసి వచ్చెను. అర్ధణా మాత్రమే చేతిలో ఉన్న ధనవంతుని బిడ్డ మాత్రము లోపలికి వెళ్లగలిగినాడు. నేను వెలుపలనే తిరుగుచుంటిని.

పిమ్మట కొంతసేపటికి లోపలి ఆవరణమునుండి పొగలెగయ నారంభించెను. మంటలు మండి వ్యాపించుచుండెను. ఆ మంటతో గూడ వెదురుబొంగులు పెఠీల్, పెఠీల్మని కాలి పగులుచున్న శబ్దము లోపలినుండి వినబడెను. లోపలికి పోయిన జనము బయటికి వచ్చుటకు ప్రయత్నించు చుండిరిగాని, పొగమంటవల్ల కండ్లుగానక దారితప్పి ఒకరిమీద ఒకరు పడుటయు, కాళ్లక్రింద స్త్రీలు బిడ్డలుపడి చితికిపోవుటయు తటస్థించెను. ఆనాటి

ప్రదర్శనమునకు గొప్ప యింటివారు చాలామంది వచ్చియుండిరి. వచ్చిన పురుషులు వారి ఆలుబిడ్డలను వెతుకుచు ఒకరినొకరు గుర్తించలేక అగ్నిదేవున కందరు నర్పణమైరి.

అంతటి ఆనందమయమైన ప్రదేశమంతయు నొక్క అరగంట లోపల రుద్రభూమియై పోయినది. లోపలినుండి తప్పించుకొని రాగలిగిన వారిలో కొందరికి గాయములు, కాల్పులు, గ్రుడ్డితనము, ఏర్పడగా ఎట్లో వారు బయట పడిరి. కొందరు మంటలకు తాళజాలక సమీపములో నున్న కూవం నదిలో దూకిరి. వెలగల నగలు, ఇతర విలువైన పదార్ధములు ప్రదర్శించినవారు సొమ్మును విడిచి రాలేక అంగళ్లలోనే కాలిపోయిరి. అట్టి సమయమున చోరీలుకూడా మెండుగా జరిగినవి. మరణించిన బిడ్డల మీదను స్త్రీల మీదను యుండే, వెండి బంగారపు నగలు, వస్త్రములందలి సరిగెలు కరిగి బంగారము, వెండి ముద్దలు గట్టిపోయినవి. ఆ రోజులలో పురుషులును తగు మాత్రము నగలు ధరించేవారు. ఆనాడు అమావాశ్యనాటి నీలి ఆకాశమువలె రుద్రభూమియైయున్న ఆ వినోదప్రదేశమున, ఆ వెండి బంగారపు ముద్దలు నక్షత్రములవలె మిసమిసలాడుచు వెలుగసాగినవి.

ఇంతలో పోలీసువారు వచ్చి నిప్పునార్పు ఇంజన్లతో కాలిన కొరవులను, ఆర్పివైచిరి. ఆరోజులలో చెన్నపట్నంలో చాలినన్ని నిప్పునార్పు యంత్రములు (ఫైర్ ఇంజన్లు) లేవు కావున తెల్లవార్లు ఆ మంటల నార్పవలసి వచ్చినది. ఆరోజున నొక మహనీయు డొనర్చిన సేవ వర్ణనాతీతము. ఆయన క్రిస్టియన్ కాలేజీ ప్రిన్సిపాల్ మిల్లరుదొర. ఆయన నేటివారి వంటివారు కారు; పూర్వపు కణ్వ, గౌతమ కాణాదాది కులపతుల తలపించు కరుణార్ద్ర హృదయుడు. ఆయన స్వయముగా, సాహసించి గుంజలెగబ్రాకి కాలుచున్న పందిళ్లను దులిపివేసినారు. పొగలోనున్న, శిశువులను స్త్రీలను ఇవతలికి తెచ్చి విడిచినారు. ఇంకెన్ని విధములుగానో అచ్చట బాధితులకు సహాయపడినారు. అంతేకాక కాలేజీకి వెళ్లి రిజిస్టరు చేతబుచ్చుకొని పొరుగూరు నుండి విద్యాభ్యాసమునకై వచ్చి, కోనకొక్కడు, గొందికొక్కడుగా నుండిన వారిని పేరుపేరు వరుసన తెలుసుకొని వారి యోగక్షేమములను విచారించి వారి తల్లిదండ్రులకు పోషకులకు తెలియపరచి, వారి ఆత్రము బాపిన శిష్యవత్సలుడగు మహాత్ముడతడు.

ఆ రుద్రభూమి నంతయు పోలీసులెంత కాపలా కాచినను, తెల్లవారేసరికి కరిగి ముద్దలైన వెండి, బంగారములు, వెదజల్లబడిన నవరత్నములు చాలావరకు ఆ నక్షత్రముల వలెనే మటుమాయమై పోయినవి.

ప్రదర్శనమున మంట ఎంత త్వరగా జ్వాలారూపమును దాల్చినదో, అంత త్వరగానే రాణితోట కాలిపోయినదన్న వార్త పట్నమంతా అల్లుకొనినది. మద్రాసులో ఆరోజు విశేష దినమగుటచే చాలా యిండ్లలో నుండి వేడుక చూచుటకు వెళ్లియుండిరి. ప్రదర్శనశాల భస్మమైన సంగతిని వినిన తోడనే వారివారి బంధువుల క్షేమము తెలుసుకొనుటకు వేలకు వేలు జనము వెర్రెత్తినట్టు ఆక్రోశించుచు, ఆ స్థలమునకు పరుగెత్తిరి. నల్లగా గాలి కొరివి దయ్యముల వలె నున్న ఆ శవములను చూచుటకు ఆరాత్రి అధికారులు అవకాశమివ్వలైరి. అందుచే వారి బంధువులందరును ఆరాత్రి అంతయు అక్కడనే యుండవలసి వచ్చినది. తెల్లవారిన పిమ్మట పోలీసువారు చచ్చిపడియుండిన వారిని గుర్తించుటకు వారి బంధువులకు అనుమతి నిచ్చిరి. అయితే చచ్చిన వారంతా నల్లగా బొగ్గు రూపమును దాల్చియుండుట వలన నిజమైన వారిని బంధువులు గుర్తించలేకపోయిరి. సగముకాలి వంటిన నగలున్న వారుకూడా కొందరుండిరి. అట్టివారిని 'మావారు' అని వీరు, 'మావారు' అని వారు తగాదాలను పెట్టుకొనిరి. కొందరిని మాత్రం బాగా గుర్తించగలిగిరి. చాలామంది గుర్తించనే లేకపోయిరి. ఆదినము రాత్రియింటికి 'రాని వారంతా, చచ్చినవారనే తలంపబడి, వారివారి ఇండ్లలో కర్మకాండ జరిపింపబడినది. కొన్ని యిండ్లనుండి కొందరు ఇంటిలో చెప్పకుండ అవసరము పనులపై గ్రామములకు వెళ్లినవారునున్నారు. అట్టివారికి కూడా వారి యిండ్లలో కర్మకాండ ముగిసిపోయినది. పిమ్మట ఆ ఊరికి పోయినవారు యింటికి తిరిగిరాగా, ఇంటివారును, వారును ఒకరి నొకరు చూచుకొన్నప్పుడు వారివారి మనస్సు లెట్లుండెననేది పాఠకులే ఊహింపదగును.

ప్రదర్శనములోనుండి చావు తప్పించుకొని ఇవతల పడిన వారును కలరు. అట్టి వారిలో సుప్రసిద్ధ పురుషులగు శ్రీ కొల్లా కన్నయ్యశెట్టి గారొకరు. వీరు మంచి కసరతు చేసిన బలశాలులు. వీరు లోపలినుండి బైటికి తడికల ఆవరణముపైకి పల్టీకొట్టి వెలుపలికి దూకిన సాహసికులు, చతురులు. వారట్లు దూకుచుండగా వారిమెడలో నుండిన పెద్ద పగడాల కంఠమాల జారి క్రిందపడిపోయినది. ఆదండ దొరికిన వాడు మరునాడు శెట్టివారింటికి వెళ్లి

సమర్పించుకొని బహుమానమును పొందినాడు. ఆ కాలమున కొల్లా కన్నయ్య శెట్టిగారిని, వారి మెడలో యుండు పొగడాల మాలను తెలియని వారరుదు.

వీరు కోమట్లలో పెద్ద శెట్టి. వైశ్యులందరు వీరిని పూజించనిదే వారిండ్లలో శుభ కార్యములను చేసుకొనే వారుకారు. ధనికుడు; దాత; గంభీర పురుషుడు. వీరు శ్రీ కన్యకా పరమేశ్వరీ దేవాలయపు ధర్మకర్తలు. వారు అప్పుడప్పు డాదేవాలయమునకు వచ్చుచుండేవారు. వారప్పుడు మొగమునిండ విభూతి పూసుకొని దానిపైన యర్రటి కుంకుమబొట్టు పెట్టుకొని, జోడు గుర్రముల ఫీటను బండిలో కూర్చుండి జోడు వింజామరలతో, ఇల్లు బయలుదేరి పరమేశ్వరి దర్శనార్థము దేవాలయమునకు వచ్చునప్పుడు వారికి జరుగుచుండిన గౌరవము, మర్యాద ఇప్పడీ ప్రాంతమునకు వైస్రాయిగారు వచ్చినా వారికిన్నీ జరుగజాలదు. శెట్టిగారు దేవాలయమునకు వచ్చెదరన్న సంగతిని జనులకు తెలుపుట కొరకు దేవాలయములోని పెద్దగంటలను మ్రోగించేవారు. ఈగంట శబ్దమును విన్న వారందరును ఆదర బాదరగా నడుములకు పైపంచల కట్టుకొని, వీధి గుమ్మమున నిలువబడిశెట్టిగారికి రాగానే దానోహముల సమర్పించేవారు. వీరి ఆస్థిపాస్థుల పరిమితి చెప్పవలయునంటే - ప్రస్తుతము హైకోర్టు దాని చుట్టుప్రక్కల కొన్ని బిల్డింగులుగల ప్రదేశమంతయు - నాడు వారి స్వంతము అని చెప్పిన చాలును.

ఇక నా సంగతి ఏమైనదో చెప్పెదను. నేను ప్రదర్శనమును చూచుటకు లోనికి పోకుండ బయటనుండి ప్రాణముల కాపాడుకొంటిని; నాతో కూడ వచ్చిన బాలుడు కనబడకుండుటచే చాలాదూరము వెలుపల గేటువద్ద నిలుచుంటిని గాని వాడు కానరాడాయెను. అప్పడు నేను వంటరిగా ఇంటివైపునకు తిరిగి పోవుచుండిని. నేను సెంట్రల్ స్టేషన్ ఎదుటికి వచ్చుసరికి నాపేరుపెట్టి పెద్దగా పిలుచుచూ ఆత్రముతో మాతల్లి పార్కువైపునకు పరుగెత్తుచుండెను. ఆమె గొంతును నేను గుర్తించితిని. వెంటనే పరుగెత్తి పోయి ఆమె ఎదుట నిలువబడితిని. అప్పడు మా అమ్మ నన్ను కౌగలించుకొని నిట్టూర్పు విడిచెను. ఆమె ఈప్రదర్శనము కాలిపోయిన వార్త విన్న వెంటనే పరుగెత్తుతూ వచ్చి నన్ను కలుసుకొనుటచే, వళ్లంతయు జోరు చమటలు పోయుచు అలసటచే రొప్పుచుండెను. నేనామె అవస్తను చూచి, రోడ్డు వార నామెను కూర్చుండమని చెప్పి నేనున్నూ కూర్చుంటిని. ఆ కూర్చుండిన చోటు సెంట్రల్ స్టేషన్ గేటు ఎదురుగా జనరల్ హాస్పిటల్ ఆవరణపు గోడ ప్రక్కన. ఇప్పటికిని నేనాప్రక్క వెళ్లినప్పడెల్ల పూర్వ స్మృతితో ఆ

ప్రదేశమును గమనించి చూచుచుందును. అక్కడ కొంత విశ్రాంతి తీసుకొని ఒంటెద్దు బండి మీద యిరువురము యింటికి చేరితిమి. అప్పుడు నాతో కూడవచ్చిన వాని తల్లి 'మావాడెక్కడ' యని అడిగెను. కాని నాకు వెంటనే నోట మాటరాక కొంతసేపటికి జరిగిన సంగతినంతయు తిన్నగా చెప్పితిని. వెంటనే ఆమె తన బిడ్డకొరకు పార్కునకు పరుగెత్తినది గాని, రాత్రి యంతయు అక్కడ వేచియుండి పిల్లవానిని గుర్తించలేక, తెల్లవారిన పిదప నిరాశతో ఆతల్లి యిల్లు చేరినది. చెన్నపట్నమున ఆనాటి దుర్దినం ఆవిధముగా గడిచిపోయినది.

# 3

## ఇద్దరు తల్లుల చలవ

రాణితోటలో ప్రదర్శనశాల తగులబడిపోయిన పిమ్మట నా తల్లి నన్ను ఒంటరిగ మద్రాసులో విడిచిపెట్టిపోలేదు. మేమిరువురము మద్రాసులో యుండవలసివచ్చినది. నేను బడిలో చదువుకుంటూ యిద్దరు వర్తకుల పిల్లకాయలకు బడిపాఠములను చెప్పచుంటిని. వారు నాకు నెలకు చెరియోకరు 2-8-0 లు ఇచ్చేవారు. ఈ రూ.5 ల వరుంబడితో ఇద్దరము మద్రాసులో బ్రతుకుటకు కష్టమైనది. నా తల్లి ఒక కోమటి ఇంట్లో వంటచేయుట కారంభించినది. అందుకు వారామెకు నెలకు రూ.5 లు ఇచ్చేవారు. ఈ విధముగా ఇరువురము కలిసి రూ. 10 లు తెచ్చుకొనుచు కాలము గడుపుచుంటిమి. ఆ కాలమున రూపాయికి బియ్యం 6 పళ్లు మొదలు 8 పళ్ల వరకు ఇచ్చుచుండిరి. సమీపమునయున్న రావిచెట్టు అగ్రహారమున బిక్షమెత్తుకొనే బ్రాహ్మణులు రూపాయకు 8 పళ్ల బియ్యమును అమ్మేవారు. మేము తరుచుగా వారివద్దనే బియ్యం కొనేవారము. ఈ ప్రకారము కొంతకాలము జరిగినది.

ఆ కాలమున కాలేజీలో చదువుకొనే విద్యార్థులకు "హాస్టల్స్ లేవు. తెలుగువారికి అరవహోటలు భోజనము సరిపడేది కాదు. అందువల్ల ఆంధ్రులు ఎక్కడనైనా ఒక్క రూమును చదువుకొనుటకు అద్దెకు తీసుకొని సామాన్య గృహస్థుల ఇండ్లలో డబ్బిచ్చి భోజనము చేసి చదువు కొనుచుండేవారు.

ఆ రోజులలో టంకసాల వీధిలో కాశీపాటి (వారింటిపేరు కాశీవారు; ఆమెను - పాటి అనగా అరవంలో అవ్వా అనేవారు) హోటలులో కంది పచ్చడి, వేపుడు కూరలు వడ్డించేవారు. అందువల్ల కొందరాంధ్రులు అక్కడ చేరసాగినారు. ఈ హోటలులో అరవలు, ఆంధ్రులు కలిసి యుండుటవల్ల భోజనపదార్థములలో పేచీ వచ్చి, ప్రతిదినము పిల్లకాయలు దెబ్బలాడుకొనుచుండేవారు. ఇందువల్ల ఆమె తెలుగువారిని తన హోటలుకు రావద్దని వెళ్ళగొట్టినది.

ఆ సమయంలోనే అమ్మాయమ్మయను తెలుగుఆవిడ తెలుగువారికి ప్రత్యేకంగా హోటలుపెట్టి, తెలుగువారికి సరిపడు వంటకములను చేసి, పిల్లకాయలను తృప్తిపరచుచుండెను. ఆ కాలమున హోటలుకు నెలకు రూ. 7లు మొదలు రూ. 10 లు

వరకు ఇవ్వవలసియుండెడిది. అమ్మాయమ్మయు తెలుగువారివద్ద రూ. 10 లు వసూలు చేసెడిది. కాని వీరికి పేపుడుకూరలు, కోరిన పచ్చళ్లు, ఆవకాయ, ఊరగాయ వగైరాలు - ఇవి కలుపుకొన్నపుడెల్లా ముద్దముద్దకు చారెడేసి కమ్మనినేయి - ఈ విపరీతపు ఖర్చుకు తట్టుకోలేక పోయినది. ఆమె వీరిని భరించజాలక హోటలు ముగించి తలుపు మూసినది.

క్రమముగా ఆంధ్ర విద్యార్థులు మద్రాసులో విస్తారమైనారు. కొందరు విద్యార్థులు భోజనమునకై ఈ ఇబ్బందులు పడలేక ఇక్కడ కాపురములే పెట్టకొనసాగినారు. అయితే ఆంధ్రులకు అరవలుండు ఇండ్లలో కాపురమునకు స్థలము చిక్కుట దుర్లభమైనది. ఏలనంటే ఆంధ్రులకు ఆచారము లేదు; మగవారు చుట్టలు త్రాగుచు ఎక్కడ పట్టిన అక్కడ ఇల్లంతా ఉమ్మివేయుచుందురు; బిడ్డలు ఇల్లంతయు చెరిచెదరు; సాధారణముగా స్నానము చేయరు - అని అరవవారికి వీరియందొక అపోహ. ఇది కేవలము అపోహయే కాదేమో!

సరిగా నిట్టి సమయంలో వంగవోలునుండి కొండపి రామకృష్ణా రావు, గొట్టిపాటి చెంచు సుబ్బారాయుడుగార్లనే వారిరువురు మద్రాసుకు కాలేజీ విద్యకై వచ్చిరి. ఈ చెంచు సుబ్బారాయుడుగారు హైకోర్టు జడ్జీ గౌరవనీయులగు శ్రీ చింతగుంట రాఘవరావుగారి మామగారు. చెంచు సుబ్బారాయుడుగారు చాలా ఆచారవంతులు. కాఫీ పుచ్చుకొనేవారు కారు; చిరుతిండ్లు తినేవారు కారు; శివార్చన చేయనిది భుజించేది లేదు: సత్యవంతుడు. ఇట్టివారికి నగరంలో భోజనవసతి దొరకుట కష్టసాధ్యము. వీరిరువురు మా ప్రాంతమువారగుటచే కాబోలు ఎట్లో నన్ను తెలిసి కలుసుకొన్నారు. ఎట్లైనా తమకు భోజనవసతి ఏర్పాటు చేయమని గట్టిగా కోరినారు. నేను అప్పుడు నా తల్లితో యోచించి, ఆమె చేయుచున్న వంటకొల్వును మాన్పించి, వీరిరువురికిని ఆచారముగ అన్నము వండిపెట్టు ఏర్పాటు చేసినాను. మేము అగ్రహారములో పెద్దగదిని అద్దెకు పుచ్చుకున్నాము. మా తల్లి అనుకున్న ప్రకారము వీరిరువురికిని వంటచేసి పెట్టచు వచ్చినది. చెంచు సుబ్బారాయుడు గారికి ఆచారమే గాకుండా కొన్ని భోజన నియమములు కూడ యున్నవి. ఈ ఊరి కాయగూరలను తింటే ఏమేమో జబ్బులు వస్తవి అని వారి భయము. అందువల్ల ఇంటినుండి చింతపండు పచ్చడిని, ధనియాలపొడిని తెప్పించుకొని వాటితోను చారు మజ్జిగలతోను భుజించుచుండెడివారు. పండుగనాడుకూడా వారికదే భోజనం. చదువుకొనుటకు వారు యేర్పాటు చేసుకున్న రూముకు రాత్రిళ్ళు నేను

గూడ వెళ్ళి వారికి తోడుగ పడుకొనేవాడను. ఈ కారణమువల్ల వారికి నాకు మంచిస్నేహము కుదిరినది. వీరితో కూడ యుండిన కొండపి రామకృష్ణరావుగారున్ను చాలా పెద్ద మనుష్యులు. వారిరువురితో నేను చాలా చనువుగా ఉండేవాడను.

ఇట్లుండగా నా తల్లి అకస్మాత్తుగా చనిపోయినది. మద్రాసులో నేను మరల ఏకాకినైనాను. నాకు భోజనమునకే కరవైనది. అయితే ఈసారి నాకు మరి ఇరువురు తోడైనారు. మాయింట్లో భోజనము చేయుచుండిన విద్యార్థులకు కూడ భోజనవసతి తప్పిపోయినది. మేము ముగ్గురమును చాల కష్టపడవలసి వచ్చినది. కాని దైవమొక దారి చూపినాడు.

మేముండే ఇంటిలోనే జొన్నలగడ్డ నరసమ్మ అనే ఆమె కాపురమున్నది. ఆమెను నేనాశ్రయించి వారిరువురికిని భోజనము వండిపెట్టుటకు ఒప్పించితిని, నరసమ్మ సమ్మతించుచు, మరి ఎవరినైనా కొంతమందిని కూడా కుదిర్చిన బాగుండుననెను. అప్పుడు నేను కావలి కాపురస్తులగు విస్సా రామారావుగారిని, వెన్నెలకంటి కృష్ణస్వామి రావుగారిని, ఓరుగంటి వెంకటసుబ్బయ్యగారిని జతగూర్చితిని. అప్పుడది యొక చిన్న భోజనశాలయైనది. నరసమ్మగారు వంటరియగుటచే ఆమెకు కావలసిన వస్తువులు తెచ్చియిచ్చుచు, నేనుకూడ ఆ విద్యార్థులతోకూడ భోజనము చేయుచుంటిని. నరసమ్మ గారు తెనుగువారి వంటలను రుచికరముగా చేయుటలో మంచి నేర్పరులు. నరసమ్మ గారికి సంతానము లేదు. దైవికముగా కల్గిన మా పరస్పర సన్నివేశము వలన ఆమెకు నాయందు పుత్రవాత్సల్యమును, నాకామె యందు మాతృభక్తియు కుదిరి పెంపొందినవి. నా తల్లిపోయిన వెంటనే ఈ విధముగా దేవుడు నాకు మరియొక తల్లిని చూపుట నా అదృష్టమే.

నేను చదువు చాలించుకొని ఉద్యోగంకొరకు ప్రయత్నించుచుండగా, బెంగుళూరు సమీపమునయుండు చిక్కబళాపురము పోలీసు ఇన్స్పెక్టరుగారు మద్రాసుకు వచ్చియుండిరి. ఒకరు నన్ను పరిచయపరచిరి. వారు నాకు పోలీసు డిపార్టుమెంటులో యేదైన ఉద్యోగమును ఇప్పించెదనని వాగ్దానము చేసిరి. అందువల్ల వారిని పలుమారు కలుసుకుంటూ వచ్చితిని. ఇంతలో ఇన్స్పెక్టరు గారి కూతురికి పెండ్లి మద్రాసులోనే కుదిరెను.

ఆ పెండ్లికి నెయ్యి, చక్కెర వగైరా సామానులు కావలసి వచ్చెను. వారు ఈ ఊరికి కొత్త అగుటచే నన్ను తన్నెవరికైన సిఫారసు చేయమని అడిగిరి. అప్పుడు అగ్రహారం

ప్రక్కనయున్న మళిగె అంగడివానితో చెప్పి సామానులను ఇప్పించితిని గాని ఆయన డబ్బు యివ్వలేదు. అంగడివాడు ఆయన పేర పద్దు వ్రాసుకొని దానిపై నా చేవ్రాలుకూడ పెట్టమనెను. పెట్టితిని, పెండ్లికాగానే ఇన్స్పెక్టరు ఊరికివెళ్లి పైకమును పంపెదనని చెప్పిరిగాని పంపలేదు. నేను కూడా వారి ఊరికి వెళ్లి అడిగితిని, ఇప్పుడు పైకము లేదు; వెనుక పంపెదనని చెప్పి నన్ను సాగనంపెను. కొంతకాలము అంగడివాడు వేచియుండి కోర్టులో దావాచేసి మా యిరువురిమీద డిక్రీ పొంది నన్ను అరెస్టు చేయించి, అప్పుల జైలులో పెట్టించెను. పగలు 10 గం||లకు నన్ను జైలులో నుంచిరి. నేను సకాలమునకు భోజనమునకు రానందున నరసమ్మగారు నన్ను గూర్చి విచారించగ, నేను నిర్బంధములోనున్నట్లు ఆమెకు తెలిసి, ఆతురతతో గిన్నెలో అన్నమును తీసుకొని నడియెండలో నావద్దకు నడిచివచ్చినది. నన్ను చూచి నా అవస్థకు కన్నీళ్లు పెట్టుకొనుచు, కన్నకొడుకునకు వలె కనికరముతో ఆ దినమున నాకు అన్నముపెట్టిన ఆ చల్లనితల్లి దృశ్యమును నేను ఇప్పటికిని మరువజాలను. ఆ సాయంత్రమే నా బాల్యస్నేహితులగు అన్నం చెన్నకేశవులు శెట్టిగారు నా అవస్థను విని జైలుకు వచ్చి, నా బాకీ రూ. 150 లు చెల్లించి నన్ను విడుదల చేయించినారు. నేను ఆ నిర్బంధములో 6 గం||ల కాలము గడపవలసి వచ్చినది.

పిమ్మట నేను ఉద్యోగమునకై పలువిధముల పాకులాడవలసి వచ్చినది. అప్పుడు వేసిన ట్రాంబండ్లలో వుద్యోగమునకై ప్రయత్నించితిని; కాలేదు. ప్లీడరు గుమాస్తా పని ఒక నెల మాత్రమే చేస్తిని; అదియు తుదముట్టలేదు. కడకు ఏదియు కొనసాగలేదు. ఇతరులను ఆశ్రయించి ఉద్యోగమును సంపాదించుకొనుట అసాధ్యమైనదని తోచి ఆ కార్యమును విరమించుకున్నాను.

# 4

## కేసరీ కుటీర స్థాపనము

ఉద్యోగమునకై చేసిన పలువిధములైన ప్రయత్నములు విఫలములైన పిమ్మటనే వైద్యమును నేర్చుకొనుటకు ప్రారంభించితిని. చల్లనితల్లి నరసమ్మగారి చేతి ప్రసాదముతో నాకు కాలము గడుచుచున్నది. కాని ఆమె మాత్రము నాకెంతకాలము భోజనం పెట్టగలదు? అనాథ వద్ద ఉచితముగా భోజనం చేయుటు నాకే అవమానముగ తోచినది.

ఆ కాలమున మద్రాసులో తెలుగు బోయీలు చాలామంది యుండెడివారు. వారు మద్రాసు బ్యాంకి, నేషనల్ బ్యాంకి, ఆగ్రా బ్యాంకి మొదలైన బ్యాంకులలో నౌకరుగా ఉండేవారు. అప్పుడు మద్రాసు బ్యాంకి బ్రాడ్వేలోను, నేషనల్ బ్యాంకి ఆగ్రా బ్యాంకీలు ఆర్మీనియన్ వీధిలోను ఉండేవి. అక్కడ కొలువుచేసే బోయీ లందరు ప్రతి ఆదివారము నావద్దకు వచ్చి వారి బంధువులకు జాబులు వ్రాయించుకొని పోయేవారు. కార్డు వ్రాసిన అర్ధణా; కవరు వ్రాసిన ఒక అణా ఇచ్చేవారు. ఈ ప్రకారము నాకు ప్రతి ఆదివారము కొంతడబ్బు వచ్చుచుండెను.

వైశ్యుల ఇండ్లలో పిల్లకాయలకు పాఠములు చెప్పట వల్ల కొంతడబ్బును సంపాదించుచుంటిని. ఈ సంపాద్యము లాధారముగా నరసమ్మగారికి నెలకు రూ. 3-0-0 లు చొప్పన ఇచ్చుచు భోజనము చేయుచుంటిని.

కోమట్ల ఇండ్లలో పిల్లకాయలకు పాఠములు చెప్పుట వలన వార్ల పరిచయము నాకు అధికమైనది. ఆ చనువున వారు అప్పుడప్పుడు నాకు కొన్నిపనులు చెప్పి చేయించుకొనుచుండిరి. ముఖ్యముగా నా యిండ్ల ఆడువారు తమ తమ బంధువుల ఇండ్లకు నన్ను పంపి, వారి ఇంట్లో యేమేమి కూరలు, ఫలహారములు చేసుకొన్నదిన్నీ, వచ్చే ఆదివారమునాడు ఆళ్వారు శెట్టిగారింట్లో జరుగబోవు పెండ్లికి ఆ యింటి భాగ్యశాలి యేమి చీరె కట్టుకొని రాదలచినదిన్నీ - మొదలుగాగల వర్తమానములను తెలుసుకొని రమ్మనేవారు. ఈ సమాచారములు తెలిసి రాగలిగినందుకు వారు నాకు అప్పుడప్పుడు డబ్బును, వస్త్రములను బహూకరించుచుండెడివారు. వీరి పరిచయము వల్ల క్రమముగ నాకు అన్నవస్త్రముల కరువు తీరినది. వైద్యమును నేర్చుకొన్న పిదప ముఖ్యముగ ఈ

కోమట్ల ఇండ్లలో హెచ్చుగా వైద్యము చేయుట కవకాశము కల్గినది. వీరు నాకు రాజపోషకులైరి.

పిమ్మట వారి సహాయ్యముననే శ్రీ కన్యకా పరమేశ్వరీ ఆయుర్వేద ధర్మవైద్యశాలలో నౌకరిని సంపాదించుకొంటిని. ఏలననగ ఈ ధర్మ వైద్యశాల వారి కులదేవతయగు శ్రీ కన్యకా పరమేశ్వరీ దేవాలయపు ధర్మకర్తలచే స్థాపింపబడినది. ఈ దేవాలయములో ప్రతిదినము పేదబ్రాహ్మణ విద్యార్థులకు, అన్నమును పెట్టుచుండిరి. ఆ కాలమున వైశ్యులకు బ్రాహ్మణభక్తి ఇప్పటికన్న అధికముగా నుండుటచే అన్నదానము ధారాళముగా జరుగుచుండెను.

ప్రతి సంవత్సరమును శరన్నవరాత్రములలో ఉత్సవములకు ఈ కన్యకా పరమేశ్వరీ దేవాలయమున 9 దినములు బ్రాహ్మణ సంతర్పణ జరుగును. ఈ సంతర్పణలలో ప్రతిదినము 2000 బ్రాహ్మణులకు తక్కువలేకుండా భోజనమును చేయుచుండిరి. ఇక్కడ తయారుచేయు భోజన పదార్థములు వంకాయకూర, చారు వగైరాలు చాలా ప్రశస్తములుగా నుండెడివి. ఇట్టి అద్భుత పాకకళా నిపుణులలో ముఖ్యముగా బుర్రా కుటుంబయ్యగారు, భీమవరం కాపురస్థులగు ములుకుట్ల సుబ్బయ్య, జాలయ్య, అప్పయ్య, వీరు యెన్నదగినవారు. ఇందులో జాలయ్య మంచి కసరత్తు చేసిన వస్తాదు. కొల్లా కన్నయ్య శెట్టిగారితో కూడ గరిడీని నేర్చుకున్నవారు. వారారోజులలో ఆ తొమ్మిది రోజులకు 1116 ర్లు తీసుకొనేవారు. జిహ్వాచాపల్యము తీర్చుకొనుటకై అమ్మవారి ప్రసాదమని అభ్యంతరములేకుండా ఆనాటి గొప్ప యిండ్లవారుకూడా ఏదో యొక రోజున పంక్తి భోజనమునకు వచ్చేవారు. ఏ కారణముచేనైన రాజాలని పెద్దలు ఆ ప్రసాదమందలి తీపిచే ఇండ్లకైన తెప్పించుకొని భుజించేవారు.

నేను దేవాలయమునకు సంబంధించిన నౌకరినగుటచే ఆ తొమ్మిదిరోజులు వంటశాల భోజనశాలలకు, నన్ను సూపరింటెండెంటుగా నియమించేవారు. ఈ వంటశాలలోని నెయ్యి, బియ్యము, చక్కెర, కుంకుమపువ్వు, పచ్చకర్పూరము, ద్రాక్ష వగైరా వెలగల సామానులు సామాన్యముగా చోరీ అగుచుండేవి. ఆ చోరీలు జరుగకుండా జాగ్రత్తగా చూచుట, వంట చక్కగచేసి, వడ్డన శ్రద్ధగా జరుపుట మున్నగు కార్యములను గమనించుట నా పనులుగా నుండెడివి. ఎంత జాగ్రత్తగ నుండినను చోరీలు జరుగుచునే యుండెడివి. బియ్యమును దొంగలించు విధము : ఒక పెద్దగంపకు సగము వరకు బియ్యమును పోసి దానిపైన

భుజించిన ఎంగిలి ఆకులను నిండుగ కప్పినింపి, ఆ గంపను బయటికి పంపుట; నేయి దొంగలించు విధము : పేరిన నేయిని తప్పెలలోపోసి దానిపైన బియ్యపు కడును పోసి, పశువుల కుడితి యని బయటికి సాగనంపుట; కుంకుమపువ్వు వగైరా చిన్న వస్తువుల దొంగతనము : పొట్లాలుగట్టి భోజనమునకు వచ్చిన ఇతరులచేతికి రహస్యముగా నిచ్చి బయటకి దాటించుట. ఇట్లే అనేకమగు ఉపాయములు. ఈ వుద్యోగము వలన నాకు పాకకళ చక్కగ అబ్బినది. విజయదశమినాడు అమ్మవారికి గొప్ప పార్వేట ఉత్సవము జరుగును. ఆనాడు అమ్మవారికి వజ్రములతో చెక్కబడిన అనేక ఆభరణముల నలంకరించి వూరేగించెదరు. మామూలుగా అమ్మవారు గిడ్డంగివీధి అనే వరదాముత్తియప్పన్ వీధిగుండ పోవుట ఆచారము. దుండగులు దుర్మార్గము చేయుదురనే, విషయం దేవస్థానం ధర్మకర్తలకు కొద్దిగ తెలిసి పోలీసు సిబ్బందితో అమ్మవారి ఉత్సవమును సాగించిరి. అమ్మవారి వెంట వచ్చు పోలీసు సిబ్బందిలో ముఖ్యులు వెల్డన్ యను దొరగారు. ఆయన ఆకాలమున పోలీసు శాఖలో పేరుపొందిన వారిలో నొకరు. వీరితో కూడ మరి ముగ్గురు సార్జంటులు గుర్రములనెక్కి ముందు నడచుచుండిరి. అమ్మవారికి ముందుగా ముఖ్య ధర్మకర్తలగు శ్రీ కొల్లా కన్నయ్యశెట్టిగారు. వారి చుట్టును ఇతర ట్రస్టీలగు వైశ్యులును నడుచుచుండిరి. వారి వెనుక దేవస్థానపు నౌకర్లు. వారిలో నేనును, పండిత గోపాలాచార్యులు మున్నగువారు నుంటిమి. ఆ కాలమున అమ్మవారితో కూడ దివిటీలను పట్టుటకు "సోమరివాండ్లు' అని యొక వర్గముండే వారు. వారు ఇనుప త్రిశూలములకు బిగించిన కర్రలను తీసికొని ఆ త్రిశూలములకు పాతగుడ్డలను గుండ్రముగాచుట్టి, నూనెతో తడిపి దివిటీలను వెలిగించి వెలుతురు చూపుచు వెంట నడిచేవారు.

ఆనాడు రాత్రి 10 గం|| లైనది. ఉత్సవము గిడ్డంగివీధిలో సాగినడచుచున్నది. ముందు నడచుచున్న పోలీసు సార్జంట్లు నలుగురు దుండగుల మీదికి గుర్రాలను దుమికించిరి. వారప్పుడు చెదరిపోయిరి.

అమ్మవారిని క్రింద పడవేసి నగ లపహరింతమని యుద్దేశించిన దుండగుల అభిలాష విఫలమైనది.

వైద్యశాలలో నేను చేయుచున్న నౌకరివల్ల నా వైద్యవృత్తికి కూడ మెరుగువచ్చినది. అప్పుడు నా జీవితములోని కష్టములు చాలా భాగము మరుగైనవి. గోపాలాచార్యులవారికిని, నాకును మంచిస్నేహము కుదిరినది. గోపాలాచార్యులుగారు

మద్రాసుకు క్రొత్తయగులచే నేనువారికి కొంత సహాయమును చేయవలసి వచ్చినది. మొదట వైద్యశాల గిడ్డంగి వీధిలో దేవాలయమునకు సంబంధించిన కొట్లలో యుండెను. ఈ వైద్యశాల యెదుటనే నా స్నేహితుడగు అన్నం చెన్నకేశవులుశెట్టిగారి యిల్లు. గోపాలాచార్యులు గారు నివసించుటకు స్థలము లేనందున శెట్టిగారి యింట్లో, ఒక రూమును ఆచార్యులవారికి యిప్పించితిని. అప్పుడు నేను నరసమ్మగారికి నెలకు రూ. 10 లు ఇచ్చి భోజనము చేయుచు, రాత్రిళ్ళు శెట్టిగారి యింటిలోనే పండుకొనుచుంటిని. ఆచార్యులవారు, నేను యిరువురము శెట్టిగారి యింట్లోనే యుండుట తటస్థించెను. మద్రాసులో వైద్యవృత్తికి కొంత డంబముండవలయును. ఆ డంబము ప్రదర్శించుటకు డబ్బు కావలయును. ఆచార్యులవారికి వైద్యశాలలో జీతము రూ. 30 లు మాత్రమే. అందువల్ల శెట్టిగారితో చెప్పి వారికి కొంతడబ్బు అప్పు ఇప్పించితిని. క్రమముగా వారు మద్రాసులో పేరు సంపాదించుకొనిరి.

ఆచార్యులవారును నేనును వైద్యశాలలో 4 సంవత్సరములుపాటు సోదర భావముతో కాలమును గడుపగల్గితిమి. ఆచార్యులవారు ఆయుర్వేదాశ్రమమును పేరుతో ఒక వైద్యశాలను స్థాపించి ముఖ్యముగ ప్లేగుమందుల మాహాత్మ్యములను కరపత్రముల ద్వారా ప్రచురించుచు వ్యాపారమును సాగించిరి. ఆ కాలమున బెంగుళూరు ప్రాంతములలో ప్లేగు తీవ్రముగ వ్యాపించియుండెను. ఆచార్యులవారికి ఆంగ్లభాష పరిచయము లేనందున ఈ వ్యాపారములన్నియును నేనే చేయుచుంటిని; గాని నాకు లాభమేమియు లేకుండెను. ఈ కారణములవల్ల నేనే వేరుగ కేసరికుటీర మనుపేరుతో వైద్యశాలను స్థాపించితిని. పనిచేయుచున్న వైద్యశాలలో నేనే మొదట రాజీనామా యిచ్చితిని. పిమ్మట కొంతకాలమునకు ఆచార్యుల వారును రాజీనామా యిచ్చిరి. అప్పటినుండి స్వంత వైద్యాలయములను నడుపుకొనుచుంటిమి.

# 5

## కేసరీకుటీరం ప్రథమావస్థ

కేసరి కుటీరమునకు మొదట చాలినంత మూలధనము లేక వృద్ధికి రాజాలకయుండెను. స్నేహితులవద్ద కొంతడబ్బును తెచ్చిపెడితినిగాని హేరాళముగ వ్యాపారమును చేయుటకు ఆ డబ్బు చాలదాయెను. ఇట్లుండగ మాతోకూడ వైద్యశాలలో పనిచేయుచుండిన కె.బి. రంగనాథయ్యరు వారి అన్నగారి పేరుతో ధన్వంతరి వైద్యశాల నొకదానిని స్థాపించిరి. అయితే వారి వద్దను డబ్బులేక కష్టపడుచుండిరి. అప్పుడు మద్రాసులో ఆయుర్వేదాశ్రమము, కేసరీ కుటీరము, ధన్వంతరి వైద్యశాలయను పేర్లతో మూడు వైద్యశాలలుండెనుగాని యొకరి వద్దను డబ్బులేదు. అప్పుడు రంగనాథయ్యరు నావద్దకువచ్చి, మన యిరువురము కలిసి మందుల వ్యాపారమును చేయుదము; కావలసిన మూలధనమును నా పరిచితులగు రామచంద్రయ్యరు (సుప్రసిద్ధ హైకోర్టు వకీలు) గారిని అడిగి యిప్పించెదనని చెప్పి నన్ను వప్పించెను. అప్పుడు కేసరి కుటీరముతో ధన్వంతరి వైద్యశాలను యేకముచేసి కేసరి కుటీరం అను పేరుతోనే మందుల వ్యాపారమును చేయ ప్రారంభించితిమి. కొంతకాలము జరిగెను. చెప్పిన ప్రకారము రంగనాథయ్యరుగారు రామచంద్రయ్యరుగారి వద్దనుంచి డబ్బును తేలేకపోయిరి. వ్యాపారము నిద్రపోవుచుండెను. ఇరువురము భుక్తికి కూడ కష్టపడవలసి వచ్చెను.

అప్పుడు వారిని నేను విడిచిపెట్టి వేరుగ నా కేసరి కుటీరం పేరుతోనే వ్యాపారము ప్రారంభించితిని. క్రమముగ నా వ్యాపారము బాగుపడెను. నేను వృద్ధికి వచ్చుటచూచి రంగనాథయ్యరుకు కన్నెఱ్ఱ నాయెను. వారు వకీలుగ నుండుటవలన సులభముగ నామీద క్రిమినల్, సివిల్ కేసులను తెచ్చి నన్ను చాలా కష్టనష్టములకు పాలుచేసిరి. తెచ్చిన కేసులు వారికి లాభించలేదు. కడపట Trade Mark Suit వారికి నాకు హైకోర్టులో జరిగెను. ఈ కేసులో జడ్జిగారి సలహా మీద వారు నేను సమాధాన పడితిమి; వారికి నేను కొంత డబ్బు యిచ్చి, నా మందులకు, వ్యాపారమునకు వారికి యేలాటి సంబంధము లేకుండా హైకోర్టు డిక్రీని పొందితిని. ఈ కష్టములన్నిటికి కారణం యిరువురికి విభాగ పత్రము లేకుండటయే.

నా వ్యాపారము దినదినాభివృద్ధినందుచు పచ్చయప్ప కళాశాలకు ప్రక్కనయుండిన బందరువీధిలో నున్నప్పుడు, సికింద్రాబాదులో కేసరి కుటీరం బ్రాంచిని స్థాపించితిని. ఈ బ్రాంచికి నెల్లూరు కాపురస్థుడగు వరదయ్య నాయుడు గారిని యేజెంటుగ నేర్పాటు చేసితిని.

వీరు సికింద్రాబాదులో పనిచేయుచు, తన కుమారునికి కేసరి యని పేరుపెట్టి అక్కడ విక్రయించుచున్న మందులు తనవేయని బూటకపు మందులను చేసి విక్రయించుచుండిరి. ఈ విషయమును తెలుసుకొని నేను అక్కడికిపెల్లి వారిని అక్కడనుంచి తొలగించితిని, వరదయ్యనాయుడు గారు సికింద్రాబాదునుండి నెల్లూరికి వచ్చి స్వంతషాపు పెట్టి కేసరి లోధ్ర, అమృత, అర్క యను పేర్లతో మందులమ్ముచుండిరి. అప్పుడు నేను వారిమీద నెల్లూరిలో కేసు చేయవలసివచ్చెను. వరదయ్యగారు కోర్టులో, నన్ను క్షమాపణ కోరుకున్నందున కేసును రద్దుపరచుకొంటిని.

ఈ నా వ్యాపారమునకు స్త్రీధనమే మూలధనమని చెప్పుకొనుటకు చాలా గర్వపడుచున్నాను. సుమారు అర్ధశతాబ్దమునకు మునుపు మనదేశములో అనుకూల దాంపత్య కుటుంబములు చాలా తక్కువగా నుండెను. భర్త భార్యను కొట్టుటయో, తిట్టుటయో, ఇంటినుండి తరిమివేయుటయో, సామాన్యముగ జరుగుచుండినవి. మగని బాధలను భార్య భరించజాలక, నూతిలో పడుటయు, విషము త్రాగుటయు, కిరసన్ నూనెతో కాలిపోవుటయు మొదలగు అమానుష కృత్యములు పలుమార్లు జరుగుచుండుట వినుచుంటిని. ఈ కారణములవల్ల ఆకాలపు గృహలక్ష్మికి మనశ్శాంతిలేక కాలమును కడుకష్టముతో గడుపుచుండెను. ఈ సందర్భమును నేనప్పుడు అవకాశముగ తీసుకొని స్త్రీలను బాగుపరచి తద్వారా నేనును బాగుపడవలయుననే సదుద్దేశముతో ఒక చిన్న పన్నాగమును పన్నితిని.

నేనొక అడ్వర్టైజమెంటును (ప్రకటనను) తయారుచేసుకొని ఆ కాలమున సుప్రసిద్ధ తెలుగు పత్రికయగు 'ఆంధ్ర ప్రకాశిక' కార్యాలయమునకు వెళ్లితిని. ఈ కార్యాలయము అప్పుడు మౌంటురోడ్డులో యొక మిద్దెమీద యుండెను. ఈ పత్రికాధిపతియగు ఎ.సి.పార్థసారధినాయుడు గారిని చూచితిని. నేను వారిని దర్శించుటకు వెళ్ళినప్పుడు వారు పాత వార్తాపత్రికలను చించి వాటి కాళీస్థలమున పెన్సలుతో వ్యాసములు వ్రాయుచుండిరి. నేను వారిని చూచి నమస్కరించితిని. చిఱునవ్వుతో నన్ను చూచి

కూర్చుండుమనిరి. వచ్చిన కారణమును వివరించిరి. నా జేబులోనున్న అడ్వర్టయిజుమెంటును వారి చేతికిచ్చి పత్రికలో ప్రచురించమని అడిగితిని. నేనిచ్చిన కాగితమును రెండు మూడుసార్లు ఇటూ అటూ, పారచూచి నన్నుచూచి ఫక్కున నవ్వి ఇది వేయుటకు తడవకు రూ. 10 లు ఛార్జి అగునని చెప్పిరి. అంత యిప్పుడు ఇచ్చుకోలేనని చెప్పి నావద్దయున్న అయిదు రూపాయిల నోటును తీసి వారి చేతిలో పెట్టితిని. అప్పుడు వారు నన్ను చూచి నీవు చాలా గడుసువాడవుగ నున్నావని చెప్పి మరియొకసారి నవ్వి నన్ను పంపివేసిరి. ఆ కాలమున మద్రాసులో నాయుడుగారు ఆంధ్రులలో ప్రముఖులుగ నుండిరి. ఆంధ్రమున గంభీరమగు ఉపన్యాసముల నిచ్చుచుండిరి. చెన్నపురిలో ఆ కాలమున నాయుడుగారు మాట్లాడని సభ ఉండెడిది కాదు. వీరు మొదట ఆంధ్రమున ఉపన్యాసమును ప్రారంభించి, అరవములో ముగింతురు. సభలో మహమ్మదీయులు, మళయాళీలుండిన వారి భాషలలో మాట్లాడి అందరిని నవ్వించుచుండిరి. వీరు టక్కపల్చగ నుందురు. అంటి అంటని తిరుమణి శ్రీచూర్ణమును ముఖమున దిద్దువారు; నవ్వు ముఖము, తెల్లని తలపాగా, లాంగుకోటును ధరించువారు. సరసులు. తెలుగు పండితులు; చక్కని వాగ్ధోరణి గలవారు. ఆ రోజులలో వీరు గొప్ప కాంగ్రెసువాదులు. ఆ నాడు జరిగిన ఈ సన్నివేశమంతయు ఈ నాడు నా కంటికి కనపడుచున్నట్లేయున్నది.

నేను ఆనాడు పత్రికలో ప్రచురించుటకు వారివద్ద యిచ్చిన అడ్వర్టయిజుమెంటు యేమనగా :

మందగమన - సుందరాంగి అను ఇరువురు చెలికత్తెల సంభాషణ (స్థలము : నీలాటి రేవుగట్టున టోర్లించిన బిందెలమీద ఇరువురు కూర్చుండిచేసిన సంభాషణ)

మందగమన : ఏమే, సుందరీ! ఈమధ్య నీవు నాకు అగుపడుటయే లేదేమే?

సుందరాంగి ; ఏమి చెప్పుదునే అక్కయ్యా నా అవస్త? నా మగడు నన్ను చూచినప్పుడెల్లను కారాలు మిరియాలు నూరుతుంటారు. చీటికి మాటికి వీపు బద్దలయ్యేటట్టుగా బాదుతారు. నాతో మాట్లాడరు. ఇంట పరుండరు. ఈ నా అవస్థలో నిన్ను నేను యెట్లు చూడగల్గుదును? మందగమన : ఓసీ పిచ్చిచెల్లీ! ఈ మాత్రమునకేనా నీవు వ్యసనపడడము? నీకంటె పదిరెట్లు హెచ్చుగ కష్టముల ననుభవించిన దానను. ఇవిగో చూడు నా చేతి మీద వాతలు; వీపుమీది కొరడా దెబ్బల మచ్చలు. అయితే

ఇప్పుడు నేను, నాభర్త యొకరినొకరు క్షణమాత్రమైనను విడువజాలనంత అనురాగమున సుఖముగ నున్నాము. ఇందుకు కారణము మా ప్రక్క యింటి సరస్వతియే. ఆమె యెప్పుడును 'ఆంధ్ర ప్రకాశిక' పత్రికను చదువుచుండును. ఆమె నాకు చెప్పిన రహస్యము వల్లనే ఇప్పటి మా యిరువురి స్నేహము; దానిఫలమే ఈ చిట్టికూతురు వాసంతిక.

సుందరాంగి : అక్కయ్యా! నీకు నమస్కరించెదను. ఆ రహస్యమును నాకును చెప్పి పుణ్యమును కట్టుకొనవే.

మందగమన : చెప్పెదను వినుము, సుందరీ. మద్రాసులో 'కేసరి కుటీర' మను యొక వైద్యశాల కలదు. ఆ వైద్యశాలలో 'తాంబూలరంజిని' అను పడకటింటి తాంబూలములో వేసుకొను పరిమళ మాత్రలను విక్రయించెదరు. ఆ మాత్రల వెల బుడ్డి 1-కి నాలుగు అణాలు మాత్రమే. వాటిని నీవు కూడ తెప్పించుకొని నీ భర్తకిచ్చు తాంబూలమున నుంచి యిచ్చిన వారము దినములకే నీ భర్త నీ స్వాధీనమై, నీకు దాసానుదాసుడగును. గనుక నీవు వెంటనే ఇంటికిపోయి కేసరి కుటీరమునకు కార్డును పంపుము. సుందరాంగి వెంటనే యింటికి వెళ్లి మద్రాసు కేసరి కుటీరమునకు 'తాంబూల రంజినీ' మాత్రలను పంపమని ఆర్డరు పంపెను. మూడవ దినమున మాత్రల పార్సిలు వచ్చెను. వచ్చిన ఆ రాత్రియే మాత్రలను భర్తకిచ్చెను. మరుసటి దినము మొదలు భర్తలో మార్పుగలిగి క్రమముగ అనుకూల దాంపత్య సుఖమనుభవించుచు త్వరలోనే సుందరాంగి సుముఖుని గనెను.

ఇదియే నా ప్రకటన.

ఆ కాలమున వార్తాపత్రికలలో ఔషధముల ప్రకటనలు చాలా తక్కువగా నుండెను. ఈ ప్రకటనను చదివినవారందరు మాత్రలకు ఆర్డర్లు పంపుచుండిరి. ఈ పడకటింటి మందును రుచి చూడవలయుననే కోరికతో పురుషులుకూడ తెప్పించుకొనుచుండిరి. తమాషాకు కూడా కొందరు తెప్పించుకొని వాడుకొనుచుండిరి. కొందరు పురుషులు తమ పెంకె భార్యలకు కూడా యిచ్చుచుండిరి. ఈ విధముగ ఈ మాత్రలకు గిరాకి యేర్పడి క్రమముగ సప్లయి చేయుటకు సాధ్యముకాక యుండెను. దినమునకు సుమారు నూరు రూపాయల మాత్రలను విక్రయించుచుంటిని. ఈ చిన్న సన్నివేశమే నా జీవయాత్రను దారిద్ర్యారణ్యమునుండి ధనార్జనా సమర్థుని చేయు రాజమార్గమునకు చేర్చినది. నాటి నుండియే నా జీవితమార్గము సుఖసౌకర్యములకు మలుపు తిరిగినది. ఈ విధముగ నాకు

ప్రోత్సాహము కలిగించిన ఈ స్త్రీధనముతో వైద్యశాలను వృద్ధిపరచి ఇతర మందులను తయారుచేయగలిగితిని.

1900 సంవత్సరమున మద్రాసు జార్జిటవున్ నారాయణ మొదలి వీధిలో యొక చిన్న బాడుగ ఇంటియందు కేసరి కుటీరమును మొట్టమొదట స్థాపించితిని. ఆ యిల్లు చిన్నదగుటవలన ఇంటికి కుటీరమని పేరుపెట్టి ఆ కుటీరమునకు నా పేరు జోడించి వైద్యశాలకు 'కేసరికుటీరం' అను నామధేయముతో వైద్యసంస్థను స్థాపించితిని. ఇంటిముందు వసారాగోడపైన 'కేసరి కుటీరం - ఆయుర్వేద ఔషధశాల' యని బొగ్గుతో పేరు వ్రాసివుంచితిని. ఆ కాలమున నారాయణ మొదలి వీధిలో చాలామంది వైశ్యులు కాపురముండుచుండిరి.

నేనుండిని యిల్లు వీధిమధ్య నుండుటవలన వచ్చువారికి, పోవువారికి తెల్లగోడ మీద వ్రాసిన బొగ్గు అక్షరములు పిలిచినట్లు కనబడుచుండుట వలన అందరు చదువుకొనుచు పోవుచుండిరి. ఈ ప్రకారము ఈ పేరు కొంతకాలమునకు అందరి నోటబడి క్రమముగ చిన్న వైద్యశాలగ మారినది. నేను కొంతకాలము ఆ వీధిలోనేయుండిన కన్యకాపరమేశ్వరి వైద్యశాలలో కొలువు చేసియుండుట వలనను, చాలామంది వైశ్యులు నాకు తెలిసినవారగుట వలనను వారందరు నా వద్దకు మందులకు వచ్చుచుండిరి. సాధారణముగ వైశ్యులలో చిన్నతనముననే వివాహమాడు ఆచారముండుట వలన చాలా మంది విద్యార్థులుగ నుండినప్పుడే వివాహమాడి గృహస్థులుగ నుండుట సంభవించుచుండెను. వీరిలో కొందరు వయసు వచ్చీరాని వారుండిరి. వీరలలో విద్య అలవడుటకు, పుష్టిగా నుండుటకు మందులు కావలసిన పలువురు నన్నాశ్రయించుచుండిరి. నేను తియ్యటి లేహ్యములను, కమ్మటి షరబత్తులను చేసి యిచ్చుచుంటిని. ఇందువలన నా వైద్యవృత్తికి చాలా లాభముగా నుండెను.

ఇల్లు చాలా చిన్నదగుట వలనను, పలువురు వచ్చిన కూర్చుండుటకు తగిన వసతి లేనందునను మరియొక యిల్లును ఆదియప్ప నాయుని వీధిలో పెద్దయిల్లుగా చూచి వైద్యశాలను అక్కడికి మార్చితిని. ఈ యింటకి వచ్చిన పిమ్మట మందులను బయట వూర్లకు కూడ పంపుటకు ప్రయత్నించి కొన్ని కరపత్రములను అచ్చువేయించితిని. ఒక గుమాస్తాను, ఒక బోయవానిని సహాయముగ కుదుర్చుకొంటిని. అచ్చువేసిన కరపత్రములను స్వయముగా సాయం సమయమున మద్రాసులో అక్కడక్కడ యున్న

ఆఫీసులవద్ద నిలుచుకొని ఉద్యోగస్తులకు పంచిపెట్టుచుంటిని. వీలు చూచుకొని ఆఫీసులలోకి పోయి కొందరి ఆఫీసర్లకు మందులమ్ముచుంటిని. చిన్న క్యాటలాగులను అచ్చు వేయించి వాటినిగూడ తీసుకొని రైలు ప్రయాణములను చేయుచు పెద్దవూర్లలో దిగి, రెండు మూడు దినములు అక్కడవుండి, షాపులవార్ల వద్దకు వెళ్లి, మందుల ఆర్డర్లు తీసుకొనుచుంటిని. నేను కేసరి కుటీరం యేజంటునని వార్లకు చెప్పుచుంటిని. వారలకు నాపేరు కె. నరసింహం అని చెప్పి నా విజిటింగు కార్డును యిచ్చుచుంటిని. ఆ కాలమున ఈలాంటి వైద్యశాలలు తక్కువగుటవలన ఆర్డర్లు మెండుగా చిక్కుచుండినవి.

ఈ ప్రకారము వైద్యశాలను స్థాపించిన ప్రారంభదశలో అన్ని కార్యములను నేను స్వంతముగనే చూచుకొనుచు వైద్యశాలను దినదినాభివృద్ధి చేయుచుండుటవలన వైద్యశాలకు స్థలము అధికముగ కావలసి వచ్చి ఒక చోటునుండి మరియొక చోటికి అప్పుడప్పుడు మారవలసి వచ్చుచుండెను. ఆదియప్పనాయుని వీధినుండి మలయపెరుమాళ్ల వీధికి, పిమ్మట గోవిందప్ప నాయుని వీధికి, అటు పిమ్మట బందరు వీధికి మారితిని. ఈ ప్రకారము బాడుగయిండ్ల బాధను అనుభవించుచు స్వంతగృహమునకు ప్రయత్నించి, ఎగ్మూరులో యొకయింటిని వేలములో కొని ఆ పాతయింటిని పడగొట్టి క్రొత్తగ అన్ని వసతులకు సరిపోవునటుల ఒక గృహము నా కాపురముండుటకు, రెండవదానిలో ఆఫీసు అచ్చుకూటముల నుంచుటకు, రెండు భవనములను కట్టించితిని.

# 6

# పెండ్లి

నేను మద్రాసులో జీవనోపాయమును సంపాదించుకొన్నందున నా మేనమామగారు నాకు పిల్లనిచ్చి పెండ్లి చేసెదనని జాబును వ్రాసిరి. మంచిదని జవాబిచ్చితిని. పెండ్లి సన్నాహమునకు కావలసిన సామానులను సమకూర్చుకొనవలసి వచ్చెను. నాచేత డబ్బు లేనందున చిన్ననాటి స్నేహితుడగు అన్నం చెన్నకేశవులు శెట్టిగారిని మరల ఆశ్రయించితిని. శెట్టిగారు యింటిలో స్వతంత్రులు గారు. చిన్నవారు తల్లిదండ్రుల చాటున నున్నవారు. గనుక వారివద్ద ఆ సమయమున రొఖ్ఖం లేదు. ఆ కాలమున మద్రాసులో ధనికులు, పురుషులు కూడ చేతులకు బంగారుకాపులను (మురుగులు) గొలుసులను ధరించుకొనుచుండిరి. మా శెట్టిగారు కూడ లావాటి మురుగులను గొలుసులను తొడుగుకొని యుండిరి. ఆ మురుగులు గొలుసులు వారి చేతికి వదులుగ నుండెను. అప్పుడు శెట్టిగారు కంసలిబత్తుని వద్దకుపోయి తన చేతుల మురుగులలోని బంగారమును కొంత కోసి నాకు యిచ్చి పెండ్లి నగలు చేయించుకొమ్మని చెప్పిరి. ఆ బంగారముతో ఆ కాలపు నాజూకు నగ, నెల్లూరి గజ్జలపట్టెడను చేయించితిని. కాళ్లకు యేనుగు గొలుసులు, పావడాలు, పట్టెగొలుసులు మేలైన జర్మను సిల్వరుతో తయారు చేయించితిని. ఆ కాలమున పేరుపొందిన బాలామణియను ఒక దేవదాసి యుండెను. నాటకములలో ప్రసిద్ధి చెందిన నటకురాలు. తారాశశాంకము, డంబాచారి విలాసము యను నాటకములలో బాలామణిని చూచుటకు మద్రాసులో వేలకొలది ప్రేక్షకులు పోవుచుండిరి. బాలామణి అక్క కోకిలాంబ పురుషవేషమును ధరించెడిది. అప్పుడు ఆ బాలామణి పేరుతో చీరలను నేసి, బాలామణి చీరెలని అమ్మెడువారు. ఆ చీరెలను రెంటిని నా పెండ్లికి కొంటిని. మెడకు పట్టెడ, కాళ్లకు గొలుసులు, కట్టుచీరెలతో పెండ్లి కి ప్రయాణమై వూరికిపోతిని. పట్నం నుంచి పల్లెటూరికి పెండ్లి సన్నాహముతో పోగానే వూరివారందరు పట్నం చీరెలను, నగలను చూచుటకు పరుగెత్తి వచ్చిరి. ప్రదర్శనము జరిగెను.

నా పెండ్లి మావూరికి సమీపమున చెదలవాడయను గ్రామమున యుండు శ్రీరాముల దేవాలయములో జరిగెను. మా వూరికిని చెదలవాడకును నడుమ గుండ్లకమ్మ యేరు అడ్డము. నిండు యిసుకలో చెదలవాడకు నడచిపోవలయును. ముహూర్తము నాడు తెల్లవారగనే మాకు మంగళస్నానములయినవి. పాతపల్లకి వచ్చినది. చాకలివారు పల్లకిని

మోయుటకు హంసపాదికలతో సిద్ధమైరి. మంగలివారే భజంత్రీలు కూడాను. పల్లకిలో కూర్చుంటిమి. పల్లకి సాగినది, ఏరు దాటినది. ఇసుకలోకి పోగానే చాకలివారి కాళ్ళు కాలి ముందుకు పరుగిడవలసి వచ్చెను. మేళగాండ్లు వెనుక చిక్కిరి. కూడ వచ్చు పెండ్లివారి సంగతి నిక చెప్పనేలా! తిన్నగ 12 గంటలకు దేవాలయము ప్రవేశించితిమి. ఒక మూల వంట ప్రయత్నము, మరియొకచోటు పెండ్లి ప్రయత్నములు జరిగెను.

చెదలవాడ గ్రామము భోగము పడుచులకు ప్రసిద్ధికెక్కినది. ఈ గ్రామమున యుండు భోగమువారందరు దేవాలయ మాన్యములను అనుభవించుచు దేవుని కొలుచువారే. వీరిలో ముఖ్యముగ యెల్లబాయి, నల్లబాయి యను పేరుగల యిద్దరు వేశ్యలుండిరి. వీరికీ పేరు శరీరపు రంగును బట్టియే వచ్చినవి. ఈ యెల్లబాయమ్మ మామగారికి స్నేహితురాలగుటచే పెండ్లి సరఫరా చక్కగ జరిగినది. సాయంత్రము చదురు కూడ జరిగినది. పెండ్లి ముగించుకొని పల్లకినెక్కి చీకటికి ముందటనే యిల్లు చేరితిమి.

ఆ రాత్రియే వూరిలో వూరేగింపు కూడ. మా వూరేగింపు చూచుటకు వూరి వారందరు కూడిరి. ఆ కాలమున నూనె దివిటీలకు బదులు కుడప పీడకలను కిరసనాయిలులో తడిపి దివిటీలు వెలిగించుచుండిరి. చాకండ్లు దివిటీలను పట్టుకొనిరి. పల్లకి లేచినది. ఊరేగింపు నడివీధికి పోయినది. ఈ దివిటీల కిరసనాయిల పొగ వాసనకు పెండ్లికూతురు తట్టుకోలేక కడుపులో త్రిప్పి వమనమును చేసుకొనినది. ఆ వమనము యెదుటనున్న నావళ్ళోనే జరిగెను. ఇదియే నాకును ఆమెకును జరిగిన ప్రథమ పరిచయము.

వివాహానంతరము నేను మనుగుడుపులకు అత్తవారి యింట్లో వారమురోజులుంటిని. ఈ దినములలో గ్రామమునసబు, కరణం మొదలగువారు వారి తాతముత్తాతల నాటి పాత కోర్టు రికార్డులను తీసుకువచ్చి నన్ను చదివి అర్థము చెప్పమనేవారు. పూర్వాచారపరాయణులు కొందరొచ్చి 'అబ్బాయి! పట్నంలో జాతివాడు మరద్రిప్పిన గొట్టములోని నీరు త్రాగుచున్నారటనే నిజమేనా? మద్రాసులోని కూరలు తినిన ఏనుగ కాళ్లగుట నిజమేనా?' అని అడిగేవారు. నన్ను చూడవచ్చిన ప్రతి వకరును తమకు, తమకు కావలసిన వస్తువులను తలా వకటి, ఈసారి వచ్చినప్పుడు తెచ్చిపెట్టమని నన్ను అడిగేవారు. నీళ్లు నిల్వచేసుకొనుటకు పెద్ద కొయ్య పీపాయిని తెచ్చిపెట్టమని ఒకరు చాలాదూరం ప్రార్థించిరి.

మాయింటి ప్రక్కన, ఒకనాడు వారి దొడ్లోనుంచి పెట్టికేక వినబడినది. ఆ కేకను విని అక్కడికి పెళ్లి చూచితిని. నులకమంచము మీద ఆడుబిడ్డను కూర్చుండబెట్టి మసిలే నీళ్లను ముంతతో ఆ పిల్లనెత్తిన పోయుచుండెను. మరియొక ముంత మంచముమీద పోయుచుండెను. ఆ బిడ్డ కన్నతల్లిని అడిగితిని. పిల్ల తలనిండుగ పేలున్నవనిన్నీ, మంచము నిండుగ నల్లులున్నవనిన్నీ వాటిని చంపుటకు యిట్లు చేయుచున్నాననిన్నీ చెప్పెను. ఆ ప్రకారము ఆ తల్లి యెంతకాలమునుంచి చేయుచున్నదో గాని కొంత కాలమునకు ఆపిల్లకు మతిచెడిపెట్టిచూపుల పిల్ల అయినది. పేలకు, నల్లులకు సిద్ధౌషధమును కనిపెట్టిన భాగ్యశాలి! ఈ వూరిలోనే నేను కూడ పుట్టినది.

# 7

# తొలి కాపురం

వివాహమైన మూడు సంవత్సరములకు నా భార్య యింటికి వచ్చెను. ఆమె వచ్చిన వెంటనే మద్రాసులో క్రొత్త కాపురమును పెట్టవలసి వచ్చినది. నా బాల్య స్నేహితుడగు అన్నం చెన్నకేశవుల శెట్టిగారికి ఆచారప్పన్ వీధిలో యొక యిల్లుండెను. ఆయింటిలో వారు మమ్ములను కాపురముంచిరి. అన్నివిధముల వారు మమ్ములను కనిపెట్టుచుంటిరి. వారి యింటిలో కొంతకాలముండి మరియొక యింటికి మారితిమి.

నా గృహిణి కొన్ని గ్రహములతో కూడ నా గృహము చేరినది. ప్రతిదినము యేదో గ్రహము ఆమెకు సోకటము, తల ఆడించడము, కేకలు వేయడము దగ్గరకు పోయిన తన్నడము, పీకడము, కొరకడము! ఈలాగున యింటిలో గ్రహములు తాండవమాడుచుండెను. మాకు తోడు యెవరు లేరు. పొరుగున అరవ కాపురము; దయ్యాలతో కూడ ఆ యింటిలో మేముండుట అరవలకు యిష్టము లేదు. క్రమముగ నా భార్య మెడనిండుగ లెఖ్ఖలేనన్ని రక్షరేకులకు తావు కలిగెను. పలువిధములయిన రుగ్మతలతో బాధపడుచు మంచమెక్కుచుండెను.

నాతో కూడ అరవ బడిపంతులు కాపురముండెను. ఆ పంతులు పేరు వెంకటేశయ్యరు. భార్య పేరు మంగళాంబ. వీరికి యిరువురు బిడ్డలుండిరి. ఈ బడిపంతులుకును, నాకును మాసమునకు రూ. 20 లు మాత్రమే వరుంబడి యుండెను. మేముండిన యింటిలో యొక భాగమునకు రూ. 1-6-0 నెలకు బాడుగను నేనిచ్చుచుంటిని. మరియొక భాగమునకు అయ్యరు నెలకు రూ. 2 లు యిచ్చుచుండిరి. వారిది తంజావూరు ప్రాంతము. మాది వంగోలు ప్రాంతము. నాకు కొద్దిగ అరవము తెలిసినను వంగోలాడబిడ్డకు అరవభాష అయోమయముగా నుండెను. అయితే అరవ గృహలక్ష్మి, ఆంధ్ర గృహలక్ష్మి వద్ద కొలది కాలములోనే తెలుగుభాషను చక్కగ నేర్చుకొని మాతో ధారాళముగ సంభాషించుటకు తయారైనది. తెలుగు గృహలక్ష్మి అరవభాషను వెక్కిరించుటకు తయారైనది. నేను మా ఆవిడను 'అరవమును నేర్చుకొనరాదా'యని హెచ్చరించినపుడు 'ఆ అరవమొత్తుకోళ్లు, ఆ చింతగుగ్గిళ్లు నాకక్కరలే'దని చీదరించుకొనుచుండెడిది.

అరవలు ఆంధ్రదేశమునకు డిప్టీ కలెక్టర్లుగను, అయ్యవార్లుగను, లాయర్లుగను, ఇంజనీర్లుగను వచ్చి కొలదికాలములోనే తెలుగుభాషను చక్కగా నేర్చుకొని వ్యవహారములను తెలుగువారికంటె నేర్పుగ నెరవేర్చుకొనుచుండుట తెలుగువారికి తెలిసిన విషయమే. అరవలాయర్ల ఆడవారు పురుషులకంటే ముందుగనే తెలుగు నేర్చుకొని కక్షీదార్లవద్దనుంచి ఫీజును నిర్ణయించుకొనుచుండిన విషయమును, ఫీజునుమించి సప్లయిలను రాబట్టుచుండిన సంగతిన్నీ కూడ నాకు దెలియును. అరవవారి బిడ్డలు తెలుగుబళ్లలో చదువుకొని ఆంధ్రభాషా ప్రవీణులయినవారిని కొందరిని నాకు దెలియును. అట్టివారిలో నేడు తెలుగుపత్రికలలో తరుచు వ్యాసములు వ్రాయుచుండు శ్రీరామచంద్ర అగస్త్య యం.ఏ. గారున్నూ, వారి సోదరియు తెలుగువారికి బాగుగా పరిచితులు.

మన ఆంధ్ర సోదరులు చిరకాలముగ మద్రాసును స్థిరవాసముగ నేర్పరచుకొని, స్థిరాస్తులను సంపాదించుకొని యుండినను అరవ భాషను ధారాళముగ మాట్లాడుటకు అసమర్థులైయున్నారు. ఇందుకు ముఖ్య కారణము అకారణమగు అసూయ. తెలుగు లాయర్ల వద్దకు అరవకక్షీదార్లు రాకపోయినను అరవవారివద్దకు తెలుగువారు పోవుచునేయున్నారు. తెలుగువారే కొందరు ఆంధ్ర రాష్ట్రోద్యమమును వ్యతిరేకించుచుండగా ఆంధ్రదేశములో (నెల్లూరులో) నివసించుచుండిన అరవవారగు సంతాన రామయ్యంగారు, అణ్ణాస్వామి అయ్యరు, టి.వి. వేంకట్రామయ్యరు మున్నగువారు అనుకూలత చూపి ఆంధ్రుల అభిమానమును బడయుచుండిరి.

కేసరి హైస్కూలునందు రాధాకృష్ణశాస్త్రి (B.A.L.T., B.O.L.) అరవ అయ్యరు తెలుగు పండితులుగనుండి ఇటీవలనే రిటైరు అయినారు. వీరు తెలుగు గ్రంథములను కూడ వ్రాసిరి. ఇటువంటి అరవ తెలుగు పండితులు మద్రాసులో మరికొందరున్నారు.

నారాయణ మొదలి వీధిలో మొదట మేము కాపురముండిన ఇంటి వంట ఇండ్లు చాలా చిన్నవైనను, అరవతల్లి మంగళాంబ తన వంటగదిని అమిత పరిశుభ్రముగ నుంచుకొను నేర్పరిగ నుండెను. ఆమె ఆ చిన్న వంటగదిని చక్కగ చిమ్మి తడిగుడ్డతో తుడిచి ఆ రాతినేలను అద్దమువలె పెట్టుకొనుచుండినది. పానపాత్రలను బూడిదతో తోమి తళతళమని మెరయునట్లుగ చేసి వాటిని వంటయింటి అలమరలో చక్కగబోర్లించి

పెట్టుచుండెను. అంట్లతప్పెలనుకూడ ఆమెయే తోముకొని బోర్లించుచుండెడిది. ఇట్లు చేయుట వలన ఆ వంటయిల్లు అలంకారముగ నుండెడిది.

ఆదివారమునాడు అయ్యరు అంగడినుండి బియ్యము, పప్పు వగైరా సామానులు తెచ్చిన వెంటనే, ఇల్లాలు వెలుతురులో కూర్చుండి ఓపికతో రాళ్ళు రప్పలను యేరి తీసివేసి, మూతలుండు డబ్బాలలో పోసి జాజికాయ చెక్కలపెట్టెలో పెట్టి భద్రపరచుచుండెడిది. వారి భోజన సామగ్రినంతయు ఈ పెట్టెలోనే యిమిడ్చి పెట్టుకొనుచుండినది. చింతపండును తెప్పించి దానిలోనుండు విత్తులను, ఈనెలను, రాళ్లను తీసివేసి అందులో కొద్దిగ వుప్పును వేసి, మొత్తగ దంచి 30 వుండలను చేసి, యెండబెట్టి, జాడీలో పెట్టుకొనుచుండినది. ప్రతిదినము ఒక వుండను రాతిమరిగలో నానవేసి ఆ పులుసును అన్నిటికిని వాడుకొనుచుండినది. అంగడి వుప్పును ఆ దినమునకు కావలసినంత తీసుకొని రాతి చిప్పలో వేసి నీళ్లలో కరగనిచ్చి భోజనపదార్థములలో ఆ వుప్పునీటిని వేయుచుండినది. ఇందువలన ఆ వుప్పులోయున్న రాళ్లు, మన్ను మనకడుపులోకి పోకయుండును. నేతిని వీరు వాడరు గనుక నూనెను మాత్రము తెప్పించి జాడీలోపోసి వాడుకొనుచుండిరి. నూనెలో బెల్లమును వేసినందున నూనె తేటబడును. మజ్జిగకు బదులు సాతీర్థమును (పుల్లనీళ్లు) వాడుకొనుచుండిరి. మోదుగ ఆకులను తెచ్చుకొని తీరిక కాలములో భార్యా భర్తల్లు కూర్చుని ఎకచకములాడుకొనుచు జానెడు విస్తళ్ళను కుట్టుకొని వాడుకొనుచుండిరి.

వారి వంటకు చిన్న మట్టిపొయ్యిని సొగసుగ ఆమెయే వేసుకొనును. పొయ్యి మంట వృథాగాపోకుండ, పొయ్యివద్ద కూర్చుండి నేర్పుగ మంటవేయుచు కొద్దిపుల్లలతోనే వంటంతయు చేయుచుండినది. అన్నమును వండు కంచుతప్పెల అడుగున మట్టిపూసి పొయ్యిమీద పెట్టను. ఇందువలన తప్పెలను అరగ తోము పనియుండదు. భోజనానంతరమున అంట్ల తప్పెలను ముంగిటిలో వేయును. పాడు కాకివచ్చి తప్పెలను అటు యిటు దొర్లించి గణగణ శబ్దమును చేయునే గాని ఆ కాకిముక్కుకు ఒక మెతుకుముక్కయైనను దొరకదు. స్నానమునకు బావినీళ్లు, పానమునకు పేడినీళ్లను వాడుకొనుచుండిరి. ఒక పూట మాత్రమే వీరు వంట చేసుకొనుచుండిరి. సాయంత్రము వంట ప్రయత్నము లేదు గనుక అయ్యరు బడినుండి వచ్చిన వెంటనే యిరువురు స్నానమునుచేసి అలంకరించుకొని ఇంటి సమీపముననుండు చెన్నకేశవ పెరుమాళ్ల

సన్నిధికి సరిగా ప్రసాద సమయమునకు బిడ్డలతో కూడ పోవుచుండిరి. ఈ విష్ణుసన్నిధిలో దినము పులిహోరను, దధ్యోజనమును భక్తులకు పంచిపెట్టుచుండిరి. ఆప్రక్కనసే శివాలయము కూడ యుండినను అక్కడికి భక్తులెవరు పోరు. ఏలననగా శివాలయములో ప్రసాదముగ విభూతి నిచ్చెదరు గనుక.

ఈ మంగళాంటకు ఒడిబిడ్డ, ఎడబిడ్డ యిద్దరు బిడ్డలుండిరి. ఒడిబిడ్డకు డబ్బాపాలకు బదులు, రాగులను నానవేసి, బండమీద నూరి, ఆ రాగులను గుడ్డలో వడియగట్టి కాచి అందులో కొద్దిగ బెల్లమును కలిపి, ఆకలెత్తినపుడెల్లను మితముగ యిచ్చుచుండినది. ఈ రాగులపాల వలన ఆ చంటిబిడ్డ రబ్బరుబొమ్మవలె బసబుసలాడుచు పెరుగుచుండెను. ఈ రహస్యము అరవ తల్లులకు తెలియును. ఎడబిడ్డ ఏడ్చినపుడు వరిపేలాలు బెల్లము కలిపి చేసిన బొరుగు వుండలను యిచ్చుచుండినది. ఈ ఆహారము వలన పిల్లవాని ఆరోగ్యము కూడ బాగుంటూ వచ్చినది. ఆదివారము నాడు అయ్యరుకు తెల్లగెనుసు గడ్డలను కుమ్మలో పెట్టి ఫలహారము పెట్టుచుండినది. ఈ తెల్లగెనుసు గడ్డలనే నెహ్రూగారు కఱవుకాలమున అందరికి ఆరోగ్యకరమైన ఆహారమని పలుమారు చెప్పచున్నారు. ఈ రహస్యమును అరవతల్లి ఆకాలముననే గ్రహించినది.

తెల్లవారగనే కాఫీ, ఫలహారములు అలవాటు లేదు. అయ్యరు స్నానముచేసి, జట్టును జారుముడివేసి విభూతిని వళ్లంతయు పూసుకొని వెంటనే వంటయింటిలోకి పోయి, రాతిమరిగలో పులియుచున్న పుల్లనీళ్ల అన్నమును నీళ్లను కడుపార త్రాగి జట్టున త్రేపుచు బైటకు వచ్చి, ఉడుపులను తగిలించుకొని పాఠశాలకు పోవును. మరల అయ్యరు ఒక గంటకు వచ్చి వేడి అన్నమును తినును.

ఈ అయ్యర్ అయ్యవారకి నెలకు జీతము రూ. 20 లు గనుక జీతమును తీసుకొన్న నాడే దోవలోనున్న పోస్టాఫీసుకుపోయి సేవింగ్సు బ్యాంకిలో రూ.5 లు కట్టి వచ్చును. మిగత రూ. 15 లు యిల్లాలివద్ద తెచ్చియిచ్చును. ఈపైకముతో మంగళాంట యింటి ఖర్చు నంతయు పొదుపుగ గడిపి సంవత్సరమునకు రూ. 20 లు కూడబెట్టుకొనును. వంటచేసిన పొయిలోని నిప్పును చల్లార్చి, ఆ బొగ్గులను కళాయి పూయువారికి అమ్మును. పాతగుడ్డలనిచ్చి పరకకట్టలను కొనును. పాతచీరలలో చించిన సరిగ పేటునిచ్చి కంచులోటాలను గాజు టంబర్లను కొనును.

ఈవిధముగ అరవతల్లి సంసారమును జాగ్రత్తగా గడుపుకొనుచు భర్తయిచ్చిన పైకములో మిగుల్చుకొనిన రూ. 20 లతో కూడ చిల్లర సంపాద్యమును కలిపి, దీపావళి పండుగనాడు కొర్నాడు పట్టుచీరెను కొని కట్టుకొనును. ఆ కాలమున పాతిక రూపాయలకు మంచి కొర్నాడు చీరె వచ్చుచుండెను. పేరంటములకు, దేవాలయములకు ఈ చీరెనే కట్టుకొని పోవుచుండినది. తన చీరెను తానే వుతుకుకొనుచుండినది. తెల్లవారగనే స్నానముచేసి ఆ చీరెను కట్టుకొని దినమంతయు గుడపుచుండినది. ఆ చీరెను యెప్పుడు చూచినను అప్పుడే అంగడినుంఛి తెచ్చినట్లు కనుబడుచుండినది. ఈమెవద్ద పాత పండుగ చీరెలుకూడ కొన్నియుండెను. ఈ చీరెలు కూడ క్రొత్తచీరెలవలెనే కనుపడుచుండెను. గనుక ఈమె గుడ్డల దరిద్రములేకుండ కాలమును గడుపుచుండినది.

ఈ అరవతల్లికి భోజనానంతరము నిదురబోవు దురలవాటు లేదు. కుట్టుపనినిగాని, చదువుకొనుటగాని, అప్పడాలు వత్తుటగాని ఆమె చేయుచుండును.

చంటిబిడ్డ యేడ్చినపుడు గుడ్డ ఉయ్యాలలో పరుండబెట్టి జోలపాటలను పాడుచుండును. అప్పడప్పడు త్యాగయ్యగారి కృతులను కంఠమెత్తి శ్రవణానందముగ పాడుచుండినది. భక్తిరసముగల పురందరదాసు కీర్తనలనుకూడ పాడుచుండెను. భర్త యింట నుండిననాడు, ఈ తల్లిపాటలు నేను వినగోరినప్పడు అడ్డుచెప్పక పాడుచుండెను. కావేరి తీరమున పుట్టిన పుణ్యాత్ములందరు చక్కగ పాడనేర్చినవారె.

మంగళాంబ ఒడ్డుపొడుగు కలిగిన మంచి విగ్రహము. తెల్లవారగనే స్నానముచేసి కురులను కురచగ దూముడి వేసుకొని పట్టుకోకను కట్టుకొని కుంకుమను పెట్టుకొనినప్పడు మంగళాంబ కామేశ్వరివలె కళకళలాడు చుండెడిది. ఈమెకు పరిశుభ్రతయే మంచి మడి, ఆచారము.

మంగళాంబ ప్రతిదినము తెల్లవారగనే చన్నీళ్ల స్నానమును చేయుటవల్లను అభ్యంజనమునాడు తలకు చీకిరేణి పొడిని వాడుటవల్లను ఆమె కురులు నున్నగను, నల్లగను పట్టు కుచ్చువలె నుండెడివి. చన్నీళ్ళ స్నానము వలన మన మెదడు చల్లబడి కురులు పొడవుగ పెరుగును. కావేరీ తీరవాసులకును, మలబారువారికిని తెల్లవారగనే శీతలోదకమున స్నానము చేయు అలవాటు గలదు. మలబారువారు తలకు బెండాకును రుద్దుకొనెదరు. చీకిరేణి పొడిలోను, బెండాకులోను జిరుగుపదార్థ ముండుట వలన వెంట్రుకలు బిరుసుగ నుండవు.

వంగోలు ప్రాంతమున తలంటు స్నానమునాడు సాధారణముగ కుంకుడుకాయల నురుగుతో తల రుద్దుకొనెదరు. కుంకుడుకాయల నురుగు అత్యుష్ణముగనుక తల వెంట్రుకలు వరిగడ్డి వలె గరగరలాడు చుండును. తలవెంట్రుకలు చిట్లిపోయి కురచబడును. త్వరలోనే వెంట్రుకలు తెల్లబడి పండ్లూడిపోవును. మా ఆవిడ మంగళాంబను చూచి అయినను నేర్చుకొనక పుట్టింట అలవాటును మార్చుకొనజాలక కుంకుడు కాయలనే వాడుకొనుచుండినది.

తలకు చల్లనీళ్లను, వంటికి వేడినీళ్లను వాడుకొనుట మంచిది. కొందరు తలలోని పేలు ఈపి నశించిపోవుటకు మసిలెడు నీళ్లను పోసెదరు. ఇందువలన కొందరు సొమ్మసిల్లి మూర్ఛపోవుటకూడ తటస్థించును. నదీ ప్రాంతములలో నివసించువారు నల్లరేగడ మన్నుతో కొందరు తలను రుద్దుకొను అలవాటు గలదు. ఇది చాలా మంచి అలవాటు. ఇప్పుడిప్పుడే పాశ్చాత్యపు స్త్రీలు ఈ రహస్యమును గ్రహించి వాడుచున్నారు.

వీరు మార్కెట్టుకుపోయి కూరగాయలనుకొని తెచ్చుకొను అలవాటు లేదు. దినము పొరిచె కొళంబు, తియ్య చారు, కాల్చిన అప్పడము, యెండు దబ్బకాయ వూరగాయ వీనితో రెండుపూటలు భోజనమును ముగింతురు. ఈ సాత్వికాహారముతో వీరి ఆరోగ్యమును కాపాడుకొను చుండిరి. ఎప్పుడైనను మందు కావలసి వచ్చినపుడు నేను కొలువుండిన శ్రీ కన్యకాపరమేశ్వరి ధర్మవైద్యశాలకు వచ్చి మందులను పుచ్చుకొనుచుండిరి. అయ్యరు చీటికి మాటికి 'మంగళం, మంగళం' అని పిలుచుచు చీట్లపేకను ఆడుకొనుచు కాలమును కులాసగ గడుపుకొనుచుండిరి.

ఇక మా తెలుగాబిడ సంగతి వ్రాసెదను. ఈబిడ వంగవోలు ప్రాంతమునుండి వచ్చినది గనుక ఆ పల్లెటూరి ఆచారము ననుసరించి తన వంటయింటిని ప్రతిదినము మట్టి పేడతో మెత్తి అలుకుచుండినది. ఇందువలన వంటయింటిలో కాలుపెట్టిన దిగబడుచుండెను. ఈమె వంటయింటి నిండుగ ముగ్గులు వేయుచుండెను. మా యిరువురి వంటకు నాలుగు రాతిపొయిలను కూలిచ్చి వేయించినది. మాసమునకు కావలసిన కట్టెలను పిడకలను ఒకే తడవ తెప్పించి పొయిల ప్రక్కనే పేర్చి పెట్టినది. భోజన సామగ్రిని వుంచుకొనుటకు కొన్ని కుండలను తెప్పించి వంట యింటి దక్షిణపుతట్టు కుదుళ్లమీద వరుసగా పెట్టినది. ఒక మూల గుంజిగుంటను, మరియొక మూల దాలిగుంటను యేర్పాటు చేయించినది.

వంటయింటి నిండుగ పుట్లను ప్రేలాడగట్టించినది. ఆ గది నిండుగా పల్లెటూరు పాత్ర సామానును - అనగ నిలువు చెంబులు, బుడ్డిచెంబులు, దోసకాయ చెంబులు, జోడితప్పెల, దబరాగిన్నె మొదలగువాటిని పరచిపెట్టి వుంచును. రాతిచిప్పలు కూడ వుండును. వంట త్వరలో చేయుటకు నాలుగుపొయిలను ఒకేసారి బుడ్డి కిరసన్నూనెతో ముట్టించును. పొయి నిండుగ కట్టెలు, పిడకలను తురిమి స్నానమునకు పోవును. వచ్చులోపల యిల్లంతయు పొగ కమ్ముకొని యింటిలో వస్తువులు కనపడక తట్టుకొనుచు చుండుటయేగాక ఇల్లాలి కండ్ల నిండుగ నీలాలు కారుచుండును. వైదికులమడి తడిగుడ్డ గనుక తడిగుడ్డతోనె వంట చేయుచుండెను. అయితే వంట ముగియు లోపల మడిబట్టు ఆరుచుండును.

మా యింటిలో వేయించిన కందిపప్పే వాడుక, గనుక ప్రతిదినము ముద్దపప్పు లొడ్డుపులుసు, వేపుడుకూరలు, రెండుపచ్చళ్ళు, పండు మిరపకాయల కారము ఉండితీరవలయును. రాత్రిళ్ళు అన్నములోకి పప్పుపొడి, గోంగూర, చింతకాయ పచ్చళ్ళు, చిక్కటి మజ్జిగ ఉండవలయును. ప్రతి శుక్రవారము అమ్మణ్ణికి నేతి గారెలను నైవేద్యము పెట్టుచుండినది. పిండివంటల నోమును పట్టుచుండినది. నోము వుద్యాపనకు గారెలను బూరెలను నేతిలో చేసి బుట్టనిండుగపెట్టి ముత్తైదువకు వాయన మిచ్చుచుండెడిది. శనివారం వెంకటేశ్వరునకు చలిమిడి పిండి, నేతి దీపారాధన చేయుచుండెను. వ్రతమునకు వండిన నేతిగారెను ఒక్కటైనను నా కివ్వమని ఆశపడి అడిగినప్పుడు వ్రతమునకు చేసిన వాటి నిచ్చిన వ్రతభంగము కల్గునని నిర్దాక్షిణ్యముగ నిరాకరించెడిది.

వరలక్ష్మీవ్రతమునాడు అరవతల్లి మంగళాంబను భోజనమునకు పిలుచును. అప్పుడామె నా భర్తను విడిచిపెట్టినేను విందు భోజనము చేయుట వీలుగాదని చెప్పును. అప్పుడు నేను అయ్యర్ను కూడ భోజనమునకు రమ్మనెదను. ఆనాడు అరవ కుటుంబమంతయు మా యింటనే భుజింతురు. భక్ష్యములకుగాను చంటిబిడ్డకు కూడ ఆకువేసి కూర్చుండబెట్టెదరు. ఆ రాత్రి మజ్జిగ త్రాగి పరుండెదరు.

మేము కూరలకు నూనెవాడిన తల తిరుగును గనుక అన్నిటికి నేతినే వాడుచుంటిమి. ఈ కారణములవల్ల నా నెలజీతము నేతికి కూడ చాలకుండెను. ఆ కాలమున మంచి నేతిని వీశ రూ. 1-4-0 కు అమ్ముచుండిరి.

ఒక వైద్యుడు కాకరకాయలో క్వయినా గలదు గనుక దినము తినుచుండిన మలేరియా జ్వరము రాకుండుటయేగాక మంచి ఆరోగ్యముకూడ కలుగునని చెప్పినందున నేను ప్రతిదినము కొత్వాలు చావిడి మార్కెట్టుకుపోయి మంచి పెద్ద కాకరకాయలను తెచ్చుచుంటిని. ముళ్లవంకాయలు చిన్నవి (కర్పూరపు వంకాయలు) రుచికరముగ నుండును గనుక వాటిని తెచ్చుచుంటిని. దేశవాళి గోంగూర కనబడిన విడుచువాడను గాను. ఒంగోలువారికి పచ్చళ్లలోకూడ పచ్చిమిరపకాయలను కొఱుకు కొనుట అలవాటున్నందున వాటిని తెచ్చుచుంటిని. పచ్చిమిరపకాయలో మంచి వైటమిన్ వున్నట్లు నవీన వైద్యవేత్తలు కనుగొనిరి.

మా ఆబిడ మద్రాసుకు వచ్చునపుడు నేను పెండ్లినాడు పెట్టిన రోజారంగు బనారసు సరిగ చీరను, బాలామణి చీరను, చిలుకపచ్చ సాదా పట్టుచీరెలను, తల్లిగారు పెట్టిన ముదురు లేత చుట్టుచంగాయి చీరెను, కోటకొమ్మంచు వేసిన తెల్లచీరెను తనతో కూడ తెచ్చుకొనెను. మద్రాసుకు వచ్చిన పిమ్మట మూడుచుక్కల మధుర చీరెను, బందరుచాయ గువ్వకన్ను చీరెను, సాదారంగు చీరెలను నేను కొని యిచ్చితిని. వర్షాకాలమున మడికట్టుకొనుటకు నారమడి చీరెను పెండిండ్లకు మడికట్టుకొని భోజనమునకు పోవుటకు బరంపురం వంగపండుచాయ పట్టుతాపు తాను కొని యిచ్చితిని.

తెలుగుతల్లికి తన చీరలను తాను వుతుక్కొని ఆరవేసుకొను అలవాటు లేదు; గనుక పనిమనిషి వద్ద యిచ్చి వుతకమనుచుండినది. ఆ చీరెలను పనిమనిషి పేడలోను మట్టిలోను పొర్లించి రాతిమీద వుతుకునపుడు రాతికి బొక్కెనకు తగులుకొని చీరెలు చినుగుచుండినవి. పట్టుచీరెలను కట్టుకొని విందు భోజనములకు పోయి నేతిచేతులను కట్టుకొన్న చీరకు తుడుచుకొని యింటికి వచ్చి ఆ చీరను మడిచి యొకమోలను పెట్టుచుండినది. చేతులు తుడిచిన నేతివాసనకు రాత్రిళ్లు యెలుకలు వచ్చి ఆ చీరను వెయిగండ్ల చీరనుచేసి పోవుచుండెడివి. ఆ చినిగిన చీరెను సుమంగలి కట్టుకొనిన దరిద్రము వచ్చునను పనివార్లకు పంచిపెట్టుచుండినది. అప్పుడప్పుడు పాత చీరలను యిచ్చి సూదులను, మాయపగడాల దండలను కొనుచుండినది. ఇందువలన తెలుగుతల్లికి యెప్పుడు గుడ్డలకు కఱవుగనే యుండెను. చీరె యెండలో ఆరినగాని మడికి పనికిరాదని ఈమె వాదించుచుండెను. కనుక ఈమె పట్టుచీరెలను మిద్దెమీద యెండ వేయుటవలన రంగు పట్టుచీరలన్నియు తెల్లపట్టు తాపుతా లగుచుండినవి. తెలుగుతల్లికి అరవతల్లికివలె

క్లుప్తముగ వంటచేసుకొనుటకు తెలియదు. మాకు వండిన వంటకములు మరి ముగ్గురకు కూడ సరిపోవుచుండెను. మిగిలిన అన్నముతో పనిమనిషి సంసారమును, పందికొక్కుల సంసారమును కాపాడుచుండెను. ఈమె వంగవోలు వంట చాలా రుచిగను, పరిశుభ్రముగను చేయుచుండినది.

మా వంగలోలాబిడకు చదువు సున్నా, కుట్టుపని రాదు. అప్పడము లొత్తుట అసలే తెలియదు. కనుక ఈమె భోజనానంతరము కొంగుపరచుకొని సుఖనిద్ర ననుభవించుచుండెను. అయితే ఈమె అప్పుడప్పుడు వంట చేయునపుడు, పచ్చళ్లను నూరునప్పుడు తల్లివద్ద నేర్చుకొనివచ్చిన లక్మణమూర్చ, శీతమ్మ కడగండ్లు, కుశలవ కుచ్చలకథ, పాముపాటు మొదలగు పాతపాటలను పాడుకొనుచుండును. మడికట్టుకొని లక్షవత్తుల నోమునకు కావలసిన జడపత్తి వత్తులను చేసుకొనుచుండును. జపమునకు కొనుక్కొనిన పగడాల తావళమును త్రిప్పుచుండును. అరవతల్లి మంగళాంబ అప్పుడప్పుడు త్యాగయ్య కీర్తనలను పాడుచుండిన చీదరించుకొనుచుండును. సంసార స్త్రీ సంగీతమును పాడగూడదట. ఇదియే కావేరితీరమున పుట్టిన అరవతల్లికి, గుళ్లకమ్మవడ్డున పుట్టిన తెలుగుతల్లికి భేదము.

మంగళాంబను చూచి అయినను నీవు మంచిమార్గములను నేర్చుకొనరాదాయని నేను అదలించి కోపించినపుడు 'పొయిబొగ్గులను, పాతగుడ్డలను అమ్ముకొని పొట్టపోసుకొను దరిద్రురాలిని చూచి నేను నేర్చుకొనువిద్య లేమున్న'వని జవాబు చెప్పుచు కంటనీరు కార్చుచుండినది. ఎండకాలమున వడపెట్టు తగలకుండగను వడగడ్డలు రాకుండగను అంగారకగ్రహ దోషనివారణకు మాయింటి పురోహితుడు కడప సుబ్బయ్యశాస్త్రికి కందిపప్పును, ఉర్లగడ్డలను దానమిచ్చుచుండినది. ఫలాని ఋతువులో ఫలాని దానము లివ్వవలయునని పురోహితుడు వచ్చి ఈ అమాయకురాలితో చెప్పిపోవుచుండును. ఆ పురోహితుడు నేను సమకాలికులము. ఇప్పుడుకూడ అప్పుడప్పుడు పండుగలకు వచ్చి ఆ చనిపోయిన మహాతల్లిని స్మరించి చేతులెత్తి నమస్కరించి పోవుచుండును.

మేము కాపురముండిన యింటిలో కొళాయి లేనందున ప్రక్కయింటి కోమట్ల కొళాయిలో మంచినీళ్లను తెచ్చుకొనుచుంటిమి. ఆయింటి శెట్టి దరిశారంగనాధమును, నేనును స్కూలులో కూడ చదువుకొనిన పరిచయముండినది. నా భార్య వారింటికి మంచినీళ్లకు పోయినప్పుడు ఆడవారు ఈమెకు పరిచయమైరి. ఒకనాడు ఈమె వారింటికి

పోయినప్పుడు మీ పేరేమమ్మా' యని వారడిగిరి. అప్పుడు ఈమె తన పేరు రేపల్లె యని జవాబు చెప్పెను. ఈపేరు మద్రాసువారికి క్రొత్తగనుండుట వలన వారు ఫక్కున నవ్వి "యిదేంపేరమ్మా' యని పరిహాసమును చేసిరి. అప్పుడు శెట్టెమ్మను మీ పేరేమని మా ఆబిడ అడిగెను. తన పేరు కనకమ్మయని శెట్టెమ్మ చెప్పుకొనెను. ఆనాటినుండి నా భార్యకూడ కనకమ్మ అనియే పేరుపెట్టుకొనినది. మద్రాసులో అందరు ఆమెను కనకమ్మ అనియే పిలుచుచుండిరి. అయితే పుట్టింటికి పోయినప్పుడు మాత్రము నామకరణమునాడు పెట్టిన రేపల్లె పేరుతోనే పిలుచుచుండిరి. నేనును ఈమెను కనకం అని తిన్నగా పిలుచుచుంటిని. కాని, భర్త భార్యను పేరుపెట్టి పిలుచుట దోషమని ఈమెకు యిష్టము లేకుండెను.

సాధారణముగా మద్రాసులో కోమట్లు భార్యను "యెవరాడా? అని పిలుచుచుందురు. ఒసే, ఓసి, ఏమె, ఎక్కడున్నావు, అబిడ, ఆఁ, ఊఁ, అను మొదలగు సంకేత నామములతో మరికొందరు పిలుచుచుందురు. కొందరు బుద్ధిమంతులు ఏమమ్మోయియని అమ్మయని పిలుతురు. భార్యలు భర్తలను పిలుచునపుడు శెట్టిగారని, అయ్యరు అని, పంతులని, ఏమండి అని, నాయుడని, మొదలియారని గౌరవనామములతో పిలచెదరు. అయితే కొందరు స్త్రీలు భర్త పేరడిగినప్పుడు మాప్రక్కయింటి కృష్ణవేణమ్మ భర్తపేరే మా ఆయనపేరుకూడ యని చెప్పెదరు. పేర్లు చెప్పకూడదనే ఆచారము యెందుకు వచ్చినదో తెలియదు. పెండ్లినాడు పేర్లు చెప్పుకొను ఆచారముయొక్క అర్థమును మన వారికి తెలియకున్నది. ఆనాటినుండి మనము ఒకరినొకరు పేర్లతో పిలుచుకొనవలయుననే అర్థము. కొందరు భార్యను పేరుతో పిలుచుచున్నారుగాని భర్తను పేరుతో పిలుచుట లేదు. కొందరు చదువుకున్నవారు భర్తపేరు కాగితముమీద వ్రాసి చూపించెదరు. అరవలలో యింత పట్టింపులేదని తెలియుచున్నది.

నా గృహలక్ష్మి శుద్ధ అమాయకురాలు. పాతకాలపు పల్లెటూరి భాగ్యశాలి.

పెండ్లినాడు నేను యీమెకు ఒక బంగారు చామంతి రేకుల జడబిళ్లను పెడితిని. మేము నారాయణమొదలి వీధిలో కాపురమున్నపుడు ఆ జడబిళ్ల వెండిచుట్టు విరిగిపోయినది. అందువలన ఆ జడబిళ్ల పెట్టుకొనుటకు వీలుకాకుండెను. అప్పడామె ఆబిళ్ళను తానే బాగుచేసుకొని మరల ధరించుకొనవలయుననే ఉద్దేశముతో విరిగిన రెండు సగములను చింతపండుతో అతికించి యింటి వీధి అరుగు మీద యెండలో సూర్యపుటముపెట్టి

వీధితలుపును మూసుకొని లోపలికిపోయెను. అరుగుమీద పెట్టిన బంగారపుబిళ్ల యెండకు తళతళమని మెరయుటను దోవనపోవు యొక పెద్దమనిషి చూచి తిన్నగ దానిని తస్కరించుకొని పరారి చిత్తగించెను. ఈమె అక్కడ దానిని పెట్టిన సంగతియే మరచిపోయినది. కొంతకాలమునకు ఆ సంగతి ఆమెకు జ్ఞాపకమునకు వచ్చి పెట్టిన స్థలమునకు పోయి వెతికినది. అక్కడ లేకుండెను. అప్పుడు నాతో చెప్పినది.

సాధారణముగ కంసలిబత్తులు విరిగిన నగలను టంకముపొడితో (వెలిగారము) అతుకువెట్టి కుంపటి పుటమును వేయుదురు. ఈ తల్లి చింతపండుతో అతికించి సూర్యపుటము పెట్టినది. ఈమెకు తోచిన కిటుకు యింకను కంసాలివారు గ్రహించలేకున్నారు.

నా తండ్రి తిథి వచ్చినది. ఆనాడు అంగడినుంచి సత్తుతప్పెల నిండుగనెయ్యి తెచ్చితిని. నిమంత్రణ బ్రాహ్మణులు ఆకుల ముందర భోజనమునకు కూర్చున్నారు. నెయ్యిని వడ్డించవలయును. సత్తు నేతి తప్పెలను నా భార్య పొయిమీద పెట్టినది. అది సత్తుతప్పెల అయినందున అడుగుకరిగి నెయ్యి అంతయు పొయిలో పడి భగ్గునమండెను. ఆ మంట పెద్దదగుట వలన నా భార్య భయపడి దిక్కుతోచక ప్రక్కకూటములో నిలుచున్న మంగళాంబను గట్టిగా కౌగలించుకొని కండ్లు మూసికొనినది. మంగళాంట దిగ్భ్రమ చెంది వంటయింటిలోకి వచ్చి చూచినది. సత్తు తప్పెల కరగి నెయ్యి పొయిలో పోయినదని ఆమె గ్రహించినది. విస్తళ్ళ ముందర కూర్చున్న బ్రాహ్మణులు చారలు జాపుకొని కూర్చున్నారు. అరవవారింట అప్పుదెచ్చి వడ్డించుటకు వారింట నెయ్యి లేదు. వచ్చిన నిమంత్రణ బ్రాహ్మణులు అరవవారైనందున నూనెతోనే భోజనమును ముగించుకొనిపోయిరి.

ఆనాడు మంగళాంట కూడ మా యింటనే భోజనము గనుక ఇరువురు యిల్లాండ్రు భోజనమునుచేసి తీరికగ కూర్చుండి తాంబూలమును వేసుకొనుచుండునపుడు మంగళాంట గారు మా ఆబిడను 'ఎందుకమ్మా నీవు నన్ను కౌగలించుకున్నది?' అని నవ్వుచు అడిగినది. 'ఆ పెద్దమంట చూడగా నాకు భయము కలిగి అట్లు చేసితినమ్మా' యని ఈమె దీనముగ జవాబు చెప్పెను. 'అయితే సత్తు తప్పెలను పొయిమీద పెట్టిన అది కరిగిపోవు సంగతి నీకు తెలియదా' యని అరవతల్లి అడిగినపుడు 'నేను దినము ఆ తప్పెలతోనే చారు పెడుతున్నందున పొయిమీద పెట్టితి'నని తెలుగుతల్లి జవాబు చెప్పినది.

ఈ తెలుగుతల్లి చాలా భయస్తురాలు. రాత్రిళ్ళు యింటిలో పిల్లులు చప్పుడు చేసినప్పుడు దొంగలు వచ్చిరని జెప్పును. మా యింటి ప్రక్కయింటి దొడ్డిలోవున్న పెద్దరావిచెట్టు రాత్రిపూట గాలికి కదలిన దాని మీద మునీశ్వరుడు (మొగదెయ్యం) కూర్చుండి కదలించుచున్నాడని భయపడుచుండెను. తెల్లవారగనే ఆ మునీశ్వరునకు పాలుపొంగలిపెట్టి మొక్కుచుండును. ఇందువలన మా యింటికి మాంత్రికులు, తాంత్రికులు వచ్చి తాయెత్తులను, రక్షరేకులను కట్టిపోవుచుందురు. ఈమె మెడ నిండుగ యివి వ్రేలాడుచుండును.

ఈ విధముగా తెనుగుతల్లి సంసారమును సాగించుచుండెను. అయితే ఈ పట్టణములో నాకు వచ్చు స్వల్పవరుంబడిలో ఈ దుబారా సంసారమును నేనెట్లు గడపగలిగితి నాయని పాఠకులు సందేహపడవచ్చును. ఆ కాలమున మద్రాసులో ఇస్తిరి చొక్కాయి, తలగుడ్డ ధరించుకొనిన వానికి అంగళ్లలో అప్పు పుట్టుచుండినది.

# 8

## ఆనాటి చెన్నపట్నం

నేను చిన్ననాడిక్కడికి వచ్చినప్పుడు చెన్నపట్నము ఈ స్థితిలో లేదు. ఎన్నియో మార్పులు నాకండ్ల యెదుటనే జరిగిపోయినవి.

ఆ రోజులలో సముద్రమునకు కోటకు మధ్య ఇంతదూరము కాళీస్థలము లేదు. సముద్రపు అలలు దాదాపు కోటగోడల వరకు వచ్చి కొట్టుకొనుచుండేవి. కోటచుట్టు ఉండే అగడ్తలనిండా నీరుండేది. ఇప్పుడు స్వరాజ్య పతాకము ఎగురుచుండు స్తంభముననే అప్పుడు ఆంగ్లేయుల యూనియన్ జాక్ ఎగురుచుండెడిది. కోటయొక్క అన్ని ముఖద్వారము లందును యూరపియన్ సిపాయీలు విచ్చుకత్తులతో పహరాలిచ్చేవారు. అప్పుడప్పుడు కోట మైదానమునందు సోల్జర్ల కవాతు జరుగుచుండెడిది. ఈ కవాతును చూచుటకు పురజనులు గుంపులు గుంపులుగా పరుగిడుచుండిరి. నేను వచ్చుటకు కొంచము ముందుగానే 1884 ప్రాంతమున ప్రస్తుతము 'మెరినా' అని పిలువబడు అందమైన 'బీచి' కట్టబడినది. అయితే నాటిరోజులలో పురుషులేతప్ప స్త్రీలు బీచి షికారులకు నిర్భయముగా వెళ్లగలిగే వారు కారు. ఏలననగా అవివాహితులైన యూరపియనులు, చిన్నవయసువారు వంటరిగా నీదేశమునకు సోల్జర్లుగ వచ్చేవారు; వారిని చూచి మనదేశీయులు జంకేవారు. వారెప్పుడైన జట్లు జట్లుగా పట్నపువీధులలో తిరుగునప్పుడు నగరవాసులు పలువురు తమ ఇండ్లవాకిళ్లు మూసికొని లోపల కూర్చుండి, వారు వెళ్లిపోయిన తర్వాత తీసేవారు.

అప్పుడప్పుడే మద్రాసు హార్బరును కట్టుట ప్రారంభమైనది. నాడు సముద్రపు ప్రయాణీకులు స్టీమరు నెక్కుటకు నేడున్న సౌకర్యములు లేవు. పాత ఇనుపవారధి నుండి క్రిందనీళ్లలోనికి నిచ్చెన ఉండేది. దానిమీది నుంచి చిన్నలు పెద్దలు గడగడలాడుచు క్రిందనుండు చిన్నబోట్లలోనికి దిగేవారు. ఆ బోట్లు అలలతో కొట్టుకొనుచుండగా, కొంతదూరమున నున్న పెద్ద స్టీమరువద్దకు వెళ్లి దానిలోనికెక్కేవారు. శని ఆదివారములందు బడిపిల్లలము ఆ యినుపవారధి మీదికి షికారువెళ్లి ఈ తమాషా అంతయుచూచి ఆనందించేవారము. సముద్రుడు అనుగ్రహించి క్రమముగా వెనుకకు

జరుగుచు పురజనులకు కాళీస్థలము నిచ్చుచున్నాడు. ఏమో, ఎప్పుడు ఆగ్రహించి మరల ముందుకురుకునో, అప్పుడేమేమి మార్పులు కలుగునో?

నేను ఈ పట్టణమునకు వచ్చినపుడు ఇక్కడి వీధులు గుంటమిట్టలుగా నుండెను. వర్షము కురిసినప్పుడు వీధుల నుండి నీరుపోవుటకు సరియైన సైడు కాలువలు లేవు; అవి పిదప సం||ములలో కట్టబడినవి. వాననీరు నడివీధులలో నున్న గుంటలలో నిండెడిది; సూర్యరశ్మికే ఆరిపోవలయును. ఆలోపల దోమలుచేరి జుమ్మని తిరుగు చుండెడివి. ఎప్పుడైనా మునిసిపాలిటీవారు దోవలనుచేసి ఈ వర్షపు నిలువ నీటిని ఆవల పోవుటుక మార్గము చూపేవారు. ఇండ్లలోని మురికినీరు పోవుటకు మునిసిపాలిటీవారు పెద్దకాలువలను నడివీధులలో త్రవ్వించి గారచేయించి, పైన నల్లబండలువేసి మూసేవారు. వానకాలమున ఈరోడ్డు అడుగుకాలువలు నీటితో నిండి పైకుబికి రోడ్డంతయు నీటిమయమై తెప్పతిరునాళ్లగా నుండెడిది. ఇండ్లలో ఊడ్చిన చెత్తచెదారము వేయుటకు నాడు వీధులలో కుప్పతొట్లు లేవు. మునిసిపాలిటీవారు కుప్పబండ్లను తీసుకొనివచ్చి, గృహస్థులు వీధులలో పారబోయించు కుప్పలను వానిలోకి ఎత్తుకొని వెళ్లేవారు. ఇండ్లలో ఊడ్చిన కుప్పను, మరుగుదొడ్లలోని మలమును కూడ ఒకేబండిలోనే తీసికొని వెళ్లేవారు. గుంట మిట్టలుగల రోడ్డున ఆ బండి ఎగిరెగిరిపడుచు పోవునప్పుడు దానినుండి వెంట వీధుల వెంట చింది, అసహ్యముగా నుండెడిది.

నాకు తెలిసి వీధులలో కిరసనాయిలు దీపములను వెలిగించుట జరుగుచుండెను. ఆ దీపస్తంభములు దూరదూరముగనే యుండెను. దీపములను వెలిగించువారు మునిసిపాలిటీ వారిచ్చిన నూనెను పూర్తిగా ఉపయోగించని కారణమున ఆ గుడ్డిదీపములు త్వరగానే ఆరిపోయేవి. పట్నం త్వరగా చీకటిపడుచుండెను. పిదప గ్యాసులైట్లు వచ్చినవి. 1910 వరకున్నూ గ్యాసులైట్లే వెల్గినవి. అప్పుడు ఈ విద్యుచ్ఛక్తి దీపములు వెలిసినవి.

ఆ కాలమున చెన్నపట్నములో పాతకాలపుశెట్లు, నాయుళ్లు, మొదలియార్లు మొదలగువారందరు ఒకవిధమగు తలపాగాలను ధరించుచుండిరి. ఆ తలపాగా గుడ్డ జానెడు వెడల్పును కల్గి సుమారు 30 లేక 40 మూరల పొడవు ఉండెడిది. ఈ పాగాలు వివిధ రంగులలో యుండును. ఈ తలపాగా గుడ్డను ఆ కాలమునందు ప్రత్యేకముగ అంగళ్ల యందు అమ్ముచుండిరి. ఈ తలపాగాను చుట్టు మనిషి యింటింటికి వచ్చి తలకు వంకర

పొగాను చుట్టి పోవుచుండెను. ఈ వంకరపాగా చుట్టినందుకు వీనికి ఒక అణా మొదలు రెండు అణాల వరకు కూలి ఇవ్వవలెను.

కొన్ని సంవత్సరములకు మునుపు జార్జిటవున్ గోవిందప్పనాయుని వీధిలో పట్టపగలు యిండ్లలో దొంగలు జొరబడుటకు ప్రారంభించిరి. గోవిందప్పనాయుని వీధిలో యున్న ఇండ్లు ఒకదానికొకటి ఆనుకొని వుండుటవలన ఒక ఇంటి మిద్దెమీద నుండి ఆ వీధిన నుండు మిద్దెలన్నిటిమీద సులభముగ నడవవచ్చును. ఇందువలన ఒక చోటుపడ్డ దొంగలు పక్కయిండ్లకు పోవుచు ఇండ్లలో వంటరిగనున్న స్త్రీలమెళ్లలో యుండిన నగలను కత్తిరించుకొని పోవుచుండిరి. అప్పటినుండి గోవిందప్ప నాయుని వీధిలోనేగాక యితర యిండ్లలో యుండు ముంగిళ్లకును ఇనుపపట్టాల పందిళ్లను వేయవలసి వచ్చెను. అప్పటినుండి మద్రాసులో కట్టు ప్రతి యింటి ముంగిలికి ఇనుపపట్టాల బందోబస్తున్నది. ఇప్పుడు మద్రాసులో కిటికీ కమ్ములను వూడలాగి దొంగలు యింట ప్రవేశించు చున్నారు. వాననీళ్ల గొట్టముల నెక్కి యింట ప్రవేశించి దొంగతనములను చేయుచున్నారు. తలుపు తాళం వేసిన ఇండ్లలో దూరి దోచుకొని పోవుటకూడ విస్తారముగ నున్నది. ఈ దోపిళ్లు రాత్రిళ్లే గాక పగలున్నూ జరుగుచున్నవి. ముఖ్యముగా 11-5 గం||లకు మధ్య జరుగునట. ఇట్టివి జరుగకుండా నౌకర్లను కాపలాయుంచుడనియు, కానిచో ప్రక్క ఇంటివారితో చెప్పి వెళ్ళుడనియు పోలీసు అధికారులు ఉపాయము చెప్పుచున్నారు. ఆరోజులలో జార్జిటౌనునందు తలంటి స్నానము చేయించు జెట్టివాడొకడుండెను. అతని పేరు రామదాసు. ఇతడు లావుపాటి భారీమనిషి, నల్లగా పోతవిగ్రహమువలె నుండువాడు. నుదుట వెడల్పాటి నామమును ధరించి రామనామస్మరణ జేయుచు వరదాముత్తియప్పన్ వీధి (వరదాముత్తియప్ప అనే తెలుగు వైశ్యుని పేర నీ వీధి వెలిసినది. ఇతడు 18వ శతాబ్దములో నొక వర్తకుడు. తెలుగులోనే రికార్డులలో దస్కతు చేసి యున్నాడు) యందు కూర్చుండి యుండువాడు. అతడు వచ్చి తలంటిన ఆ కాలమున గొప్ప గౌరవము. వాడు చక్కగా వళ్లుపట్టి రామదాసు కీర్తనలను శ్రావ్యముగా పాడుచు దరువుతో తలంటేవాడు. ఇతడందరికి సులభముగా దొరికేవాడు కాడు. ఇతనికి చార్జి రూ. 0-4-0 మాత్రమే. ఆ రోజులలో తలంటి వళ్లుపట్టు జెట్టీలు అనేకులుండిరి గాని ఈ రామదాసుకుండిన పేరు, గిరాకి వారికి లేదు.

మరియొకడు చెవిలో గుబిలిని తీసి మందుపేసిపోయేవాడు. వీడు రెండుచెవులపైనను గుబిలి కడ్డీలను, దూదిచుట్టిన పుల్లలను పెట్టుకొని వీధి వీధికి తిరుగుచుండేవాడు. చెవులలో పేయు మందుకూడ వీనివద్దనే యుండేది. ఇట్టివారిని నేడును మనము చూడవచ్చును. వీరిలో కొందరు రాళ్లను కూడ తీసి హెచ్చురేటు పుచ్చుకొనువారు. అసలు చెవులో రాళ్లు ఉండవనియు, వీరే హస్తలాఘుమున గుబిలి తీయునపుడే చిన్నరాళ్లను చెవులలో పేసి పిదప తీసి చూపుచుందురనియు అందురు.

మద్రాసులో ముందు సోమరివారు అనునొక జట్టు యుండెడిది. పనిలేనివారు, పోకిరివారు, తల్లిదండ్రులు లేనివారు, ఇండ్లనుండి వెళ్లకొట్టబడిన వారు వీరందరు యీ సోమరి జట్టులో చేరుచుండిరి. మద్రాసులో పెండ్లి పేరంటములు జరుగు ఇండ్లకుపోయి పుల్లాకుల (ఎంగిలాకులు)లోని అన్నాదులను తినుచుందురు. వారి వాకిట ముందర గుంపుగచేరి డబ్బు యిచ్చు వరకు కేకలు వేయుచుందురు. రాత్రిళ్లు యిండ్ల పంచలలోను మూసివేసిన అంగళ్లముందరను పండుకొనెదరు. పట్టణం కోమట్లకు వీరిని చూచిన భయము. కోమట్లు వీర్లకు నెలజీతములిచ్చి తమ యిండ్ల ముందరను రాత్రిళ్లు పండుకొనునట్టు యేర్పాటు చేసుకొనెదరు. ఈ సోమర్లు పెండ్లి వూరేగింపులకు దివిటీలను పట్టెదరు. వెదురుబద్దల తోను, రంగు కాగితములతోను 20 అడుగుల పొడవు కల్గిన రాజు, రాణిబొమ్మలను భీకరాకారముగ తయారుచేసి లోపలదూరి వూరేగింపుల ముందర పోవుచుందురు. విరోధులుగ నుండువారిని కొట్టుటకు డబ్బిచ్చినచో వార్లను చావగొట్టి వచ్చెదరు. వీరలు కల్లుసారాయిని త్రాగకపోయినను గుంపులుగుంపులుగ చేరి గంజాయిని త్రాగుచుందురు. వీర్లలో స్త్రీలుకూడ గలరు. ఈ తెగ పురుషులందరు మొదటి ప్రపంచ యుద్ధములో ఖర్చు అయినారు. ఇప్పుడువారు మద్రాసులో కనబడుట లేదు.

మద్రాసులో నాటినుండి నేటివరకు, పలువిధములగు బిచ్చగాండ్రు కన్పించుచున్నారు. వీరిలో న్యాయముగ పరుల దానధర్మములపై తప్పనిసరిగా బ్రతుకవలసిన దౌర్భాగ్యులేగాక, కృత్రిమ సంపాద్యపరులు పలువురున్నారు. ఆరోజులలోను మరకాళ్లను పట్టుకొని బిచ్చమెత్తే వారుండిరి. లక్కబొమ్మలను చేతికి తగిలించుకొని ఆడించుచు వినోదము కల్పించి బిచ్చమడిగే ఆడువారున్నూ తిరిగేవారు. కొజ్జాలనే నపుంసకులు, మద్దెల తాళములతో ఆటపాటల ప్రదర్శించుచు ఇండ్లకువచ్చి, బిచ్చెమెత్తు కునేవారు. కొజ్జాలనగ మగవారైయుండిన్నీ ఆడువారివలె వేషభాషలననుకరించే యొక విధమగు

నపుంసకులు. వీరు నవాబుల అంతఃపురములలో ఘోషాస్త్రీలకు పరిచారకులుగా నుండెడివారు. వీరి ఆటపాటలు కొంత వెక్కసముగనున్నను పలువురు సామాన్యుల కానందదాయకమై యుండెడివి. కండ్లకు సుర్మా, పండ్లకు దాసిన, కొప్పున పూలు ధరించి, నడుమునకు పావడ గట్టుకొని కులుకుచు, నవ్వుచు పురుషులతో సరసము లాడుచు, మొగమొక్కట్లు, ఆడుచందములుగల వీరు హాస్యనిలయములై యుందురు. ఇద్దరు ఎరుకల స్త్రీలు తాటాకు గిలకలను అమ్ముకొనుచు, వీధులలో మూతులు పొడుచుకొనుచు సవతులు జగడమాడు దృశ్యమును చూపి చూపరుల వినోదపరచి బియ్య మడుగుకొనేవారు. గారడి విద్యలను, దొమ్మరి ఆటలను మద్రాసు నడివీధులలో చూపి బిచ్చమెత్తువారు కొందరు వచ్చుచుండిరి. పగటివేషములు వేసుకొని మోటహాస్యమును చెప్పుచు బిచ్చమునకు వచ్చువారును కన్పించుచుండిరి. అప్పుడప్పుడు ఆంధ్రదేశము నుండి మరుగుజ్జు వస్తాదులు కొందరువచ్చి కఱ్ఱలు, కత్తులు త్రిప్పుచు సాముగరడీలను చేసిచూపి బిచ్చము అడిగేవారు. ఒక జంగం భద్రప్ప పెద్దగంటను చేతపట్టుకొని, మరియొక చేత ఆ గంట అంచును పుల్లతో చుట్టుచుండగా గంట నాలుక గణగణకొట్టుకొను దృశ్యము చూడ చిత్రముగా నుండెడిది. ఒక తెలుగు బిచ్చగాడు బొద్దికూర అమ్ముచు - "బొద్దికూర తిన్నవారు బుద్ధిమంతులు అగుదురు; చక్కిలాలు తిన్నవారు చచ్చిపోదురు" - అనే పాట పాడుకొంటూ తిరిగేవాడు. అతడు యతి కొరకట్లన్నాడేగాని ఇది వాస్తవము కాదు. కాలిమీద మాంసం తునకను పెట్టి కట్టుకట్టుకొని పరుండి లేవలేనట్లుగ అభినయించు బూటకపు బిచ్చగాండ్లను మరి అనేక కృత్రిమ బిచ్చగాండ్లను అప్పటినుండి యిప్పటివరకు ముక్కోటియేకాదాశినాడు మద్రాసు దేవాలయములలొ చూచుచునే యున్నాను.

మద్రాసులో పీనుగలను మోయు వృత్తి నవలంబించిన వారి జట్టులు గలవు. అందరికి వలెనే వారికిని ఒక సమితి గలదు. ఈ సమాజము వారందరు యెందుకు పనికిరాక కడపట పీనుగలమోయు వృత్తిలో చేరినవారు. వీరు మద్రాసులో అక్కడక్కడ నిర్ణయ స్థలములలో నిలుచుకొని పిలుపులకు నిరీక్షించుచుందురు. కర్మకాండను జరిపించు పౌరోహితుడు పోయి ఒక జట్టును చచ్చినవారింటికి పిలుచుకొనివచ్చును. ఈ పౌరోహితునకు వీరందరు పరిచయస్తులే, వచ్చిన వాహకులు చచ్చినవారిని చూచి బేరము పెట్టెదరు. ధనవంతుడై లావుగనుండిన వాహకుల పంట పండినదే. ఒక జట్టు వచ్చినచోటికి మరియొక జట్టు రాకూడదను కట్టుబాటు వీరికి గలదు. ఈ వాహకులు అడిగినంత డబ్బు

యివ్వలేక పోయినను వారిని పిలుచుకవచ్చిన పౌరోహితుడు తీర్మానించిన ప్రకారము వారు సమ్మతించి శవమును లేవదీసుకొనిపోయెదరు. ఈ పౌరోహితుని దయ వీరికి కావలసియుండును. వీరికిందులో కమీషన్ కూడ నున్నది.

ఈ దేశమునయున్న మిగత అన్ని పద్ధతులకంటె శవమును దహనము చేయుటయే మంచిపద్ధతియని ఇప్పడు పాశ్చాత్యులు, నాజూకైన పద్ధతి నొకదానిని కనిపెట్టిరి. ఒక పెట్టెలో శవమునుంచి తలుపును మూసి ఎలక్రిక్ స్విచ్చిని వేసిన నిమిషములో శవము భస్మమైపోవునట.

ఆ కాలమున చెన్నపట్నమున గుర్రములను కట్టు పెట్టెబండ్లు ఉండేవి. ఇవి కూర్చుండుటకు చాలా అసౌకర్యముగా ఉండేవి. ఆ పెట్టె జట్కాలు క్రమంగా మారి నేటి గూడజట్కాలు అయినవి. వీటిని వేలూరు జట్కాలు అని అప్పుడు అనేవారు. ఆకాలపు జట్కాలలో కూర్చుండిన ముందువారు వెనుకవారిమీద పడునట్లు ఏటవాలుగా నుండెడివి. ఈ పెట్టెబండ్లు, రెండెద్దులబండ్లున్నూ ఉండేవి.

నాటికి నేటికి మారనివి వంటెద్దు గూడుబండి, రేఖలాబండి. రేఖలా అనగా రెండు తేలికైన చిన్న చక్రములు కలిగియుండును. ఇరుసుపైన ఒక్కరు కూర్చుండుటకు తగిన ఆసనము అమర్చబడి యుండును. ఒక్కొక్కప్పడు ఆ చిన్న సీటుమీదనే, ముందువైపు తిరిగి కూర్చుండి బండి తోలువాని వీపునకు వీపునానించి పిల్లకాయలు కూర్చుండేవారు. దీనికి అందమైన పుంగనూరు పొట్టిఎద్దును కట్టుదురు. బండి తేలిక, ఎద్దు చురుకైనది. తోలేవాని చలాకీకొద్దీ ఈ బండి అతివేగముగా పోవును. అప్పడు తరచు రేఖలా బండ్ల పందెములు జరుగుచుండేవి.

ఇవిగాక ఆరోజులలో మూడుచక్రముల వింతబండ్లుండేవి. వానిని మూడు చక్రముల త్రోపుడుబండ్లు అనేవారు. ఈబండ్లు ఆరోజులలో విస్తారముగ మధ్యతరగతివారి వద్ద ఉండేవి. గుర్రపుబండ్ల నుంచుకోగలిగిన పెద్ద గృహస్తులు కూడ చిన్న సవారీలకు ఈ బండ్ల నుంచుకొనేవారు; మార్కెట్ల సవారీకి, రాత్రి సవారికీ ఈ బండ్లనుపయోగించేవారు. ఈ బండి ముందుండు మూడవ చిన్న చక్రమునకు పడవ చుక్కానివంటిదొకటి అమర్చబడియుండును. బండిలోకూర్చున్న పెద్దమనిషి ఆ చుక్కాని చేబట్టి ఆ ముందు చక్రమును త్రిప్పుకొనుచుండును. బండిసాగుటకు వెనుకనుండి బోయీయొకడు బండి నెట్టును. సవారిచేయు పెద్దమనిషి భారీ అయినవాడైన ఇద్దరు తోసేవాండ్రుందురు.

ధనవంతులు చేతికి బంగారు పెట్టుకొనే. బంగారు మురుగులు గొలుసులు నలుగురికి కనబడుటకై చొక్కాయి చేతులను పొట్టిగా కుట్టించుకొనేవారు. ఇవి ఎంతలావుగ నుండిన అంత ధనవంతుడని గొప్ప. ఆ కాలమున చెన్నపట్నములో సమీపస్థమగు ఆరణి, పొన్నేరి గ్రామముల చలవయన్న ప్రసిద్ధి. ఆరోజులలో విస్తారము వాడుకలోనుండిన చాకులెట్ బొద్దంచు పంచలను ఆరణి చాకళ్ళు అంచుముడత పడకుండ నేర్పుగా చలవ చేసేవారు. మరియు నాకాలపు పురుషులును తెల్లరాళ్ల అంటుజోళ్లు, కమ్మలంతేసివి, పెట్టుకొనేవారు. ఆనాటి చెన్నపట్నపు తెలుగునాయుళ్లు, శెట్లు, ఆరణిచలవ చాకొలెట్ బొద్దంచుపంచ గట్టి, మురుగులు గొలుసులు కన్పించునట్లు పొట్టిచొక్కా తొడిగి, తెల్లరాళ్ల అంటుజోళ్లు పెట్టుకొని, ముఖమున గాత్రముగా తిరుమణి శ్రీచూర్ణములు ధరించి ఆ మూడుచక్రాల త్రోపుడు బండిలో సవారి చేయుచున్న నాటి దృశ్యమును నేనెన్నటికిని మరువజాలను.

ఇట్లుండగా మొట్టమొదట వచ్చిన కొత్తరకపు బండి మద్రాసు కోచి (Madras Coach) దాని తరువాత బ్రూహామ్ అనే పెట్టెబండి వచ్చినది. దాని వెంట బొంబాయి కోచి (Bombay Coach), ఫీటన్ (Pheaton) లాండో, లాండోలెట్, డాక్కార్ట్ అనే మరికొన్ని రెండు చక్రములు 4 చక్రములుగల గుర్రపుబండ్లు వరుసగా రాసాగినవి. ఆ పిదప ట్రాము, మోటారుకారు వచ్చినవి.

నేను మొట్టమొదట మద్రాసు కోచిని వాడుచుంటిని. ఆ పిదప బొంబాయి కోచిని వాడితిని, ఆ తర్వాత క్రమముగా ఫీటన్, లాండోలెట్, లాండో బండ్లను వాడియుంటిని. ఆమధ్యకాలమందు పేలూరుజట్కాను ఉపయోగించితిని. కొన్నాళ్లు జోడుగుర్రముల బండిలో సవారి చేయు చుంటిని. మద్రాసునకు అప్పుడప్పుడు వచ్చుచుండిన ఆస్ట్రేలియన్ గుర్రములను, పెగు పోనీలను మంచి లక్షణములుగల వానినిగా కొని కొంతకాలము నావద్దయుంచుకొని పిమ్మట మంచి ధరచూచి అమ్ముచుంటిని.

1949 ఫిబ్రవరి 1వ తేదినుండి 160 లక్షల గాలన్లనీళ్లను మాత్రమే ప్రతిరోజు కార్పొరేషన్ వారు సప్లయి చేయగలిగిరి. అనగా తల 1 కి 10 గాలన్లు లేక 2 1/2 కిర్సనాయిల్ డబ్బాల నీరు మాత్రమే. మద్రాసులో ఎక్కడ చూచినను నీటిఎద్దడి కబుర్లే. అయితే ఈస్థితి ఇటీవల జనము హెచ్చుటచేత కలిగిన కొత్తసమస్య కాదు. ఇది మద్రాసు పుట్టిననాట నుండియు ఉన్నదే. 1718లోనే 'కోటకు మైలులోపల త్రాగుటకు నీరు దొరకదు' - అని యొక

పాశ్చాత్యుడు వ్రాసియున్నాడు. ఆ రోజులలో పెద్దినాయుని పేట ఉత్తరభాగముననున్న బావులనీటిని ఎద్దులపై సిద్దెలతో తెచ్చి అమ్మేవారు. 2 దుడ్డులకు ఒక్కబిందెడు నీళ్లు అమ్మేవారు. దుడ్డు అనగా 5 రాగికాసులు లేక 2పైసలు. సెయింట్ థామస్ మౌంట్లో దొరుకు నీరువలె చల్లగాను, హితువుగాను ఉండేవని ఆ రోజులలో వాటికి ప్రతీతి.

1770 ప్రాంతంలో నీటి ఎద్దడివల్ల ఊరిలో కలరా జాడ్యము చెలరేగినది. 1772లో పెద్దినాయకుని పేటలో ఉండే 7 బావులనుండి రెండుమైళ్ల దూరముననున్న కోటకు (సముద్రమున కొక్క మైలు దూరము) మంచినీరు సప్లయిచేసే స్కీము నేర్పాటు చేసిరి.

నిజమునకివి 10 బావులు. ఈ బావులన్నియు 16 అ||ల మధ్య కొలత గలవి. 23 మొ 29 అడుగులలోతు. పికోటాలతో నీరుపైకి తెచ్చి ఎత్తునగట్టిన తొట్టిలో నిలువచేసి, యంత్ర సాధనమున వడియగట్టుట కేర్పాటు. అట్టు వడియగట్టిన నీటిని పెద్ద గొట్టములద్వారా కోటలోను వెలుపలను ఉన్న మిలిటరీవారికి నీటి సప్లయి చేయుచుండిరి. ఈ బావులలో నీరు ఎప్పుడూ సమృద్ధే. మరి ఒక్క శతాబ్దమునకుగాని ఎర్రకొండలచెరువు (Red Hills Tank) ఏర్పాటు జరుగలేదు. ఆ శతాబ్ద కాలములో నిరంతరం ఈ బావులు నీటిని సప్లయి చేసినా నీరు తరుగలేదు. 1885లో గాలివానవచ్చి ఎర్ర కొండల చెరువు వద్ద యంత్రములు చెడిపోయినప్పుడు 10 రోజులు నగరమున చాలామందికి ఈ నీరు సప్లయి అయినది.

1783-87 సం||ల మధ్య ఈ ఏడుబావుల నీటినే కొళాయిలద్వారా కోటలోను వెలుపలను మిలిటరీకానివారి ఇండ్లకును సప్లయిచేసిరికాని దీనిని యూరపియనులు, హైందవులునుకూడా ఇష్టపడలేదు. యూరపియనులు బహుశా తమకు నీరు తగ్గునని తలచి యుందురు. హైందవులు, యంత్రములలో సప్లయి అయ్యే నీరు వాడుట అనాచారమని ఇష్టపడ కుండిరట. పురాతనముగా, దూరమైనా, తాము తెప్పించుకొనే మంచినీరే తెప్పించుకొని త్రాగుట, తమ దొడ్లలోనుండు బావులలోని నీరే వాడుకొనుట విడువకుండిరి.

నేను మద్రాసునకు వచ్చుటకు ముందు ఉన్న పరిస్థితులు దుర్భరముగా ఉండేవట. పట్నం విస్తారంగా పెరిగినది. పరిసరములగల 16 గ్రామములు కలిసి పట్నమైనది. 1871 జనాభా లెక్కలలో (అదియే వాస్తవమైన మొదటి జనాభాలెక్క) 4 లక్షల దాకా జనాభా కన్పించుచున్నది. జనాభా ఎక్కువగ పెరిగినప్పటికిని శతాబ్దము నాడున్న నీటి వసతేగాని

చిరకాలము క్రొత్తవసతి యేమియు యేర్పడలేదు. పూండీ చెరువు స్కీమున్నూ పట్నమున గల జనాభా నీటికరువును తీర్చజాలకున్నది.

దూరాభారమునుండి నీరు తెచ్చుకోలేనివారు, స్వంతబావులు లేనివారు అయిన పేదసాదలేగాక, అగ్రజాతులవారుకూడా ఆచారమునకై దేవాలయములనంటిన చెరువులలోను కోనేళ్లలోను నీరు వాడుకొనేవారు.

నీటి యొద్దడి తీర్చుటకున్నూ, పరిశుభ్రమైన నీటిని సప్లయి చేయుటకున్నూ, ప్రభుత్వమువారు 1861 నుండి ఆలోచన లారంభించిరి. స్కీములు వేసిరి. ఏడుబావుల నీరున్నూ పరీక్ష చేయించి, అందులో కూడ అపరిశుభ్రతయున్నదని అనుమానించిరి. కడకు ఎర్రకొండల చెరువు, చోళవరం పంటచెరువులు కలిపిన స్కీము 1866లో అంగీకృతమై ఆరేండ్లలో ముగిసినది. ఆ చెరువునుండి శాస్త్ర పద్ధతిని నీరు తెచ్చి కీలుపాకులో సముద్రమట్టమునకు 44 అడుగుల ఎత్తున ట్యాంకులు కట్టి, నీరు నిల్వచేసి వడియగట్టి, ఊరికి సప్లయి చేయ నారంభించిరి. ఇది 13-5-1872న గవర్నరు నేపియర్చే ప్రారంభింపబడినది.

అనగా నాపుటుకలతో ప్రారంభమైన కొళాయినీరు నేను మద్రాసు వచ్చేటప్పటికి బాగా వ్యాప్తిలోనికి వచ్చినది. కాని కొళాయీలలో వచ్చే నీరు పరిశుభ్రముగా నుండేది కావు. చిన్నపురుగులు చేపలు వగైరా జీవములు వచ్చుచుండెను. ఆ కారణమున మద్రాసులోయున్న ధనికులు కొందరు పేరుపొందిన కొండూరు బావి నీరును (విల్లివాకం), టాకరు సత్రమున నుండు బావి నీరును తెప్పించుకొని త్రాగేవారు. ఈ రెండు స్థలములనుండు నీరు చాలా ఆరోగ్యకరమని ఆ కాలపు డాక్టర్లు చెప్పుచుండిరి. ఈ బావుల నీటిని బ్రాహ్మణులు పీపాయిలలో తీసుకొనివచ్చి కావలసిన వారికి బిందె 1కి అణావంతున ఇంటింటికి ఇచ్చి పోవుచుండిరి.

1940-41లలో మద్రాసులో నీటి సప్లయి వృద్ధిచేయుటకై ఎర్రరాళ్ల చెరువునకు తోడు పూండి చెరువును చేర్చిరి. కాని ఈలోపల జనము రెండు రెట్లకు మించి పోయినది. కావున ఎండాకాలమున మనిషి 1 కి ఒక్కకిరసనాయిలు డబ్బాడు నీళ్లు దొరుకుట దుర్లభమైనది.

నేను ఇచ్చటికి వచ్చినది మొదలు ఎన్నియో మార్పులు చెందినవి. కాని ఏ మాత్రము మార్పు చెందనివి మూడు : కొళాయిలలో అపరిశుభ్రమైన నీరు; కూవమునది దుర్గంధము; దేవాలయపు కోనేళ్లలో పేరుకొన్న పాచి.

# 9

## వీధులు - కట్టడాలు

పూర్వము చైనాదేశమునుండి వచ్చుచుండిన తెల్లకాగితములను చైనాకాగితములనుచుండిరి. ఆ కాగితములను విక్రయించు అంగళ్లవీధికి చైనాబజారు అనే పేరు ఇప్పటికిని వాడుకలోనున్నది. ఇటీవల నేతాజీ సుభాషచంద్రబోసు పేరట పిలుచుచున్నారు. ఎ స్ప్లనేడు ఈ వీధిలో నొకభాగము.

బందరునుండి కొందరు అద్దకపు చీరలను తెప్పించి అమ్ముచుండిరి. ఈ వ్యాపారము చేయువారుకూడా బందరు, నెల్లూరు, కరేడ, ఇనమన మెళ్ళూరు మొదలైన ఊళ్లనుండి వచ్చిన రంగిరీజులు; తెలుగువారు. అందుచేతనే దీనిని బందరు వీధి అనిరి. ఆకాలమున పాలచంగావి ధోవతులు, చీరలు నాజూకు గనుక స్త్రీలు పురుషులు వాటిని ధరించు చుండిరి.

పూర్వము మద్రాసులో నాణెములను తయారుచేయుచుండిరి; గనుక ఆ పని జరుగుచుండిన వీధిని టంకశాల వీధి అని పిలువసాగిరి. 1692లో మొగలాయి పాదుషా ఆంగ్లేయులకు పాదుపాబొమ్మతో స్వయముగా నాణేములను అచ్చుపోసుకొనే హక్కునిచ్చెను. నాటినుండియు నిచ్చట చిరకాలము ఆ పని జరిగియుండెను. ప్రస్తుతము నిలిచిపోయినను ఆ వీధి కాపేరుమాత్రము పోలేదు. ఈ వీధి చాలా పొడవు.

పూర్వము మద్రాసులో దేశవాళీ, ఓడవర్తకము జరుగుచుండెను. ఈ ఓడ వర్తకమున పూర్వము సుప్రసిద్ధులు సూరంవారు, అవధానంవారు, గుర్రంవారు మొదలైన నెలూరుజిల్లా బ్రహ్మణులు, తుమ్మగంట ద్రావిడులు. వీరు ముత్యాల వర్తకమున, పగడాల వర్తకమున చాలా పేరుపొందినవారు. ఈ ఓడ వర్తకమున ముఖ్యముగా క్రొత్తపట్నం, ఓడరేవు, బందరు, శ్రీకాకుళం, కాకినాడ మొదలగు రేవులనుండి మద్రాసుకు సరుకు దిగుమతి అగుచుండెను; మద్రాసునుండి కూడ సరుకు ఆయా రేవులకు ఎగుమతి జరుగుచుండెను. ఆ కాలమున మద్రాసు సముద్రతీరమునకు సమీపమున నొక వీధిలో ఓడ స్తంభములు (ఓడకాళ్లు) వగైరా ఓడసామానులు తెచ్చి ఉంచుచుండిరి. అప్పుడా వీధికి ఓడకాలు వీధి అని పేరు వచ్చినది. ఈ ఓడ వ్యాపారము క్రమముగా నిలిచిపోయినది.

మద్రాసులో కొళాయినీరు లేనప్పుడు నగరమునకు నీటి సప్లయికి మూలమైన ఏడుబావులున్న వీధియగుట చేత నీవీధికి ఏడుబావులవీధియన్న పేరు వచ్చినది.

ఐస్ హౌస్ రోడ్డు వీధి మొదట వితంతు శరణాలయం (Widows Home) అను గుండ్రటి కట్టడము ఐస్ హౌస్ అను పేరుతో నున్నది. దీని ప్రక్కననే వెల్లింగ్టన్ బాలికా పాఠశాల గలదు. పూర్వము మద్రాసులో మంచుగడ్డ యుత్పత్తి చేయుట లేదు. అప్పుడు దొరలు ఉపయోగార్థము విదేశములనుండి మంచుగడ్డలను ఓడలలో తెప్పించి ఈ కట్టడములో నిలువయుంచేవారు. అప్పుడందుచే ఈ కట్టడమునకు ఐస్ హౌస్ (Ice House) అనే పేరు గలిగినది. మంచుగడ్డను నిలువచేయుటకు ఈ కట్టడములో గచ్చుతో గుంటను కట్టియుండిరి. ఇచ్చటనే మంచుగడ్డ తయారుచేయుట కవకాశమేర్పడగానే దాని అవసరము తప్పిపోయినది. అంతనది అమ్మకమునకు రాగా మొట్టమొదట బిళిగిరి అయ్యంగారు అను అడ్వొకేటు కొనెను. ఆ తరువాత గవర్నమెంటువారు దానిని కొని బాగు చేయించి అందు వితంతు శరణాలయము నుంచిరి. ఎన్ని చేతులు మారినను ఆ బిల్డింగునకు ఆ పేరు మారలేదు; ఆ రోడ్డునకు నాపేరే ఏర్పడినది. వైకుంఠవాత్యాయర్ వీధి జార్జిటౌనులో యున్నది. ఇందు ముందు నివసించుచుండిన వారందరు వైష్ణవులు. వీరలలో ముఖ్యముగ వంటచేయు వారు, అయ్యంగార్లు అమ్మంగార్లు నుండిరి. పెండ్లి పేరంటములను చేయించు వైష్ణవ పురోహితులునుండిరి. ఈవూరిలో కర్మాంతరములలో బ్రాహ్మణులకు శయ్యాదానమును చేయు ఆచారము కలదు. ఈ శయ్యా దానమునకై సాధారణముగ చనిపోయినవాడు పండుకొనుచుండిన మంచమునే ఇచ్చుట వాడుక. ఈ శయ్యాదానము పట్టు పౌరోహితుడును వాని భార్యయు శయ్యపై, అనగా నామంచముపై కూర్చుండి, పాదపూజను చేయించుకొని దానమును తీసుకోవలయును. ఏ ఊరినుండో పొట్ట ఆత్రమునకై వచ్చిన పేదపౌరోహితుడు భార్యనుకూడా చంకబెట్టుకొని వచ్చినాడా? భార్య హాజరులో లేనివాడేమి చేయును? అట్టివారికి దానసమయమున సహధర్మచారిణి యగుటకు బాడుగ తీసుకొనివచ్చు భార్యలు ఈ వీధిలో సులభముగా దొరుకుచుండిరి. ఆమె యేజాతియో తెలియకున్నను, అవసరము కొలది స్మార్తవేషమునుగాని వైష్ణవ వేషముగాని ధరించి ఎబ్బెరికము లేకుండా పౌరోహితుని ప్రక్కన కూర్చుండి, ఏనాటి సుకృతము వల్లనో, క్రతువులుచేయు యజమానిచే పాదపూజ చేయించుకొని శయ్యాదానమును ఆ తత్కాల భర్తతోపాటు స్వీకరించెడిది. ఈ ఊరిలో మరియొక చిత్రము

గలదు. మరణించినవారికి బంధు బలగము లేనప్పుడు కూలిదీసికొని ఏడ్చిపోవువారున్నూ ఉండిరి.

పాతచాకలపేట చాలా ముఖ్యమైన స్థలము. ఇది తిరువత్తియూరు హైరోడ్డును అనుకొనియున్నది. ప్రథమములో ఇక్కడ ఈస్టిండియా కంపెనీవారు ఈ చుట్టుప్రక్కల వస్త్రములను నేయించి, చలవ చేయించి, రంగు లద్దించి విదేశములకు ఎగుమతి చేయువారుగదా. ఆయా వృత్తుల వారంతయు ఇక్కడ తరతరములుగా కాపురముంటున్నారు. అందు ముఖ్యముగా తానులు చలవచేయువారు విస్తారమగుటచే దీనికి చాకలిపేట అని పేరు వచ్చెను. అయితే ఆ వరక్తము ననుసరించి ఇతర జాతులవారున్నూ ఇచ్చట చేరిరి. క్రమముగా నిది పట్నమందలి సంపన్నగృహస్థుల నిలయమైపోయినది. నాడు దీనిని అందచందములుగల ప్రదేశము (Fashionable Quarters) అనే వారు. ఇచ్చటనే శ్రీపిట్టి త్యాగరాయశెట్టిగారు నివసించుచుండిరి. వారు నేతవృత్తిగల దేవాంగ కులములో పెద్దలు; పిదప బ్రాహ్మణేతరోద్యమమునకు నాయకులు. మద్రాసు కార్పొరేషన్ కు మొట్టమొదటిసారిగా అధ్యక్షులుగా ఎన్నుకోబడినవారు. వారిని 'మద్రాసునకు మకుటము లేని రాజు' (The Uncrowned King of Madras) అనేవారు. గవర్నరులను కూడా లక్ష్యపెట్టేవారుకారు. కొల్లా వెంకటకన్నయ్య శ్రేష్ఠిగారు కూడా ఇక్కడనే నివసించేవారు. వీరు వైశ్యకులమునకు పెద్ద శెట్లు. వావిళ్ల రామస్వామిశాస్త్రులుగారున్నూ సుమారు ఇచ్చటనే తమ ఆదిసరస్వతీ ముద్రాక్షరశాలను, గ్రంథనిలయమును నెలకొల్పి నడిపిరి; దానిని వారి కుమారులు శ్రీ వేంకటేశ్వర్లుగారు విడువక వృద్ధిచేశారు. లాయరు కృష్ణ స్వామి శెట్టిగారున్నూ ఇచ్చట కాపురముండినవారే. ముట్నూరి ఆదినారాయణయ్యగారును ఈప్రాంతముననుండినవారే. వారు రెవిన్యూ శాఖలో గొప్ప గొప్ప ఉద్యోగములను నిర్వహించిరి. చల్లపల్లి జమీందారుల బంధువులును ఈప్రాంతములోనే గొప్ప బంగళాలలో నివసించు చుండేవారు. పురాతనకాలమున తంజావూరు రామానాయుడుగారును వారి కుమారులు రంగయ్యనాయుడుగారును ఇచ్చటనే యుండిరి. కొల్లావారున్నూ రామానాయుడుగారున్నూ ఇచ్చట తమ తమ పేరట అగ్రహారములు నెలకొల్పిరి. కొల్లావారి అగ్రహారమునందే ముట్నూరి ఆదినారాయణయ్య గారు నివసించుచుండినది. ఇచ్చటనే ఆంధ్రవైష్ణవ పండితోత్తములునుండిరి. ఆ రోజులలో ఇచ్చట విద్వద్గోష్ఠులు హెచ్చుగ జరుగుచుండెడివి. ఆంధ్రేతరులలో గొప్పవారును ఇచ్చట

నివసించుచుండిరి. సర్ ఉస్మాన్గారు గొప్ప యునానీవైద్య కుటుంబమునకు చెందినవారు. వారి కుటుంబమును ఇచ్చటనే నివసించుచుండెను. సర్ సి.పి. రామస్వామి అయ్యర్ తండ్రి పట్టాభిరామయ్యర్గారును, సుప్రసిద్ధులు సి.వి. రంగనాధశాస్త్రి వారి కుమారులు కుమారస్వామిశాస్త్రిగార్లును ఇచ్చటనే నివసించుచుండిరి. దాక్షిణాత్య వైష్ణవులు మద్రాసునకు పెద్ద ఉద్యోగస్తులుగాను, వకీళ్లుగాను వచ్చి మైలాపూరున నివాసమేర్పరచుకొనిన పిదప, ట్రాము, బస్సు సౌకర్యము లిటు హెచ్చిన పిదప చెన్నగర సౌభాగ్యలక్ష్మి. ఉత్తరమునుండి దక్షిణమునకు మ్రొగ్గినది.

మద్రాసులో గొప్ప కట్టడములై రాణించుచున్నవి చాలవరకు, నేను ఈ ఊరికి వచ్చిన తర్వాత నేచూచుచుండగా, కట్టబడినవే.

నేను కొన్ని దినములు పచ్చయప్ప కాలేజికి సంబంధించిన గోవిందప్పనాయకరు హైస్కూలునందు చదువుచుంటిని. అక్కడ చదువుచుండిన కాలముననే ఇప్పటి క్రొత్త హైకోర్టు భవనమును కట్టుచుండిరి. తాటికొండ నంబెరుమాళ్ల శెట్టిగారు కంట్రాక్టుకు తీసుకొని కట్టుచుండిరి. ఆ కట్టడమునకు విశేషముగ మలిచిన నల్లరాళ్లను ఉపయోగించుచుండిరి. ఆ రాళ్లను సులభముగ పైకి తీసుకొని పోవుటకు కొన్ని యంత్రములను (Lifts) వాడుచుండిరి. ఆ యంత్రములను చూచుటకు స్కూలు నుండి కొందరు పిల్లకాయలు అక్కడికి పోవుచుండిరి. నేనును బడికి పోవుటకు ఇష్టము లేనినాడు, పాఠములను చదువనినాడు కానీ బటానీలను కొని జేబులో పోసుకొని కట్టుచుండు కట్టడము వద్దకుపోయి కాలమును గడుపుచుంటిని. గనుక ఈ కొత్త హైకోర్టు నా తనిఖీ మీదనే (Supervision) కట్టబడినదని చెప్పవచ్చును. పాత హైకోర్టు యిప్పటి కలెక్టరు ఆఫీసు నందుండెను. Esplanade లో యున్న క్రొత్త Y.M.C.A భవనము కూడా నా కళ్లయెదుట కట్టబడినదే. ఈ భవనమును కట్టకముందు ఈ సంస్థ హైకోర్టు యెదుట ఒక చిన్నమేడలో ఉండినది. అక్కడ బుక్కీపింగ్, టైప్ రైటింగ్ షార్ట్ హాండు(Book-keeping, Typewriting, Shorthand) మొదలగు విద్యలను నేర్పించుచుండిరి. నేను కూడ ఆ క్లాసులో చేరి షార్ట్ హాండు టైప్ రైటింగ్(Shorthand & Typewriting) విద్యలను నేర్చుకొనుచు ఆ సంస్థలో సభ్యుడనైతిని. పిమ్మట క్రొత్తగ కట్టిన భవనమునకు సంస్థ చేరగనే నేనుకూడ అక్కడచేరి శాండో యక్సరసైజు (Sandow Exercises) మొదలగు

(Indoor Games) వ్యాయామములను నేర్చుకొనుచుంటిని. ఈ Y.M.C.A. తో అప్పటినుండి నాకు సంబంధము గలదు.

సెంట్రల్ స్టేషనుకు ప్రక్కన కట్టియున్న (M.S.M) మదరాస్ అండు సదరన్ మహారాష్ట్ర రైల్వే ఆడిట్ ఆఫీసుకట్టడము ఇతర కట్టడములు కట్టినదికూడ నాకు తెలుసును. ఈ ప్రదేశమున ముందు పార్కు (తోట) యుండినది. ఆ కారణము వల్లనే ఈ ప్రాంతమునకు పార్కుటువున (Park Town) అని పేరు వచ్చినది. ఈ కట్టడము ప్రక్కననే పార్కుటవున్ పోస్టాఫీసు కట్టడము కలదు. ఈ రైల్వే ఆడిట్ ఆఫీసుకూడ తాటికొండ నంబెరుమాళ్ల శెట్టిగారే కంట్రాక్టుకు తీసుకొని కట్టించిరి. సెంట్రల్ స్టేషన్ ఆరంభమున కట్టినది నాకు తెలియక పోయినను పిమ్మట క్రమముగ దానికి చేర్చికట్టిన ప్లాటుఫారములు వగైరాలు నాకు దెలియును. ముందు పాతస్టేషన్ రాయపురమున నుండినది.

మద్రాసు కార్పోరేషను (రిప్పన్) భవనమును కట్టుచుండినప్పుడు, నేను సుగుణ విలాస సభ మెంబరుగ నుండి దానిని కట్టిన విధమును చూచుచుంటిని. అప్పడు సుగుణ విలాస సభ విక్టోరియా పబ్లిక్ హాలు (V.P. Hall) నందుండెను. పాత మునిసిపలు ఆఫీసు జార్జిటవున్ యర్రబాలుశెట్టి వీధిలో యుండెను. ఇప్పడు బీచిలో యున్న కొత్త నేషనల్ బ్యాంకి కట్టడముండు స్థలమున (Singler School) ఉండెను. ఈ నేషనల్ బ్యాంకిని, ఇంపీరియల్ బ్యాంకిని (ముందు మద్రాసు బ్యాంకి) కట్టినది కూడ నాకు తెలుసును. పాత నేషనల్ బ్యాంకి ఆర్మీనియన్ స్ట్రీటులోను మద్రాసు బ్యాంకి బ్రాడ్వేలోను వుండినవి. పోర్టు ఆఫీసుకు సంబంధించిన క్రొత్త కట్టడము లన్నియు కట్టినది నాకు తెలుసు. పాత హార్బరును మార్చి, ఇప్పడు కట్టిన నూతన హార్బరును కట్టినదియు తెలుసును. పాత హార్బరు మీద శనివారము ఆదివారము కొందరము చేరి పికారుకు వెళ్ళుచుంటిమి. దీనినే అప్పడు యినుపవారధి అని పిలుచు చుండిరి. మౌంటురోడ్డులో యుండిన T.R. Tawker & Sons న స్పెన్సరు కంపెనీ కట్టడమును కట్టినది నాకు తెలియును. పాత యస్.ఐ.ఆర్. స్టేషన్ (S.I.R. Station)ను మార్చి ఇప్పటి కట్టడమును కట్టినది, బీచి స్టేషన్ కట్టినది, మూరు మార్కెట్టును కట్టినది దెలియును. మద్రాసులో ముందుండిన పాతమార్కెట్టు ఇప్పడు శ్రీరాముల పార్కు అను స్థలమున బ్రాడ్వేలో నుండెను. ఇప్పటి 'లా' కాలేజి నేను చూచుచుండగ కట్టినదే. ఈ 'లా' కాలేజీని కట్టకముందు, B.L. క్లాసులు హైకోర్టు భవనమునందే జరుగుచుండెను. ఆ క్లాసులు ఉదయము 10 గంటల లోపుగనే

జరుగుచుండెను. అప్పడా క్లాసులకు ప్రొఫెసర్లుగ ప్రసిద్ధులగు రామచంద్రరావు సాహేబు, టి.వి. శేషగిరి అయ్యరు, మొరిశెట్టి వెంకట్రామశెట్టిగారు, సుబ్రహ్మణ్యయ్యరు మొదలగు వారుండిరి.

# 10

## కొందరు వ్యక్తులు

ఆ కాలమున బ్రాహ్మణులలో ప్రసిద్ధికెక్కిన భాగ్యవంతుడు ధర్మాత్ముడు మందపాటి రామకృష్ణయ్యగారు. వీరికి మద్రాసులో అనేక కట్టడము లుండెడివి. అమంజికరెలో ఒక వుద్యానవనమును అందులో దివ్యమైన భవనము నుండెడివి. అప్పుడప్పుడు ఆ తోటకు స్నేహితులతో కూడ వచ్చి కేళీవిలాసాదులతో కాలము గడుపుచుండేవారు. వీరు కీ|| శే|| విజయనగరం మహారాజా ఆనందగజపతివారికి స్నేహితులు. రాజకళతో నొప్పు వీరు శ్రీ మహారాజావారి సరసన కూర్చుండి, జోడుగుర్రాలబండిలో తిరువత్తియూరు దేవాలయమునకు వెళ్లునపుడు చూడముచ్చటై దారిపొడవున జనము విరుగబడి చూచేవారట. వీరి భార్యగారు ఏడువారముల నొమ్ములు, అతి విలువ గలవి ధరించేవారట. వీరికి స్నేహితులు జాస్తికాగా, వారికుండిన ధనాదులు హరించిపోయినవి.

డాక్టరు వరదప్పగారిది బ్రహ్మసమాజపు మతము. సుమారు 6 అడుగుల ఎత్తున ఒడ్డూ పొడవుగల భారీమనిషి పెద్ద గడ్డమును గలవారు. బర్మాయుద్ధములో పనిచేసిన వారు. వీరు ముఖ్యముగ ప్రసవముల చికిత్సలకు పేరుపొందినవారుగ నుండినను అన్ని వ్యాధులను సమర్థతతో వైద్యము చేయుచుండిరి. చనిపోయిన డాక్టరు రంగాచారికి యుండిన ధర్మబుద్ధి ఆ కాలమున వరదప్పగారికి యుండెను. పేదవార్లను దయతో చూచి ధర్మముగ చికిత్సను చేయుచుండెను. ఇంటికి వచ్చినపుడు డబ్బిచ్చిన (Visiting fee) వారు పేదవారని తోచినచో ఆడబ్బును వారికి మరల యిచ్చి రోగికి పాలకు, గంజికి ఖర్చుపెట్టమనేవారు. విద్యార్థులకు సహాయము చేయుచుండువారు. దాత; దయాపరులు. వారు స్థాపించిన అనాథ శరణాలయము యిప్పుడు తిరువత్తియూరు హైరోడ్డులో యున్నది. వీరి వైద్యశాల మొదట బ్రాడ్వేలో యుండెను. తరువాత మౌంటురోడ్డులో.

ఆ కాలమున హాలరు డాక్టరు కూడ ముఖ్యముగ కోమట్లలో చాల పరిచయము పలుకుబడి గలిగియుండెడివారు. వారు ఆంగ్లోయిండినులు. చాల పొట్టిగ సన్నగ యుండిరి. మంచి డాక్టరని పేరు. ఇంటికి వచ్చిన చిట్టికథలను చెప్పి రోగిని నవ్వించును. అతనికి యొక పాతబ్రూహాం బండి, ముసలి గుఱ్ఱము ఉండెడివి. ఆ బండి మనిషి నడక కంటె అధిక వేగముగ పోజాలదు. ఆ బండిలో కూర్చుని వారు యెప్పుడును యేదో వ్రాసుకొను

చుండువారు. మద్రాసులో సోడా తయారుచేసి విక్రయించిన వారిలో వీరే మొదటివారు. హాలరు సోడాయనిన యిప్పటి స్పెన్సరు సోడా వలె పేరు పొందినది.

చెన్నపట్టణము అన్ని జాతులకు కూడలి స్థలమైనను బ్రాహ్మణులకు ప్రత్యేకముగ అగ్రహారములున్నవి. కొల్లావారి అగ్రహారం, క్రిష్ణప్పనాయుని అగ్రహారం, ఏకామ్రేశ్వర అగ్రహారం, రావిచెట్టు అగ్రహారం మొదలగునవి యును, మరికొన్నియును గలవు. ఇప్పడా అగ్రహారములలో బ్రాహ్మణులు తక్కువ; బ్రాహ్మణేతరులు అధికముగా నివసించుచున్నారు.

ఏకామ్రేశ్వర అగ్రహారములో ప్రసిద్ధ పురుషుడగు రంగనాథ టాకరుగారు గొప్ప నగల వ్యాపారమును చేయుచుండిరి. వీరు గుజరాతి బ్రాహ్మణులు. మొదట తన యింటిలోనే యీ వ్యాపారమును ప్రారంభించి కొడుకలు పెద్దవారై ప్రయోజకులు కాగానే మౌంటురోడ్డులో గొప్ప భవనమును నిర్మించిరి. అక్కడ బంగారు, వెండి సామానులను నవరత్నములలో పొదుగబడిన వివిధ ఆభరణాదులను తయారుచేసి వ్యాపారమును చేయుచుండిరి. వీరికి ముఖ్య ఖాతాదారులు రాజులు, మహారాజులు, జమీందారులు, లక్షాధికార్లు. ఈ ఖాతాదార్లు మద్రాసుకు వచ్చినప్పుడు నివసించుటకు వీరు టాకరు గార్డెన్ యను గొప్ప బంగాళాను నిర్మించిరి. మద్రాసుకు వచ్చిన రాజులు ఆ భవనమున కొంతకాలము బసచేసి పోవు సమయములో టాకరు కంపెనీవారు వార్లకు అమూల్యములగు కొన్ని ఆభరణములను విక్రయించెదరు. ఆభరణములకు వెల కంపెనీవారు నిర్ణయించినదే. ఈ ప్రకారము వారు కొన్ని సంవత్సరములు కోట్లకొలది వ్యాపారమును చేసి కడపట కంపెనీని మూయవలసి వచ్చినది.

మోసస్ కంపెనీ మౌంటురోడ్డులో యుండెను. వీరు రాజులకు మహారాజులకును కావలసిన స్టేటు డ్రస్సులను (State Dresses) వెలగల యితర వుడుపులను కుట్టించి వారికి సప్లయి చేయుచుండెడివారు. ఈ కంపెనీకి స్వంతదార్లు వైశ్యులలో పేరుపొందిన శీతారామశెట్టిగారు. ఈ కంపెనీవారు రాజులకు ఉడుపులను కుట్టి లక్షలాదులు సంపాదించిరి. టాకరు కంపెనీవారు ఆభరణములను, మోసస్ కంపెనీవారు ఉడుపులను రాజులకు సప్లయిచేసి పేరుప్రతిష్టలు గడించిరి. కొంతకాలమునకు వీరును షాపు తలుపులను మూసిరి.

తిరువత్తియూరు హైరోడ్డులో తంజావూరు రామానాయుని సత్రమును, దానినంటి అగ్రహారమున్నూ గలవు. ఈ రామానాయుడు చాల బ్రాహ్మణభక్తిపరుడు. దైవభీతి కలవాడు. ఇచ్చట తండియార్పేటలోనే గాక తిరువళ్ళూరు, కాంచీనగరములందును ధర్మసత్రములను వేసియున్నాడు.

రామానాయుని కుమారుడు రంగయ్యనాయుడుగారు 1822 సం|| డిశంబరు 7వ తేదికి సరియైన చిత్రభాను సం||రము కార్తీక బహుళ నవమినాడు తెలుగులో వ్రాసియుంచిన వీలునామా చూడగా వారి దానధర్మములను, రంగయ్యనాయుడుగారి బ్రాహ్మణభక్తి, దైవభీతి, శీలసంపత్తి మున్నగునవియున్నూ స్పష్టమగుచున్నవి. తండియార్పేటలోని సత్రమున ఆ రోజులలో 160 మంది పరదేశీలను, విద్యార్థులను, 60 మంది నౌకర్లను మూడుపూటల ఇష్టమృష్టాన్న భోజనమున తృప్తుల గావించుట కేర్పాటు చేయబడియుండెను. ఇచ్చట విద్యార్థులకు భోజనముపెట్టి, పండితులచే వేదశాస్త్రములను చెప్పించేవారు. తిరువళ్ళూరు, కాంచీనగరము లందలి ధర్మసత్రములందు 12 సి మంది బ్రాహ్మణ బాలురు భోజనవసతి గల్గి వేదాధ్యయన మొనర్చుచు, ధర్మశాస్త్రములను పఠించుచుండిరి. ఆ వీలునామా యందంతటను శ్రీరామనామస్మరణ విరివిగా చేయబడినది. పవిత్రమైన శ్రీరామనామ మాహాత్మ్యమువల్లనే మనవంశాభివృద్ధి. మన పూర్వులచే స్థాపింపబడిన ధర్మాభివృద్ధి సాగుచున్నవి. ఆ రాముడే మీకు భవిష్యత్తునందు సంరక్షకుడు. నిరంతరము రామనామము జపమొనర్చుటకై ఇద్దరు బ్రాహ్మణులను మనయింట ఏర్పాటుచేసియున్న సంగతి మీకు తెలియును. మీరును అట్లే నిరంతరము శ్రీరామనామజపము గావించు బ్రాహ్మణులను ఏర్పాటు చేయవలసినది' అని ఆవీలు నందు వ్రాసి యున్నారు. ఈ సత్రము పరిపాలన విషయమై కోర్టువారును ఒకటి రెండు సార్లు జోక్యము కల్పించుకొని స్కీములు నిర్మించియున్నారు.

ఇట్టివే, అన్నసత్రములు మరికొన్ని మద్రాసు చుట్టుప్రక్కలనున్నవి. తిరవత్తియూరు నందు, తిరువళ్ళూరు నందు యాత్రికుల వసతి కొరకు ఎన్నయినా సత్రములున్నవి.

పూర్వము చెన్నపట్నం సమీపమున కొండూరు అని ఒక చిన్నస్టేషన్ ను ఉండెడిది. ఆ ఊరినే ఇప్పుడు విల్లివాకము స్టేషనుగ మార్చినారు. ఈ కొండూరు నందు విశాలమైన ధర్మసత్రములున్నవి. ఇక్కడొక బావినీరు చాలా ప్రశస్తమైనదని ప్రతీతి. అందుచే మద్రాసునుండి అనేకులు అచ్చటికి పోయి వివాహాది శుభకార్యములు చేసుకొనుచుండిరి.

ఇప్పుడు మద్రాసులో పనులు గలవారు ఇండ్లను నిర్మించుకొని ఆరోగ్యమునకై అక్కడ నివసించుచున్నారు.

మద్రాసులోనుండు జనులు చాలవరకు బాడుగ యిండ్లలోనే నివసించువారగుటవలన, యెవరైనను ఆయింటిలో చనిపోయిన కర్మాంతరములను జరిపించుటకు యితర కాపురస్థులు ఒప్పుకొనేవారుకారు. ఈ కారణమువలన మద్రాసులోనివారు చాల యిబ్బంది పడుచుండిరి. ఈ కార్యములను చేయుటకు ధర్మసత్రములను యిచ్చెడివారు కారు. ఇట్టి కష్టములను ముఖ్యముగ బ్రాహ్మణులే అనుభవించుచుండిరి.

ఈ కష్టములను చూచి యొక బ్రాహ్మణోత్తముడు రాయపురములో ఒక చిన్న తోటను అందు ఒక యిల్లును ఇచ్చి, ఈ కార్యములను అక్కడ చేయుటకు తగు యేర్పాటులను చేసి పుణ్యమును కట్టుకొనెను. ఈ బ్రహ్మతీర్థమునందు బ్రాహ్మణులు మాత్రమే అపరక్రియలను జరుపుకొన వచ్చును. ఈ చిన్నప్రదేశము ఇప్పుడు బ్రహ్మాండమైన బ్రహ్మసత్రముగ మారినది. గనుక ప్రతిదినము ఈ బ్రహ్మసత్రమునందు పది పన్నెండుకర్మలు జరుగుచున్నవి. వీరందరికి ఇక్కడ తగువసతులు యేర్పాట్లు గలవు. అందరికి కావలసిన పాత్రసామానులు కూడ యిక్కడ యిచ్చెదరు. కొందరు ధనికుల కర్మలను ఇక్కడ జరిపించిన పిమ్మట చనిపోయిన వారి పేరట ఒక చిన్నయింటిని ఈతోటలో కట్టించి యిచ్చెదురు. ఈ ప్రకారము ఈతోటలో వసతులు పెరిగిపోవుచున్నవి.

పల్లెటూళ్లలో చనిపోయినవారి కర్మ చేయించుటకు, బ్రాహ్మణార్థములకు ముత్తయిదువులు మొదలగు వార్లకు చాల కష్టపడవలయును. ఈ బ్రహ్మతీర్థమునందు ఆలాటి కష్టములు పడవలసిన పనిలేదు. పురోహితులు, బ్రాహ్మణార్థపు బ్రాహ్మణులు, ముత్తయిదువులు, దానములను పట్టువారు వీరందరూ కూడ అక్కడ హాజరుగ నుందురు. పది కర్మాంతరములకు సరిపోవు వారందరు ఇక్కడ సులభముగ లభించెదరు. కర్మచేయు యజమాని స్నానము చేయుటకు ఇక్కడ గుంట గలదు. పురోహితునకు కావలసిన దర్భ ఈ తోటలోనే పెంచుదురు. సమిథల పుల్లలు దొరుకు వృక్షములన్నియు ఈ తోటలోనే యున్నవి. శిలాప్రతిష్టకు మంచిరాళ్లు యిక్కడనే దొరకును. కర్మనంతయు కంట్రాక్టుకు తీసుకొని జరిపించే పురోహితులుకూడ ఇక్కడ వున్నారు. నిత్యకర్మ చేయునప్పుడు పిండమును తినుటకు చనిపోయినవారిని స్మరించి కాకులను పిలువనవసరము లేదు.

ఇక్కడనే చెట్టమీద వేలువేలు పెంపుడు కాకులున్నవి. ప్రతిదినము పిండములను తినుచు చెట్లమీదనే కాపురము చేయు ఈ కాకులు బలిసి యుండును.

మద్రాసులో, భర్త చనిపోయిన స్త్రీని కాపురముండు యింటికి రానివ్వరు. గనుక ఈ స్త్రీలకు బ్రహ్మతీర్థమునగల ఇండ్ల చాలా వసతిగను మహోపకారముగను నున్నవి.

ఈలాటి ధర్మములను చేసిన పుణ్యపురుషులే నిజముగ సంఘసేవకులు. ఈ సందర్భమున ఒక చిన్న విషయము.

బరంపురం కాపురస్థులగు మారెళ్ల గంగరాజుగారు మద్రాసుకువచ్చి డాక్టరు రంగాచారి నర్సింగుహోములోచేరి వ్రణచికిత్సను పొందుచుండిరి. వారి వ్రణమును ఆపరేషన్ చేసిన పిమ్మట ఆ నర్సింగుహోములోనే వారు చనిపోయిరి. వారి భార్య, కొడుకు వగైరాలు వారితో కూడనే మద్రాసు నందుండిరి. వారి బంధువులు కూడ మద్రాసులో కొందరుండిరి. గంగరాజుగారు నాకు స్నేహితులగుటవలన నేనుకూడ ఆ సమయమున వారితో కూడ ఉంటిని. వారు ఈ వూరికి క్రొత్తఅగుటవలన దహన సంచయనాది కార్యములకు నేను సహాయపడి ముగింపించితిని.

వారి భార్య అప్పుడు వైద్యశాలను విడిచిపెట్టవలసివచ్చినది. ఆమె ఉండుటకు మద్రాసులో స్థలము దొరకదాయెను. ఆమె దగ్గర బంధువులుకూడ ఆమెను వారిండ్లకు తీసుకొనిపోరైరి. అప్పుడామెను మా యింటికి తీసికొనిపోయి ఆదరించితిని. వారి బంధువులు ఇతరులుకూడ ఆమెను మాయింటికి తీసుకపోకూడదని నాకు బోధించిరి గాని నేను వినలేదు. మన సంఘములోనున్న ఇటువంటి దురాచారములను అడుగంటునట్లు చేయుటయే సంఘసేవ.

'ఆమెను మీ యింటికి తీసుకొనిపోయిన మీ యింటిలో కీడు సంభవించునని' బోధించినవారు ఇప్పుడు లేరు. ఆ తల్లి సుఖముగ బిడ్డలతో కూడ బరంపురంలోయున్నది. ఈమె కాకినాడ కాపురస్థులగు పోతాప్రగడ బ్రహ్మానందరావుగారి పెద్ద కుమార్తె.

# 11

## మా ఊరు

నేను చిన్నతనమున మద్రాసుకు వచ్చిన పిదప అప్పుడప్పుడు మావూరగు ఇనమనమెళ్ళూరికి పోవుచుంటిని. రైలు సౌకర్యము లేనప్పుడు ఉప్పు కాలువ (Buckingham Canal) లో పడవల మీద ప్రయాణమును చేయుచుంటిని. ఆ కాలమున మద్రాసులో బోటు యెక్కిన కొత్తపట్నం రేవుకు 10, 12 దినములలో చేరుచుంటిమి. బోటు చార్జి మనిషికి ఒక రూపాయి మాత్రమే. అయితే ఈ ప్రయాణమునకు కావలసిన భోజన పదార్థములను చిరుతిండ్లను సమృద్ధిగ తీసుకొనిపోవలయును. వంగవోలు ప్రాంతముల నుండి వచ్చినవారు కొందరము చేరి యీ పడవ ప్రయాణమును చేయుచుంటిమి. ఇందు స్త్రీలు, పురుషులు, బిడ్డలు యుందురు; పడవ నడుపు సరంగులుందురు. దక్షిణపుగాలి యుండిన, పడవకు చాప నెత్తిన, పడవ వేగముగ పోవును. ఈ చాపను ముతకగుడ్డతో తయారుచేయుదురు. గాలి లేనప్పుడు పడవ సరంగులు గడలను వేయుచు పదములను పాటలను పాడుచు పడవను నడిపించెదరు. గడలను వేసి అలసినప్పుడు బోటుకు మోకును గట్టి లాగుకొనిపోయెదరు. కొన్ని సమయములందు ప్రయాణీకులుగూడ పడవ దిగి సరంగుతో కూడ పడవమోకును లాగుచుండెదరు. ఉప్పుగాలి సోకుటవలన ఆకలి అమితముగ నుండును. నీళ్లవసతిగల చోటుచూచి వంటచేసుకొనుటకు పడవను నిలిపెదరు. మేము పడవను దిగి సమీపమున యుండు మంచినీళ్ల బావివద్దకుపోయి స్నానము చేసి. చెట్టుచాటుననో, గుట్టచాటుననో పొయ్యిబెట్టి, పుల్లలను యేరుకొని వచ్చి అన్నమును మాత్రము వండుకొనువారము. గాలివలన మంట తప్పెలకు సరిగ తగలనందున కొన్ని సమయములలో అన్నము సరిగ పక్వముగాక ననుబాయ అగుచుండును. ఇంటినుండి వచ్చునప్పుడు ప్రయాణీకులందరు కమ్మపొడి, మినుముల చింతపండు పచ్చడి, చింతకాయ పచ్చడి వగైరాలనుకూడ తెచ్చుకొనెదరు. కుట్టుడాకులు కూడ యుండును. పచ్చళ్లు విసుగు పుట్టినప్పుడు పచ్చిపులుసును చేసుకొనెదము. ఆకాలమున నెయ్యి చౌక గనుక సమృద్ధిగ నెయ్యిని తెచ్చుకొనుచుంటిమి. సమీపమున పల్లెలుండిన మజ్జిగ దొరుకును. అందరము భోజనముచేసి మిగిలిన అన్నమును రాత్రికి మూటగట్టుకొని, తప్పెలను తోమి, దానినిండుగ మంచినీటిని తీసుకొని పడవ చేరుదుము. పడవలో కూర్చుని కూరుకునుకు పట్టించెదము. పడవ సాగును. చల్లబడిన పిమ్మట

అందరము పడవ పై భాగమున చేరుదుము. పైన గాలి చక్కగ వీచునప్పుడు ఆనందముతో పాటలు పద్యములను పాడుచుందురు. మాతో కూడ ఒక లాంతర యుండును. రాత్రికాగానే అన్నము మూటను విప్పి ఒక భాగ్యశాలి అన్ని పచ్చళ్లను యొకటిగ కలిపి కదంబము చేసి పెద్ద అన్నపువాయను కలిపి చుట్టు కూర్చున్న వారిచేతులలో ముద్దలుపెట్టును. పిడచ లగుటవలన పలుమారు నీరు త్రాగవలసి వచ్చును. వెన్నెలరాత్రి అయిన మరల పడవ పైకిపోయి నిద్రవచ్చువరకు కబుర్లు కథలు చెప్పుకొనుచుండి పిమ్మట దిగి నిద్రించెదము. ఈ ప్రకారము పడవ ప్రయాణము ఆ దినములలో చేయుచుంటిమి. ఈ పడవ ప్రయాణములలో కలిగిన ఆనందమును, ఆకలిని, భోజనము రుచిని యిప్పుడు తలుచుకున్న నేను అప్పటివాడనేనా యని సందేహము కలుగుచున్నది.

కొత్తపట్నం రేవులో పడవదిగి వంగోలుకుపోయి అక్కడ మా పెత్తండ్రి యింట్లో బసచేసి మరునాడు మావూరికి వెళ్లునప్పుడు ఒంగోలు నుండి వేడివేడి శనగపప్పును, ముంత ఖర్జూరపుపండును తీసుకొనిపోవు చుందును. నా అత్తగారికి మద్రాసు మిఠాయి దినుసులు సరిపడవు. మావూరికి నేను పోవునప్పుడు గజ్జలగుఱ్ఱపు జట్కాబండిమీద పోవు చుందును. నా బండి వూరికి సమీపించగనే తహసీలుదారుడు వచ్చుచున్నాడని గ్రామమునసబు, కరణము, ముదాం మొదలయినవారు నడుములకు గుడ్డలనుచుట్టి దండములనుపెట్టుచు బండిని సమీపించుచుండిరి. తీరా నన్ను గుర్తించి 'ఈయన మహాదేవయ్య అల్లు' డని దిగాలపడి పోవుచుండిరి. ఇంటివద్ద బండి దిగగానే అత్తగారు ముందు నా మూటలను సవరించును. భోజనము వేళ కాగానే దొడ్డిలో యుండు ఎండకాగునీళ్లతో స్నానమును చేయమని చెంబును కుండవద్ద పెట్టును. స్నానము చేయుటకు,ప్రత్యేకముగ ఈ వూరిలో స్థలము యుండదు. కనుక గోడలు లేని దొడ్డియే స్నానముకు మరుగు స్థలము. నేను స్నానము చేయునప్పుడు యిరుగుపొరుగువారు నావద్దకు వచ్చి మద్రాసు సమాచారములను అడిగేవారు. ఆకాలమున సబ్బుతో వళ్లు రుద్దుకొనుట వింత. ప్రతివారు దగ్గరకు వచ్చి సబ్బును వాసన చూచి పోయేవారు. ఈసారి వచ్చినపుడు తమకొక సబ్బుబిళ్ళను తెచ్చి పెట్టమనేవారు. మద్రాసునుంచి నేనొక చిన్న అత్తరుపెట్టెను తీసుకపోతిని. ఆపెట్టెలో ఆరువిధములైన అత్తరు బుడ్లు అత్తరు బిళ్లలు యుండెడివి. మాకు పాలు, పెరుగు, కూరగాయలు, పచ్చి శెనగమండలు, సజ్జకంకులు

వగైరాలు సప్లయి చేయు కాపువారు నావద్దకువచ్చి అత్తరువును పూయించుకొని పోవువారు. వారందరు నన్ను 'నరసయ్య' యని పిలిచేవారు.

చెదలవాడ మా వూరియేటి ఆవల వడ్డుననే యుండును. చైత్రమాసములో శ్రీరామనవమికి శ్రీరాములు ఉత్సవము చెదలవాడలో జరుగును. ఈప్రాంతములకంత ఈ ఉత్సవము ప్రసిద్ధమగుటచే పొరుగూరి నుంచి వేలకొలది జనులు సంబరమును చూచుటకు వచ్చెదరు. ఇక్కడ వరిగబియ్యముపిండితోను, బెల్లముతోను తయారుచేసిన మిఠాయి, ఏలకవుండలు, రంగుమిఠాయి, వేడిగారెలు మొదలగునవి అమ్ము అంగళ్లుండును. దూది నిమ్మకాయలను అమ్ముదురు. నులకవుండలు, పట్టెమంచములు, ముల్లుకఱ్ఱలు, ఎద్దుల మెడపట్టెలు, నవారు బిళ్ళలు, పశువుల పలుపులు, మోటతోలు మోకులు మొదలగువాటిని కూడ యీ తిరునాళ్లలో అమ్ముచుండిరి. ఇది యొక విధముగ గృహపరిశ్రమల ప్రదర్శనము అనవచ్చును. ఇక్కడ అమ్ముచుండిన మల్లెపూలదండల వాసనను యిప్పటికిని నేను మరువలేదు. ఇది పేశ్యలుండు స్థలము గనుక చాలాదూరము నుండి పెద్ద మనుష్యులు వచ్చుచుండిరి. స్వామి రథోత్సవమునాడు బ్రాహ్మణ సంతర్పణ జరుగును. ఆ సంతర్పణకు యిప్పుడుకూడ నేను కొంత ద్రవ్య సహాయమును చేయుచున్నాను.

మా వూరిలో శివాలయము, విష్ణ్వాలయము రెండు దేవాలయము లున్నవి. శివాలయము గర్భగుడిగోపురముపైన బండబూతు చిత్రములు నొగసుగ చెక్కబడియున్నవి. ఈ చిత్రములను చూచుటకు పెద్దలు చిన్నలు కూడ చేరి చూచి సంతోషించుచుందురు. ఈ దేవాలయపు అర్చకుడు తంబళాయన. వైద్యమును చేయును. విష్ణ్వాలయపు అర్చకుడు నంబిఆయన. ఈ నంబి అర్చకుడుకూడ వైద్యుడే. ఈ వూరిలో యీ అర్చకులిరువురు వైద్యమును చేయుచుండెడివారు. సాధారణముగ పల్లెటూర్లలో నంబితంబళులే గ్రామవైద్యులు. ఈ విష్ణ్వాలయ ముఖద్వారమునకు పెద్దతలుపులను నేను చేయించి యిచ్చితిని. ఈ దేవుళ్లు పార్వేటకు (శమీపూజకు) వెళ్ళునప్పుడు స్వాములవెంట వూరి రంగిరీజులు వార్ల యిండ్లలో పురాతనముగ యుండు కత్తులు, బాకులు, ఈటెలు మొదలగు పురాతనపు యుద్ధసాధనములతో వెంట వచ్చెదరు. ఈ పాత ఆయుధములు వీరికి యెట్లు లభించినవో? విజయదశమినాడు ఆయుధములకు మెరుగుబెట్టి పూజించి నమస్కరించెదరు. ఈ వూరి ప్రక్కనున్న కమ్మయేరు వూరిని

క్రమముగ మ్రింగుచున్నది. దేవాలయములను కూడ కబళించుటకు గుండ్లఏరు సమీపించుచున్నది.

కోటప్పకొండయను శివక్షేత్రమొకటి గుంటూరుజిల్లా నర్సారావుపేట తాలూకాలోనున్నది. మ్రొక్కుబళ్లకు తిరుపతి కొండ వంటిదే కోటప్పకొండయున్నూ. ప్రతి శివరాత్రినాడు ఆ కొండకు వేలకొలది జనులువచ్చి శివుని దర్శించి పూజించివోయెదరు. వారి వారి మ్రొక్కుబళ్లను కోటయ్యకు చెల్లించెదరు. ఈ క్షేత్రము ఆంధ్రదేశమున పెద్దపేరు గాంచినది. గుంటూరు జిల్లాలో మెట్టతాలూకాలందలి రైతులు వ్యవసాయమునకు ముఖ్యమైన ఎడ్లను బిడ్డలవలెనే పెంచెదరు. గృహ యజమాని జొన్నన్నమును ముద్దలు చేసి మింగునపుడు చనువు కొలది కోడెదూడ లతని వద్దకు వచ్చి, అతడు కంచమునుండి ఎత్తి నోటికందించు ముద్దలను తినిపోవుచుండును. అట్టి ఎడ్లకు, బిడ్డలకు జబ్బు చేసినపుడా రైతులు కోటయ్యకు ప్రభలు కట్టుకొని కొండకు నడిచెదమని మ్రొక్కుకొందురు. ఈ మ్రొక్కుబళ్లను చెల్లించుటకు అనేక గ్రామములనుండి రెండెద్దుల బండ్లమీద ప్రభలను గట్టి వాటిని చిత్రవిచిత్రములగు రంగుగుడ్డలతో శృంగారించెదరు. ప్రభయనగా వెదురు బొంగులతో రెండెడ్లబండ్ల గానులమధ్య అమరుటకు తగిన వెడల్పుతో సుమారు 10 అడుగుల పొడవున చట్టముగా కట్టుదురు. మధ్య మధ్య చీల్చిన అడ్డబద్దలు వేసి బిగింతురు. పై అంచున త్రికోణాకారముగా నమర్చెదరు. ఆ చట్టమునకు గుడ్డలను కట్టుదురు. దానిపై రంగుగుడ్డలను తోరణములను చిత్రములను అలంకరింతురు. చిరుగంటలు కూడ కట్టుదురు. ప్రభలకేగాక వానిని లాగుటకై ఏర్పరచిన ఎద్దులకుకూడ ఆప్యాయముగ గంటలను, గజ్జలను, మువ్వలను అద్దాలశిగమోరలను కట్టి అలంకరింతురు. ఈబండ్లకుకట్టే ఎద్దులను ప్రత్యేకశ్రద్ధతో అన్నిటికన్నా హెచ్చుగా పోషింతురు. వీటికి పచ్చి జొన్న చొప్ప, ఉలవలు, పత్తివిత్తులు రుబ్బినపిండి పెట్టి పెంచెదరు. ఈ తిండిని తిని ఆ వృషభ రాజములు తెల్లగ తయారగును. వాటి చర్మము తెల్లటి వెలువెట్టుపట్టును బోలి మిసమిస మెరయుచుండును. మెడలకు గట్టిన గజ్జెల పట్టెళ్లు, మొగమునకు తగిల్చిన కుచ్చుల శిగమోరలు, కాటుక కండ్లు, కురచకొమ్ములు, మెడమీద పెద్ద చెండువంటి గట్టి మూపురములు, మెడ మీదుగా రొమ్ముచుట్టిరా బిగింపబడిన తోలు పటకాలు ఇన్నింటితో గాంభీర్యముట్టిపడ నడచివచ్చు ఆ ఎద్దులను చూచినప్పుడు, పెండ్లికొడుకలు పెండ్లికి తరలిపోవుచున్నట్లు గాన్పించును. అవి నడచుచు, అప్పుడప్పుడు తలవిసరు,

వయ్యారమును, గాంభీర్యమును, అలంకారమును కనులపండువుగ నుండును. అట్లె ఉత్సాహము కొలది అవి వేయు రంకెలును ఉత్తేజముగను ఉద్రేకకరముగను నుండుటయేగాక శంఖారవమువలె శ్రావ్యముగను ఉండును. సంగీతశాస్త్రమునందు ఈ రంకెనే సప్తస్వరములలో రెండవదియగు 'రి' (ఋషభం) అని నిర్ణయించిరి. ఈ స్వరముచే వీరరసము, అద్భుతరసము, రౌద్రరసము వెల్లడియగునని చెప్పబడినది. శార్ఙ్గధరుని సుభాషితములలో ఇట్లు నిర్వచింపబడినది. "షడ్జర్షభౌ తథాజ్ఞేయౌ వీర రౌద్రాద్భుతే రసే || కావుననే ఈ బండ్లకు బాగుగా బలిసిన కోడెలనుగాని కోడెప్రాయపు ఎడ్లనుగాని కట్టెదరు. ఈ బండ్లమీద కూర్చుని తోలేరైతులను మంచి వయసు కుర్రవాండ్లుగనుందురు. మంచి దృఢకాయము కలిగి కందుకూరి తలగుడ్డలను, చెమ్లా పాగాలుగా తలలకుచుట్టి, రంగు రుమాళ్లను నడుములకు బిగించికట్టి ముల్లుకర్రలతో ముందు నొగలలో కూర్చుందురు. మొలకు బిళ్లలత్రాడు, కాళ్లకు ఎఱ్ఱబణాతు గురిగింజలు అమర్చిన కిర్రుచెప్పులు, చేతులకు వెండి మురుగులు, సందిట దండ కడియములు, చెవుకు జంపు, ఇత్యాదులతో సింగారించుకొని, కోరమీసములతో, కొంటెచూపులతో, కండ్లమీదుగా కణతలు కలియదిద్దితీర్చిన విభూతిరేఖలతో, కనుబొమలమధ్య నుంచిన కుంకుమ బొట్టుతో, నోటనున్న గుంటూరుమెట్ట (పాటి) పొగాకు (బారెడు) చుట్టను త్రాగుచున్నట్లుగానే "ప్ప-ప్ప-ప్ప-ప్పప్పా" అని ఎద్దుల నదలించుకొనుచు వారు బహు చలాకీగా సారధ్యమును సాగింతురు. ఆ మాత్రము అదలింపైన సహింపనట్లుగా ఆ కోడెలు రోషావేశమున పరవళ్లతొక్కుచు విసురుగా ముందుకు సాగిపోవుచుండును. అట్టివానిలో బాగుగా పొగరుబోతులైన కోడెలకాళ్లకు గిట్టలపైన త్రాళుకట్టి ఇరువంకల చేతబట్టుకొని, అదలించి వానిదుడుకును నిగ్రహించుచు ప్రాయము వ్రాలుచున్న పెద్ద రైతులు నడుస్తుంటారు. ఈ బండ్లు మా ఊరిగుండా పోవునప్పుడు వూరిలోనివారు ఈ ప్రభల కెదురేగి నిల్పి సత్కరించుచుండిరి. స్త్రీలు బుంగల కొలది నీరు తెచ్చి వారు పోయుటయు పురుషులు కత్తిపట్టుకొని దండకములు, ఖడ్గములు - అను తెనుగు రచనలను ఆ వేశముతో 'అద్దద్దశరభ" యని ఊతముతో చదువుటయు నాకింకను జ్ఞాపకము. సామాన్యముగ నీ ఖడ్గములను దండకములను చదువువారు జంగములు, బ్రాహ్మణులగు అరాధ్యులు. వీనికి కథపట్టు సామాన్యముగా దక్షయజ్ఞ ధ్వంసమును శివలీల లేక వీరభద్రుని వీరవిహారము. మచ్చున కొక్క చరణము :

**దకుని తలగొట్టి తగరు తలపెట్టి**

**అద్దద్దద్దద్ద శరభ - శరభ"**

ఈ పాడేవారు ఒక కత్తిని చేతపట్టుకొందురు. లయతప్పక ముందు వెనుకలకు నడుచుచు, గంతులు వేయుచు, పరవళ్లు త్రొక్కుచు పాడుదురు. ప్రక్కన నొకడు చల్లగా రుంజ వాయించుచుండును. మరొకవంక నొకడు - సామాన్యముగా నితడు ఎడమవైపు నుండను - డోలునో, కనకతప్పెటనో వాయించుచుండును. అతంతంల నిలిచినవారు కొమ్ములు, కాహాళములు అదునుచూచి ఊదుచుందురు. సమీపస్థుడై మరొక్కడు రసముట్టి పడుపట్టున శంఖమొత్తును. ఇట్టి సన్నాహమధ్యమున - ఆ వీరుడు, - ఖడ్గము నందలి యొకటి రెండు చరణములు చదివి - ఉసితో ఆ డోలు వాయించు వానివద్దకు (లేక కనకతప్పెట వానివద్దకు) ఉరికి - ఆ వాద్య విశేషమును అంటునట్లుగా తన తలను చెవి యొరన ఆనించి, చెవిగట్టిగా మూసుకొని - 'అద్దద్దద్దద్ద శరభ - శరభ' అని ఉచ్ఛ స్వరమున పల్కును. ఆ పలుకునకు అనుగుణ్యముగా అతడా వాయిద్యమును గట్టిగా వాయించును. అసలా 'శరభ' శబ్దము వాని నాభికమలము నుండి భేదించు కొని మారు మ్రోగుచు వెలికివచ్చును. అది వినుటకు మహాభయంకరముగను, రౌద్రముగను, భక్తులకు భద్రమొసగునట్టిదిగను యుండును. కొందరు వీరశైవులీ ప్రభలకెదుట నారసములు గ్రుచ్చుకొనుట, గండకత్తెరలు వేసుకొనుట అను అఘాయిత్యములను కూడా చేయుదురట.

ఈ కోటప్పకొండ తిరునాళ్ల ఏటేటా జరుగు జాతీయ మహోత్సవము. ఈ తిరునాళ్లలో రైతులకు కావలసిన పనిముట్లను ప్రదర్శించి విక్రయించెదరు. రెండు మూడు దినములు ఈ కొండచుట్టూ జనము, పశువులు, అంగళ్లు కిటకిటలాడుచుండును. బిచ్చగాండ్రును విచ్చలవిడిగా వత్తురు. ఈ మహోత్సవము చూచుటకై అధికారులును క్యాంపులు వేసుకొందురు. అక్కడికి వచ్చిన జనులు పాకలలోను, చెట్ల క్రిందను దిగి వంటలు చేసుకొనెదరు. సర్కారువారున్ను వచ్చినవారికి సౌకర్యము లొనర్చి, పోలీసు బందోబస్తు గావింతురు.

ఈ ఉత్సవములకు ప్రభల వెంటను, విడిగాను ఆ చుట్టుప్రక్కల గల స్త్రీలును విస్తారముగ వత్తురు. ఆ ప్రాంతమున విస్తారముగ మెట్ట వ్యవసాయము. పురుషులతోపాటు అచ్చట స్త్రీలును పొలములలో పాటపడనేర్చినవారు. పల్నాడు ఇచ్చటకి సమీప ప్రదేశము. పల్నాటి సీమను గూర్చి శ్రీనాథుడు చెప్పిన చాటు పద్యములు కనుడ :

చిన్ననాటి ముచ్చట్లు కె. యస్. కేసరి

**రసికుడు పోవడు పల్నా డెసగంగా రంభమైన యేకులె వడుకుస్**
**వసుధీశుడైన దున్నును కుసుమాస్త్రుండైన జొన్న కూడే గుడుచుస్.**

**చిన్న చిన్న రాళ్లు చిల్లరదేవుళ్ళు నాగులేటినీళ్ళు నాపరాళ్ళు**
**సజ్జజొన్న కూళ్లు సర్పంబులునుదేళ్ళు పల్లెనాటిసీమ పల్లెటూళ్ళు.**

**జొన్నకలి జొన్నయంబలి జొన్నన్నము జొన్న పిసరు జొన్నలె తప్పస్**
**సన్నన్నము సున్నసుమీ పన్నుగ పల్మాటి సీమ ప్రజలందరికిస్.**

ఇట్టి ప్రదేశముల స్త్రీలును స్వేచ్ఛా స్వతంత్ర్యము కల్గి, ధైర్య సాహసములతో పౌరుషవంతులై యుందురు. చూపునకును వడ్డుపొడుగు కల్గి, దేహపుష్టి ఆరోగ్యము కల్గి, కంటికింపుగా నుందురు. వారు ముతక కోకలను చుంగులు తీర్చికట్టి, వెండి మురుగులు ముక్కరలు, గుబావిలీలు, చెంపసరాలు మొదలైన పురాతనపు నగలతో అలంకరించుకొని కాటుక కండ్లతో కడవలంతేసి వంకకొప్పులతో వత్తురు. అమాయకులైన ఈ స్త్రీలు తాంబూలము ఝాడించుచు మధ్య మధ్య పండినదా లేదా యని నాలుక ప్రక్కకు జాపి క్రీగంట చూచుకొనుచు ఉత్సవముల తిలకించుచుందురు.

కొన్ని సంవత్సరముల క్రితము ఇచ్చట ఈ తిరునాళ్లకు ప్రభలు కట్టుకొని వచ్చిన రైతులకును సర్కారు ఉద్యోగస్థులకును గట్టి పోరాటము జర్గి తుపాకులనుగూడ ప్రేల్చవలసి వచ్చినది. ఈపోరాటము కేసు కోర్టుకెక్కి కొందరు శిక్షింపబడిరి. తగిన బందోబస్తు చేయలేదనియు, సకాలమున విధి నిర్వహింపక దాగిరనియు కొందరు ఉద్యోగస్తులను తీసివేయుటయు జరిగెను.

ఆ గాథనుగూర్చి నాటిరోజులలో నిట్లు చెప్పుకొనిరి. చెన్నప్పరెడ్డి యని ఆ ప్రాంతమున ఆరోజులలో మోతుబరి. అతని గూర్చియే పామరులు, బిచ్చగాండ్రు, నేటికిని 'రాజా చెన్నాపారెడ్డి. నీ పేరే బంగారపాకడ్డి' అని పాటలు పాడుచుందురు. ఇతని సాహసములగూర్చి ఎన్నియో కథలు చెప్పుదురు. ఇతడేదో మ్రొక్కుబడి యుండి ప్రభ కట్టుకొని కోటప్పకొండకు నడిచినాడట. ప్రభవెంట ఇతని సోదరియు వచ్చినదట. చెన్నప్పరెడ్డి ప్రభ బండికి పూన్చిన ఎద్దులు పొగరు గ్రక్కుతూ నడుస్తున్నవి. నొగలకూర్చుని తోలువాడు, ప్రక్కతాళ్లబట్టి అదలించి నిగ్రహించువారు జాగ్రత్తగా

నడిపిస్తున్నారు. కొండపైకి కొంత దూరమున కేగిన మీదట ఆ ఎద్దులలో నొకటి జనసమూహమును జూచి కొంతమొరకు చేయుచున్నది. పోలీసు భటులు అథార్టీ చేయవచ్చిరి. మీరు కలుగజేసుకోవద్దు; మేము సమాళిస్తాము' అని ఆ ఎడ్లమచ్చిక తెలిసిన రైతులనుచున్నను ఆ పోలీసులలో నొకడు వినిపించుకొనక తన లాటీకర్రతో ఆ ఎద్దును పొడిచెను. అది రెచ్చిపోయినది. కలియ ద్రొక్కుచున్నది. అయినను ఆ రైతులు దానిని కొంత శ్రమపడి సమాళించగల్గువారే. కాని పోలీసు శాఖ వారికా ఓర్పునేర్పు లేకపోయినది. రైతులందరు - "వద్దు, వద్దు" అని అదలిస్తున్నా వినిపించుకోక వారు ఆ ఎద్దుపై తుపాకీని ప్రేల్చిరి. రైతుల కుద్రేకము కల్గినది. 'చూస్తారేమిరా, మీసాలుగల మొగవాళ్ళు' అని గర్జించి చెన్నప్పరెడ్డిసోదరి కోక విరిచికట్టి గండ్రగొడ్డలి తీసికొని ముందు కురికినది. ఎర్రటోపీగల (నాడు పోలీసులకు తెల్లదిరుసు, ఎర్రటోపీలు) తలలెల్ల ఎగిరి పోయినవి. భూమిపై ఇంకా గింజలుగల పోలీసులంతా తమ యూనిఫారములు టోపీలు తీసి పారేశారు. అధికార్లు చాలామంది అధికార చిహ్నములను జారవిడిచారు. నామాలు పెట్టుకొని దాసరులు, బూడిద పూసుకొని జంగాలు అయి నాటికి ప్రజా సామాన్యంలో కలిసి ప్రాణం దక్కించుకున్నారు. నిజంగా ఆనాడు కోటప్పకొండమీద చెన్నప్పరెడ్డి ప్రభముందు రక్తపువారులే పారినవి. తమ బిడ్డలను వలె కంచెములో అన్నము నోటికి కబళమందిచ్చి పెంచుకొనే ఎడ్లను గాసిపెట్టితే గుంటూరి రైతులు, అందును పల్నాటివారు సహించరు. 1921-22లలో సహాయ నిరాకరణపు గొడవలప్పుడు పోలీసులు జప్తుకు వచ్చిరి. కన్నెగంటి హనుమంతు అనువాని ఎద్దులను జప్తు చేయదలచిరి. అతడు కాదనెను. ఆ గందరగోళములో అతడు పోలీసుల తుపాకికి గురియై చచ్చెనేగాని బ్రతికియుండగా తన ఎద్దును పట్టనివ్వలేదు.

మా ఊరిలో ముఖ్యముగ ముందు ముత్తయిదువులు పూర్వ సువాసినీలు ఉలవ గుగ్గిళ్లు, జొన్న పేలాలు, పేలపిండి, భుజించి శివరాత్రినాడు జాగరణ సలుపుచుండిరి. ఈ జొన్న పేలాలకు ఎర్రటి కొరివికారమును పట్టించి భుజించెదురు. పేలపిండిలో పెరుగు కలిపి త్రాగెదరు. ఉలవగుగ్గిళ్లలో పచ్చిమిరపకాయలను కొరుకుతూ తినుచుండిరి. కొందరు సొజ్జ రొట్టెలను, తప్పెలబిళ్లలను, కాల్చి ఫలహారమును చేయుచుండిరి. ఈ కటికి ఉపవాసములతో రాత్రిళ్ళు జంగము కథలు, లక్ష్మణ మూర్ఛ, శీతమ్మ కడగండ్లు, విని జాగరణ చేయుచుండిరి. మరికొందరు అచ్చనగండ్లు గవ్వలాటలతోను, మరికొందరు

చీలిజగడాల తోను రాత్రి అంతయు ప్రొద్దు పుచ్చుదురు. తెల్లవారగనే యేటిలో స్నానము చేసి వంటకములను తయారుచేసుకొని బ్రాహ్మణునికి ఔపోసనవేసి పారణ ముగించెదరు.

రంగిరీజులనగా గుడ్డలకు రంగుపేయువారు. వీరు రంగులతో గండభేరుండ, కోటు కొమ్మంచులను చీరలకు ధోవతులకు అంచుగట్టి అద్దుచుండిరి. ఒక చుక్క, మూడు చుక్కలు, అయిదు చుక్కలతో చుక్కల చీరెల నడుచుండిరి. ముదురు చెంగావి, పాల చెంగావి, చుట్టు చెంగావి చీరెలను ధోవతులను, గువ్వకన్ను, నెమలికన్ను చీరెల నద్దుచుండిరి. ఈ రంగులన్నియు గట్టిఛాయలని పేరు. గుడ్డచినుగువరకు రంగులు పోవు. ఆ కాలమున మనదేశమున లభించు కరక్కాయ, నీలిమందు, చిరిపేరు, పబ్బాకు, మంజిష్ఠ మొదలగు వనమూలికలతో రంగులు పేయుచుండిరి. ఈ పరిశ్రమకు మా ఊరున్నూ (ఇనమన మెళ్ళూరు) గొల్లపాలెం, బందరు, చీరాల, కరేడు, నెల్లూరు ఆరోజులలో మిక్కిలి ప్రసిద్ధి వహించి యుండెను. చెన్నపట్నం ప్రక్కనయుండే సైదాపేటలోకూడ ఈ రంగులను పేయుచుండిరి. ఈ పరిశ్రమ క్రమముగా నశించిపోయినది. విదేశీ కృత్రిమపు రంగులు వచ్చి మన మూలికల సంబంధమగు రంగుల పరిశ్రమను ఎట్లు ధ్వంసమొనర్చినదియు, ఆచార్య ప్రఫుల్లచంద్ర రాయి గారును, ఆనంద కుమారస్వామి గారును, విశేషముగా వ్రాసియున్నారు. బందరులో తయారుచేసిన రంగు చీరెలను మద్రాసు పచ్చయప్ప కళాశాల ప్రక్కన యుండు వీధిలో అమ్ముచుండిరి. అందువలన ఆ వీధికి బందరువీధి అని పేరు కలిగెను. ఆ వీధికి మునిసిపాలిటీ పేరు గురువప్పవీధియని బోర్డుయుండినను వాడుక బందరువీధి యనియే పేరు. ఈ వీధిలో ముందు అరటిపండ్లను విస్తారముగ విక్రయించుచుండినందున అరటిపండ్ల వీధి అని కూడ పేరు కలదు. ఈ వీధిలో నేను చిన్నతనమున చదువుకొనుచుంటిని.

సంక్రాంతి పండుగను పెద్దపండుగ అందురు. అప్పుడు వ్యవసాయపు పనులు కొంచెము తక్కువ. భోగి, సంక్రాంతి, కనుమ, ముక్కనుమ వరుసగా పండుగ రోజులు. ఆ రోజులలో గ్రామస్థులు ఆటపాటల ప్రొద్దుపుచ్చుదురు. అందులో పెద్దపండుగ రోజున మా వూరి రంగిరీజులు యేటివడ్డున యున్న చింతతోపులోనికి పోయి కోడిపందెముల నాడేవారు. మంచి కోడిపుంజులను ఈ పండుగ కొరకు ప్రత్యేకముగ పెంచి యుంచేవారు. వీటిని ఆ తోపులోనికి తీసుకొనిపోయి, వాటికాళ్లకు సన్ననికత్తులను గట్టి, రెండు పుంజులను డీకొలిపి విడిచెదరు. అవి రెండును ముందు పెనుకలకు నడుచుచు ఎగురుచు కత్తులను

గట్టిన కాళ్లతో రొమ్ములపై తన్నుకొనుచు పోరాడును. రక్తము ధారగ కారుచున్నను అవి పోరాటమును విడువవు. ఈ ప్రకారము పోరి కొంతసేపటికి యొక కోడి క్రింద కూలును. గెల్చినవాడు చచ్చినకోడిని తీసుకొనిపోయి రాత్రికి విందు భోజనమును చేయును. ఇది పల్లెటూర్ల పండుగ సంబరము. నాటికి సంబరమేగాని - కోడి పందెముల పగలు సామాన్యముగా వాటితో చావవు. పోరాటము సాగుచున్నప్పుడు చూచువారు, రెండుకక్షలై పౌరుషపు మాటలతో ఆయా పుంజులను రెచ్చగొట్టి హుషారిచ్చుచుందురు. కోడిపుంజులును నైజముగనే రోషముతో పోరుచుండును. పండుగ సంబరమున కొంచెము మత్తు పదార్థములు పుచ్చుకొని అసలే హుషారుగా నున్న ఆ గ్రామస్తులు ఈ రోషపు మాటలతో తామసము వహింతురు. పైగా ఆ కోళ్లపై కొందరు పదులు, నూర్లు పందెములు కాయుదురు. వానిని ధారవోసుకొన్నప్పుడు ఈ తామసము మించిపోవును. దానితో వారు కలియపడి కొట్టుకొనుటయు కద్దు. లేదా, సంవత్సరము పొడవున కక్షలు పెంచుకొని అప్పుడప్పుడు కొట్లాడు కొనుటయు కలదు. ప్రసిద్ధి చెందిన పల్నాటి వీరయుద్ధమునకు మూలము 'కోడి పుంజుల పందెమే' యని చరిత్రకారులు చెప్పుదురు. సామాన్య జనమునకు ఇవి సరదాగా నున్నను సౌమ్యులు వీనిని రేసుకోర్సులను వలెనే ప్రోత్సహింపరు.

మా వూరి రంగిరీజులలో కొందరు మంచి కోలాటపు పాటలు నేర్చిన వారును గలరు. అప్పుడప్పుడు పెద్దగుంపుగ కూడి ఒక దీప (గరుడ) స్తంభమును వెలిగించి దాని చుట్టు వీరు చేరి కోలాటమును వేయుచుందురు. లయతప్పక కర్రదెబ్బలను గట్టిగ వేయుచు, ఎగురుచు, దూకుచు, తిరుగుచు, ఇప్పటి స్కూళ్లలో ఆడపిల్లకాయలు కోలాటము జడను అల్లువిధముగ ఆడుదురు. వీరు మొదట **శివ శివ గణనాథా! - నీవు -**

**శివుని కుమారుడవు! - గణ నాథా!**

అను ప్రార్థన పాటతో కోలాటము ప్రారంభింతురు. ఆ పిమ్మట

**'కోలుకోలన్న కోలు, కొమ్మలిద్దరు మంచి జోడు**

పల్లెటూళ్లలో జంగము కథలను చెప్పుచుండేవారు. ముఖ్యముగ బాలనాగమ్మ కథ, బొబ్బిలి కథ, దేశింగురాజు కథ, కాంభోజిరాజు కథ మొదలైన వానిని జంగములు చెప్పుచుందురు. ఆ రోజులలో ఈ కథలను చాల చాకచక్యముగ చెప్పగల్గిన వారుండిరి.

ముఖ్యముగ మా గ్రామసమీపమున గల ధేనువుకొండ గ్రామమున ధేనువకొండ వెంకయ్యగారను ప్రసిద్ధమగు సంగీత పాటకులు వాగ్గేయకారులు ఉండేవారు. ఆయన జంగం కథలను స్వయముగ వ్రాసి తాను ప్రక్కన నిలిచి లయ తప్పక అడుగువేయుచు శిష్యులకు నేర్పేవారు. ఆ శిష్య పరంపర నేటికిని ఆ ప్రాంతమున కలదు. ఈ జంగం కథలు చెప్పునప్పుడు కథలో ఆయాపట్టులకు తగినట్టు రసముట్టి పడ, హుంకరింపులు, పాదఘట్టనములు, హెచ్చరికలు, మున్నగువాని నొనర్చుచు, ముందు వెనుకలకు లయ తప్పక నడుచుచు, దుముకుచు, భుజమున పెట్టుకొన్న తంబురను కుడిచేతి వ్రేళ్లమీటుచు, ఎడమచేతి వ్రేళ్లకు పెట్టుకొన్న బోలుకంచు ఉంగరములతో తంబురకుండపై దరువువేయుచు పాటపాడుచు నొకడు కథ నడుపుచుండెను. అతని కిరువంకల ఇద్దరు గుంపీలు తీసుకొని వాయించుచు వంతుపాట పాడుచు అతనితో నడుచు చుందురు. పాట మధ్య మధ్య నిల్పుచు, ఆవంతు పాటగాండ్రిరువురు ప్రశ్నోత్తరములలో కథను వ్యాఖ్యానమొనర్చుచుందురు. ఈ సందర్భముననే వారు హాస్యమును చెప్పుదురు. అయితే సామాన్యముగా నిది మోట హాస్యముగా నుండును. పైన చెప్పిన పండితులవద్ద స్వయముగా తర్ఫీదైనవారి హాస్యము పండిత సమ్మతమై సభ్యముగా నుండును. అసలు జంగము కథారచనా విధానమే రసవంతమైనది. శ్రీ వేదము వేంకట్రాయశాస్త్రులవారు బొబ్బిలికథ పద్యకావ్యముల కన్న జంగము కథయే రసవత్తరమని చెప్పియున్నారు. అట్టి రచనను ప్రత్యక్షముగా పాటగాండ్రు ఒక విధమగు నాటకమాడి వినిపించి వివరించునప్పుడు శ్రోతలు తన్మయులగుదురనుట ఆశ్చర్యముగాదు. బొబ్బిలికథను వినునప్పుడు ప్రేక్షకులు ఉద్రేకులయ్యేదరు. బాలనాగమ్మ కథను విన్న స్త్రీలు జాలి నొందెదరు. దేశింగురాజు కథలో అతని పరాక్రమమును, మహబత్ ఖానుని స్నేహమును వర్ణించి చెప్పునప్పుడుగల హిందూ మహమ్మదీయ సఖ్యతను తలచి కొనియాడుదురు. ఈ జంగము కథ పద్ధతి ననుసరించి చెప్పు కథలకే, ఇప్పడు బుర్రకథలని చెప్పుచున్నారు. నూతన రాజకీయ సాంఘిక ప్రచారములను ప్రాచీన ప్రచారక పద్ధతుల ననుసరించి జంగము కథలు, తోలుబొమ్మలాటలు, వీధి భాగవతముల ద్వారా సలుపుట ఎంతో ఫలప్రదమని ఆంధ్రరత్న దుగ్గిరాల గోపాలకృష్ణయ్యగారు చిరకాలము క్రిందటనే చెప్పియున్నారు.

నాకు తెలియకమునుపే మా వూరిలో (ఇనమనమెళ్ళూరు) యుండిన తాలూకా కచ్చేరిని వంగవోలుకు మార్చిరి. కచ్చేరి యుండినప్పుడు మా వూరుకూడ పేరు ప్రతిష్ఠలతో యుండినదట. నేను కుఱ్ఱవాడనుగ నున్నప్పుడు మా వూరికి కలెక్టర్లు సబ్కలెక్టర్లు మొదలగు తెల్లదొరలు జమా బందికి వచ్చుచుండిరి. జమాబంది అంటే ప్రతి సం॥మున్ను రెవిన్యూ లెఖ్ఖలను తనిఖీ చేయుట. వారు మా వూరికి వచ్చుటకు ముందురోజున వంగవోలునుండి ఒక బిళ్ల బంట్రోతు గ్రామమునకు వచ్చి గ్రామ కరణమగు ఇనమనమెళ్ళూరి రాంభొట్లుగారిని, గ్రామ మునసబు వాకా రామిరెడ్డిగారిని చూచి దొరగారు రేపు ఈ వూరికి మకాం వేసుకొని వచ్చుచున్నారని చెప్పును. ఈ మాటను వినిన వెంటనే వీరిరువురు గ్రామ ముదామును పిలువనంపి మాలపల్లెలోనుండు వెట్టివార్లను పిలిపింతురు. గ్రామనౌకర్లను పాడుపడి యుండిన పాతకచ్చేరి సావడిని వూడ్చి నీళ్లు చల్లమని చెప్పుదురు. గ్రామచాకలిని దివిటీతో కూడ సావడివద్ద సిద్ధముగా నుండవలయునని వుత్తరువు చేయుదురు. కుమ్మరికి కూడ కబురు పంపుదురు. ఆ రాత్రి యంతయు కరణముగారికిని మునసబుగారికిని నిదుపట్టెడిది కాదు. తెల్లవారగనే లేచి మంగలి బాపిగాడిని పిలువనంపి క్షౌరమును చేయించుకొందురు. మాలమాదిగలకు కబురు పంపి తప్పెటలను, తాషామార్పములను, బూరగలను తయారు చేయుదురు. మంగల బాపిగాడిని దూదేకుల హుసేన్ సాహేబును పిలిపించి మేళమును సిద్ధము చేయమందురు. గ్రామములో పలుకుబడిగల ఆలపాటి పెదవీరాస్వామి, చినవీరాస్వామి, వెంకటస్వామి మొదలగు శెట్లకును, వాకా రామిరెడ్డి, వీరారెడ్డి, లచ్చారెడ్డి మొదలగు రెడ్డి బృందమునకును, ఇనుమనమెళ్ళూరి నల్లసుబ్బయ్య, యెఱ్ఱసుబ్బయ్య, రామస్వామి, క్రిష్ణస్వామి, మీనయ్య మొదలగు నియోగులకును, బడిపంతులు పిచ్చయ్య నంబి వరాహాచార్యులు, తంబళ పున్నయ్య అను దేవాలయముల అర్చకులకును, వేదాధ్యయనాది పండితోత్తములగు కొరవి, బుద్ధవరపు వార్లకును వీరందరకును కలక్టరు రాకను తెలియ పరుతురు. మా వూరిలో సుమారు 40, 50 బ్రాహ్మణ కుటుంబములుండెడివి. వైష్ణవులలో ఉప్పులవారు మంచి భూస్వాములుగ నుండిరి.

వీరందరుకూడా తెల్లవారగానే గుండ్లకమ్మ యేటిలో స్నానమునుచేసి వైదిక కర్మలను తీర్చుకొని విభూతి రేఖలతోను పంగనామములతోను పింజబోసిన ధోవతులతోను దొరగారి

దర్శనమునకు వేచియుండెదరు. దొరగారు ఉదయమున వంగవోలులో కాఫీని పుచ్చుకొని దొరసాని సమేతముగ రెండెద్దుల పెట్టె బండినెక్కి సుమారు రెండుగంటల కాలములో మా వూరు చేరేవారు. మావూరు వంగవోలుకు 7 మైళ్లదూరమే గనుక 9 గంటలలోపుగనే వూరికి వచ్చేవారు ఆ నాడు వూరంతయు పిల్లజల్లలతో కోలాహలముగ నుండెడిది. ముతక చీరలతో రెడ్డి పడుచులును, రంగు చీరలతో బ్రాహ్మణ ముత్తయిదువలును అక్కడ చేరేవారు.

దొరగారు వచ్చేలోపల తప్పెటలను మంటకు కాచుకొని, కాళ్లకు గజ్జలను కట్టుకొని చిందులను తొక్కుచు మాలవారు సిద్ధముగ నుండెదరు. బ్రాహ్మణులు మాత్రము మాలమాదిగలకు దూరముగ నిలుచుండెదరు. మా వూరి దేవాలయ మాన్యముల ననుభవించుచుండు భోగమువారు చెదలవాడనుండి వచ్చి ఆటపాటలను సలుపుచుండిరి. వీరిని ఆదరించి అన్నమునుపెట్టు పెద్దమనుష్యులు గ్రామములో చాలమంది యుండిరి. ఆనాడు మా వూరు పార్వేట పండుగవైభవముతో నుండెడిది.

మా వూరి గ్రామకరణము తెలివిగల ముసద్దీ. మంచి మేనిఛాయ గలిగిన భారీ విగ్రహము. బట్టతల, పెద్దబొజ్జ గలిగిన మంచి మాటకారి. ఊరివారందరికి వీరిని చూచిన భయము, భక్తి యుండినది. గ్రామ మునసబు నిరక్షరకుక్షి అయినను తన చేవ్రాలు చేయుటకు మాత్రము నేర్చుకొని యుండెను. కలక్టరుగారు గ్రామములో ప్రవేశించుటకు పూర్వమే కరణము గారు పాతలెఖ్ఖలను సవరించుకొని, పాతదస్తరమును మార్చుకొని లెఖ్ఖల తనిఖీకి సిద్ధముగ నుందురు. ముందుగవచ్చిన బిళ్లబంట్రోతులు గ్రామము మీదపడి దొరగారికి కోళ్లను, మేకలను, గ్రుడ్లను సేకరించుకొనెదరు. వంగవోలునుండి మంచి బ్రాందిబుడ్లను తెప్పించి వుంచెదరు. జనులందరు నడివీధిలో నిలుచుని దొరగారి రాకకు నిరీక్షించు చుండు సమయమున ముందుపోయిన ముదాము వచ్చి దొరగారి బండి వచ్చుచున్నదని చెప్పును. అప్పుడు భజంత్రీలు మేళమును, మాదిగ వాండ్లు తప్పెటలను వాయించెదరు. భోగమువారు కాళ్లగజ్జలతో సందడి చేసెదరు. తక్కినవారు నడుములకు గుడ్డలు చుట్టుకొని చేతులు కట్టుకొని వేచియుందురు.

దొరగారు వచ్చు పెట్టెబండిని కరణంగారు ఫర్లాంగు దూరమున చూచి గడగడ వణకుచు, ఊడిపోవు గోచిని సవరించుకొనుచుండును. బట్టతలపైన నుండు గువ్వకన్ను తలగుడ్డ పక్కకు జారుచుండును. కట్టుకున్న పాలచంగావి ధోవతి వూడిపోవుచుండును. రొంటిన

వుండిన పొడిబుట్ట క్రిందపడును. ఈ సమయమున దొరగారు, దొరసానిగారు బండి దిగుదురు. వెంటనే వీరందరు ఆ దంపతులకు రెండు చేతులతో సలాములు పెట్టెదరు. అంత మేళతాళములతోకూడ భోగము వారితో వూరేగుతు పాత కచ్చేరి సావడికి బసకు పోయెదరు. వెనుకనుండి వచ్చు రెండెద్దుల బండిలో పడక కుర్చీలు, స్నానము చేయుటకు తొట్టి, కక్కసుకుపోవు కమోడులు (మలవిసర్జన పింగాణి గిన్నెలు) మొదలగు సామానులన్నియు దిగును. కూడవచ్చిన బట్లరు (వంటవాడు) వంటకు కావలసిన సామగ్రినంతయు సరిచూచుకొని భోజనమును తయారు చేయును. దొరగారితో కూడ వచ్చిన క్యాంపు క్లర్కు (Camp Clerk) లకు మామూళ్లను చెల్లించి వారికి భోజనవసతికి యేర్పాటు చేయుదురు. మరుసటిరోజున తెల్లవారి కాఫీ పుచ్చుకొనిన పిమ్మట దొరసానితో కూడ దొరగాను తుపాకిని చేతపట్టుకొని వేటకు బయలుదేరును. మొదట వూరిలోనికి పోయి అక్కడక్కడ తిరుగుచుండిన పందులను కాల్చి చంపును. దెబ్బతగిలి క్రిందపడి కీచుకీచుమని అరచి ప్రాణమును విడుచు పందిని చూచి ప్రక్కనున్న దొరసాని, దొరగారి శూరత్వమునకు మెచ్చుకొనుచు, చేతులను తట్టి సంతోషించుచుండును. చనిపోయిన పందుల కామందులు వచ్చి యేడ్చుచు పందులను ఈడ్చుకొని యింటికి పోవుచుండిరి. పిమ్మట యేటివడ్డున వుండిన నేరేడు తోపులోనికి పోయి చెట్లమీద హాయిగ విహరించుచుండిన రంగురంగు పక్షులను కాల్చి నేల కూల్చును. క్రిందపడిన పక్షులను యేరి దొరసాని సంచిలో వేసుకొని పోవును. ఈ వేటకు కరణం మునసబుగార్లు ముందు నడుచుచు దోవ తీయుచుందురు. వేట అయిన పిమ్మట దొరగారు బసకువెళ్లి భోజనానంతరము విశ్రమించిన పిమ్మట కరిణీకపులెఖ్ఖల తనిఖీ ప్రారంభమగును. ఈ జమాబందికి చుట్టుప్రక్కలయుండు గ్రామకరణాలుకూడ లెఖ్ఖలను తీసుకొని ఈ వూరికే వచ్చెదరు. గనుక ఈ లెఖ్ఖలతనికి ఈ వూరిలో కొన్నిదినములవరకు జరుగును. కలక్టరు క్యాంపు ఈ వూరిలో నుండు నప్పుడు కలక్టరు సిబ్బంది వూర్లమీదపడి సంపాదించుకొనుచుండిరి. చదలవాడనుండి వచ్చిన భోగమువారు కూడ కరణాలను ఆశ్రయించుకొని యిక్కడనే యుండెదరు.

జమాబందికి వచ్చిన కరణాలందరు నా మేనమామ ములుకుట్ల మహాదేవయ్య గారింట బస చేయుచుండిరి. ఈ కరణాలందరికి వంతు ప్రకారము అలపాటి చినవీరాస్వామిశెట్టిగారు పొత్తరలను (భోజన సామగ్రిని) పంపుచుండిరి. మనిషికి తవ్వెడు చేరుడు బియ్యమును,

గిద్దెడు ముడిపెసలును, చిన్న నిమ్మకాయంత చింతపండును, అరగిద్ద వుప్పును, పిడికెడు మిరపకాయలను, చిన్న చిట్టెడు సిద్దెనెయ్యిని పంపుచుండిరి. ఊరిలో యుండు గొల్లలు ముంతెడు గొల్లపెరుగును పంపుచుండిరి. ఈ భోజన సామగ్రితో మా అత్తగారు ముడిపెసల ముద్దపప్పును, ఇంటిలో నుండిన వంగవరుగు ధప్పళమును, చింతతొక్కు పచ్చడిని తయారుచేసి భోజనమును పెట్టుచుండినది. ఆ దినమున వారింట వరి అన్నము గనుక మామగారు నన్నుకూడ భోజనమునకు పిలిచేవారు. భోజనానంతరమున కరణాలందరు వీధిపంచలో కూర్చుని ఘాటయిన పాటిపొగాకు చుట్టలను పీల్చిన పిమ్మట చెంబెడు నీళ్లను త్రాగి, నులకమంచములపైన పరుండి గాఢ నిద్రను పొయ్యేవారు. ఆ కాలపు కరణాలు మంచి తిండిపుష్టిని, కండపుష్టిని కలిగిన భారీవారగుటవలన, శెట్టిగారు పంపిన తవ్వెడు చేరుడు బియ్యపు అన్నము వీరికి చాలిచాలక యుండెడిది. వీరందరు అద్దంకి అయ్యవార్లంగారి ముద్దరను వేసుకొనిన శిష్య వర్గమునకు చేరినవారగుటవలన వైష్ణవ సాంప్రదాయముల ననుసరించి దినచర్యను జరుపుచుండిరి. దట్టమైన తిరుమణి శ్రీ చూర్ణములను ధరించుచుండిరి. తులసి పూసల దండలను తామరపూసల దండలను త్రిప్పుచుండిరి. చుట్టలను కాల్చుచుండిరి. నస్యములను పీల్చుచుండిరి. పలుమారు కోర్టుల కెక్కుచు, రైతులను ఆశ్రయించి వ్యవహారములను పెంచి, పేచీలనుపెట్టి నేర్పుగ ప్రయిపేటును చేయుచు పొట్ట పోసుకొనుచుండిరి.

పొరుగూర్లనుండి వచ్చిన ఈ కరణాలందరు జమాబందిని ముగించుకొని వూర్లకు పోవునపుడు - 'అబ్బాయి నీవు శెనగపప్పును కొనుక్కోమని తలా ఒక కాణీడబ్బును నా చేతిలోపెట్టి పోవుచుండిరి. అప్పటినుండి మరల వీరు మామయ్య ఇంటికి యెప్పుడు వచ్చెదరా అని నేను వీరి రాకకు యెదురుచూచుచుండెడివాడను.

నా కాపురము, కమామీసు బందరు వీధిలో యున్నప్పుడే ఎగ్మూరులో యొక స్వంత భవనమునుకొని దానిని పెద్దదిగా కట్టించి, బందరు వీధినుండి ఎగ్మూరుకు మారితిని. ఎగ్మూరు యింటికి పోయిన పిమ్మట మందుల వ్యాపారము యింకను వృద్ధి అయినది. ఇంటికి సమీపముననుండు పూనమల్లి హైరోడ్డులో నొక పెద్దభవనమును అద్దెకు తీసుకొని అక్కడ ఆఫీసును మందులుచేయు ఫాక్టరీని యుంచితిని. అక్కడనే లోధ్ర ముద్రాలయమునుకూడ స్థాపించితిని. అక్కడనుండియే 'గృహలక్ష్మి' పత్రిక వెలువడినది.

# 12

## అవాంతర దశ

మేము బందరువీధిలో నుండగా 22-9-1914 తేదిన మొదటి ప్రపంచ యుద్ధములో జర్మన్ క్రూయిజర్ 'యమ్డన్' మద్రాసుపై ఫిరంగిగుండ్లు వదలినది. రాత్రి 9 గం||లకు భోజనానంతరము యింటి వరాండాలో యుంటిని. అకస్మాత్తుగ సముద్రములోనుండి గొప్ప వెలుతురును శబ్దమును చూచితిని. ఈ శబ్దము ఏమైనది ఎవరికి తెలియక గుంపులు గుంపులుగా సముద్రతీరము వద్దకు పరుపెత్తిరి. నేనును కొంతదూరము వరకు పోయి బర్మాషెల్ ట్యాంకులు భయంకరముగ తగలబడుట చూచి వెనుకకు తిరిగితిని, 'యమ్డన్' మద్రాసుపై అకస్మాత్తుగ ఫిరంగుల గాల్చి పరుగెత్తి పోయెను. 'యమ్డన్' పోయిన పిమ్మట మనవారు కోటలోనుండి సముద్రముమీద ఫిరంగీలను పేల్చిరి. ఆనాడు రాత్రి మద్రాసునుండి జనము దిక్కు తెలియక నలుదిక్కులకు పరుగెత్తిరి. ఇల్లు విడచి పోలేనివారు అక్కడనే వుండిపోయిరి. తెల్లవారగనే పురజనులు సముద్రము వద్దకు వెళ్లి పేలిన ఫిరంగీగుండ్ల వుక్కుముక్కలను యేరుకొనిపోయి 'యమ్డన్' జ్ఞాపకార్థము యింటిలో భద్రపరచుకొనిరి. నేనును ఒక ముక్కను తెచ్చితిని.

ఆనాటి ఫిరంగీగుండు ఒకటి హైకోర్టు ప్రహరీగోడకు - తూర్పుదిశనున్న దానికి తగిలినది. దానివల్ల ఆ గోడ కొంత బొక్క పడినది. ఆ విశేషమును తెలుపుచు నా గోడను రిపేరు చేసినప్పుడా చోటు నీ క్రింది విధముగా నొకరాతిపై చెక్కించి గోడలో నమర్చియున్నారు. '1914 సెప్టెంబరు 22వ తేది రాత్రి జర్మన్ క్రూయిజర్ 'యమ్డన్' మద్రాసును ముట్టడించినప్పుడు ఒక గుండు ఈ ప్రహరీగోడకు తగులగా ఈ భాగమున కొంత గోడ ఎగిరిపోయినది'. జబ్బుగ యుండిన నా భార్య ఫిరంగి శబ్దములకు అదురుకొనగా స్మృతితప్పి క్రమముగ తెలివివచ్చెను. అప్పుడది జరిగెను. రెండవ ప్రపంచ యుద్ధములో 1941 డిశంబరు జనవరి నెలలో జపాను ఓడలు మద్రాసుకు వచ్చుచున్నవని పుకారు కలిగినప్పుడు మద్రాసు జనమంతయు నలుదిక్కులకు పారిపోయినప్పుడు నా భార్యయు ఒంగోలుకు పోయి మా బంధువు చివుకుల శ్రీరామశర్మగారి యింట మరణించెను.

ఆమె క్రతువులు గడిచిన పిదప కొన్నాళ్లు నేను మద్రాసులో ఉంటూ ఉండగా బర్మాలో జపానువారు విజృంభించుకొలది సింగపూరు పడిపోయిన పిదప జపాను సేనలు ఏనాడో

మద్రాసులో దిగునన్న భీతాహము ప్రజలలో హెచ్చసాగెను. రోజు రోజును వందలు వేలు జనము మద్రాసు విడిచి ఇతర ప్రదేశములకు పెళ్లిపోజొచ్చిరి. ఏప్రిల్ 1, 2 తేదులనుండి కలకత్తాలో బాంబులు పడినవని పట్నములో పుకార్లు రేగినవి. 3వ తేది మాయింట మహాదేవయ్య పెండ్లి, 4, 5-పై వార్తలింకను ప్రబలమైనవి. 6వ తేది మధ్యాహ్నమున మద్రాసులో తీరమునకు సమీపముగా శత్రునౌకలు తిరుగుచున్నవనియు, ఎప్పుడైన దాడి జరగవచ్చుననియు, ఈ సారి ఊదబోవు హెచ్చరిక బాకా అభ్యాసమునకు గాక, వాస్తవమే అని తలచుడనియు - ప్రభుత్వమువారు శబ్దవిస్తరణ యంత్రసాయము నగరమంతయు చాటిరి. 22-9-1914 నాటి అనుభవము తిరిగి స్మృతికి వచ్చెను. నేనును, బంధువులను స్థలాంతరమునకు పంపుటకై రైలుకు వెళ్లియుండి, మిత్రుల బంధువుల బలవంతమున పట్నము వదలి వెళ్లితిని. ఉన్నవారు చిల్లర దొరకక, తినుటకు వస్తువులు దొరకక, హోటళ్లలో కాఫీయు దొరకక చాల బాధపడిరట. 14, 15, 16 తేదులలో పట్నం ముప్పాతికకుపైన ఖాళీ అయినదట. పిదప క్రమముగా తిరిగి పూటుకొన్నది. అప్పుడారునెలల పర్యంతము 'కేసరీ కుటీరం' ఆఫీసును తిరుచూరుకు మార్చితిమి. నేను ముగ్గురు పిల్లకాయలను దగ్గరదీసి పెంచి పెద్దచేసితిని. వారిలో మొదటివాడు శిష్ట్లా శేషగిరి. వీడు నాకు దగ్గిర బంధువు. వీడిని యింటర్ ప్యాసు చేయించితిని. పిదప గవర్నమెంటు ఇండియన్ మెడికలు స్కూలులో చేరి LL.M. డిప్లొమాను పొందెను. నా యనుభవమును వానికి బోధించితిని. క్రమముగ అన్ని కార్యములలో సమర్థత కల్గిన పిమ్మట కేసరి కుటీరమునకు వైద్యుడుగను, ఆఫీసునకు మేనేజరుగను నియమించితిని. ఒంగోలు కాపురస్తుడగు శ్రీ చివుకుల శ్రీరామశర్మగారి పుత్రికనిచ్చి వివాహమును చేయించితిని. వీరిని నావద్దనే యుంచుకొంటిని. వీనియందు నాకు కలిగిన నమ్మకము, అనురాగమువలన కేసరి కుటీరమును లిమిటెడ్ కంపెనీగా మార్చునపుడు, వీడికి కొన్ని షేర్లనిచ్చి కంపెనీకి డైరక్టరుగ నియమించితిని. వీనికి బిడ్డలు కలిగి సంసారము పెద్దది కాగానే ఎగ్మూరులో నాకు వున్న యిండ్లలో ఒక యింటిని వీడిపేరట చేసి, వీడి కుటుంబమును నా యింట నుండి అక్కడికి మార్చితిని.

ములుకుట్ల మహాదేవయ్య. వీడు నా బావమరిది కుమారుడేగాక నా మేనమామ మనుమడు, ఆపేరటివాడు. వీనినికూడ చిన్ననాటినుండి చదువు చెప్పించి పెంచి పెద్ద చేసితిని. వీనికి రావు బహుదూరు కవికొండల బ్రహ్మయ్య పంతులుగారి కుమార్తె నిప్పించి

పెండ్లి చేసితిని. భార్యాభర్తలకు కేసరి కుటీరమున నౌకరినిచ్చి నాయింటనే కాపురముంచితిని.

చివుకుల చెంచుపున్నయ్య. వీడు నా మరదలికొడుకు. వీడిని కూడ చిన్నప్పటినుంచి నావద్దనే పెంచితిని, వీడు ప్రస్తుతము 'గృహలక్ష్మి' పత్రికకు సంయుక్త సంపాదకుడుగాను, వీని భార్య సహాయకారిగను పనిచేయుచున్నారు. నెల్లూరిలో నాకు ముఖ్యస్నేహితులు మైదవోలు చంగయ్య పంతులుగారును, (Public Prosecutor), A. సంతానరామయ్య గారును (V.R.H. School, Headmaster) చుండూరి వెంకట క్రిష్ణయ్య గారును (Vakil), విస్సా రాజగోపాలరావుగారును (Vakil) యుండిరి. మొదటి ముగ్గురును గతించిరి. వీర్ల స్నేహమువల్ల నేను పలుమారు నెల్లూరికి పోవుచుంటిని. తిక్కన జయంతి ఉత్సవాదులలో పాల్గొనుచుంటిని. దసరా ఉత్సవముల లోను పాల్గొనుచుంటిని. గృహలక్ష్మీ స్వర్ణకంకణ బహుమానములను శ్రీమతి కనుపర్తి వరలక్ష్మమ్మగారికిని, శ్రీమతి చిలకపాటి శీతాంబగారికిని, శ్రీమతి కవితిలక కాంచనపల్లి కనకమ్మ గారికిని, శ్రీమతి కమలాదేవిగారికిని నెల్లూరి పురమందిరముననే ప్రోగ్రసీవు యూనియన్ తరఫున యిచ్చితిని. మొల్లజయంతులను జరిపించి స్త్రీ రచయితలకు బహుమానముల నచ్చుటనే యిచ్చితిని.

మద్రాసులో నెల్లూరి విద్యార్థుల సంఘము వుండేది. ఈ సంఘమునకు చేరిన విద్యార్థులును, నెల్లూరునుండి మద్రాసుకు వచ్చి ఉద్యోగములలో యున్న వారును కలసి ప్రతి సంవత్సరము వనభోజనమునకు సమీపమునయుండు తిరువత్తూరు, విల్లివాకము, అమింజికరె, అడయారు మొదలగు స్థలములకు పోయి అక్కడ ఒక దినమంతయు గడిపి మరునాడు యిండ్లకు వచ్చుచుందుము. ఈ విద్యార్థులందరు గలసి సుమారు 150 మంది యందురు. ఈ వనభోజనమునకు విద్యార్థులందరు చందాలు వేసుకొని కూడిన డబ్బును నావద్ద తెచ్చియిచ్చేవారు. మిగత కావలసిన డబ్బును నేను వేసి ఆ ఖర్చులన్నియు చేయుచుంటిని. పోయిన స్థలములో పిల్లకాయలు భలిగుడు యాటలు, చీట్లాటలు ఆడి భోజనానంతరము సమీపమున నుండు కొన్ని చూడదగిన స్థలములకు పోయి వచ్చుచుండిరి. చెయి తిరిగిన ఆంధ్రులను వంటకు తీసుకొనిపోయి మంచి తెలుగు వంటలను చేయించి పిల్లకాయలకు తృప్తిగ పెట్టుచుంటిని. విద్యార్థులను జూచిన నాకు ప్రేమ అధికము. పేద విద్యార్థులకు చాలమందికి చదువు చెప్పించితిని. విద్యార్థినులను,

B.A.M.A. వరకు చదివించితిని. వారందరు కూడ మంచి ఉద్యోగములలో యున్నారు. నేను వారిని చూచినప్పుడు ఆనందించుచుందును. పరులకు చేసిన మేలును చెప్పుకొనకూడదను న్యాయము నాకు దెలిసినను, ఈ సందర్భములో చెప్పవలసి వచ్చినది.

# 13

## ద్వితీయం

నాకు 43 సం|| వయసు అయినది. రోగపీడితురాలయిన భార్య యింట యున్నది. ఇంటిలో మరి యెవరును లేరు. నాకు కొంత ఆస్తి, ఇల్లు, వ్యాపారము చేకూరినది. సంతానము లేదు. సంపాదించిన సొత్తునకు వారసులు లేరు. ఈ సమయమున నా బావమరిది కొడుకును దగ్గర తీసితిని. వాడు చనిపోయెను. పిల్లవాడు చనిపోయిన వెంటనే మాకు విరక్తిభావము మనసునకుతోచి ఇరువురము తీర్థయాత్రలకు ప్రయాణమైతిమి. ఉత్తర దక్షిణ యాత్రలన్నియు మూడు మాసములలో ముగించుకొని యిల్లు చేరితిమి. నా భార్య జబ్బు దినదినాభివృద్ధి యగుచుండెను.

సంతానముకొఱకు మేము తీర్థయాత్రలన్నియును ముగించుకొని యిల్లు చేరితిమి. నాకు సంతానాపేక్ష అధికమగుకొలది నా భార్యకు జబ్బు కూడ అధికమై లేవలేనంత స్థితికి వచ్చి మంచమెక్కెను. ఆమెకు వుపచారము చేయుటకుగాని నాకు సహాయపడుటకుగాని ఇంటిలో కూలివారు తప్ప మరియెవరును లేకపోయిరి. నా ఉద్యోగము పెద్దది. ఈపరిస్థితులలో నేను రెండవ వివాహమును చేసుకొనుటకు నిశ్చయించితి గాని 43 సం|| వయసుగల నాకు తగువయస్సు వచ్చిన పెండ్లాము యెట్లు లభించగలదు.

కొచ్చిరాజ్యమున కేరళస్త్రీలను బ్రాహ్మణులు వివాహమాడు సాంప్రదాయమున్నదని తెలుసుకొని తిరుచూరులో కేరళస్త్రీని వివాహ మాడితిని. అప్పుడామెకు 28 సం|| వయసుండును. ఈమె ఈ వూరిలో ఒక వకీలు కుమార్తె. విద్యావంతురాలు. ఆయుర్వేద వైద్యమునందు పరచయము గలది. ముఖ్యముగ స్త్రీల రుగ్మతలను కనుగొని చికిత్సచేయు నిపుణురాలు. శిశుచికిత్స దెలియును. ఔషధములను చక్కగ తయారుచేయు అనుభవమును గలది. ఓషధి జ్ఞానమున్నది. ఈమె నాయింటికి వచ్చిన పిదప కేసరి కుటీరములో తయారుచేయు ముఖ్య ఔషధములన్నియును ఈమెయే తయారు చేయచున్నది. వైద్యశాలకు వచ్చిన స్త్రీలను, బిడ్డలను పరీక్షించి చికిత్స చేయుచున్నది. క్రమముగ ఆఫీసు పనులను నేర్చుకొనినది. ఇంటి పనులను మెళకువతో గమనించుచు నాకు తోడునీడ అయినది. ఇప్పుడు నాకు చాలాభారము తగ్గినది. ఈమె పేరు మాధవి,

ఈమె నాయింటికి వచ్చిన మరుసటి సంవత్సరమున నాకు కుమార్తె పుట్టినది. కుమార్తె పేరు శారదాదేవి. ఈ కుమార్తెకు యుక్తవయస్సు రాగానే వివాహ ప్రయత్నమును చేయవలసి వచ్చినది. తిరుచూరుకు సమీపమున సుప్రసిద్ధి క్షేత్రము గురువాయూరు గలదు. ఇది విష్ణుక్షేత్రము. మన ప్రాంతమున తిరుపతి వెంకటేశ్వర కొండ యెంత ప్రసిద్ధియో కేరళ రాజ్యమున గురువాయూరు విష్ణుమూర్తికి అంత ప్రఖ్యాతి. ఈ దేశమున ఈ దేవుని 'గురువాయూరు అప్పన్' అనెదరు. ప్రతిదినము ఈ దేవుని పూజించుటకు వేలకొలది భక్తులు వచ్చి పూజించి పోవుచుందురు. ఈ నారాయణ క్షేత్రమున నంబూదిరీ బ్రాహ్మణ పండితోత్తములు కొందరు చేరి నారాయణ జపము, భజన, ఉపన్యాసములను ఇచ్చు పండిత బృందమొకటి గలదు. ఆ భక్తబృందమునకు చేరిన దివాకరనంబూదిరి బ్రాహ్మణుడు గలడు. ఈయన వేదాంతాది శాస్త్రవేత్త. భక్తుడు, భాగ్యవంతుడు. వీరి కుమారుడగు చిరంజీవి బాలకృష్ణునకు నా కుమార్తె చి| సౌ| శారదనిచ్చి వివాహమును చేసితిని. ఈ నంబూదిరి బ్రాహ్మణుని భార్య సుప్రసిద్ధ నడుంగాడి కుటుంబమునకు చేరిన కేరళస్త్రీ. నా అల్లుడు M.B.B.S. డాక్టరు పరీక్ష నిచ్చి మద్రాసు జనరల్ హాస్పటల్లో యుండి పిమ్మట ఇటీవల ముగిసిన రణరంగమునకు వెళ్లి తిరిగి వచ్చి మద్రాసులో జనరల్ హాస్పిటల్లో నున్నాడు. (Capt. T.M.B.Nedungadi, I.M.S.). వీరికి ఇప్పుడు నలుగురు బిడ్డలు గలరు. పెద్దకుమారుని పేరు రాధాకృష్ణుడు, రెండవ కుమారుని పేరు బాలకేసరి. మూడవ కుమార్తె పేరు మధుమాధవి. చిన్న కుమారుని పేరు జయచంద్రుడు. మా అల్లుని యిద్దరి చెల్లెండ్రను కొచ్చి రాజు కుమారులగు రాజాకేరళవర్మ, రాజారామవర్మ రాజులకిచ్చి వివాహమును చేసిరి. ఈ యిరువురు రాజబంధువులేగాక మూడవవారగు రాజారవివర్మగారుకూడ దగ్గిర బంధువు. వీరు రాజ్యమును చేయుటకు సమీపమున నుండినవారు. కనుక నా రెండవ కల్యాణమువలన రాజబంధువులుకూడ నాకు గలరు. ఈ రాజకుమారులు సదాచార సంపన్నులు. దేవ బ్రాహ్మణ భక్తి గలవారు. మద్రాసులో కొచ్చిరాజులకు కొచ్చి భవనము Cochin House ఉన్నను, వీరు మద్రాసుకు వచ్చినప్పుడెల్లను నాయింటనే బస చేయుచుందురు. మేము మైసూరులో కాపురమున్నప్పుడు చాముండేశ్వరి మాకు రెండవ కుమార్తెను ప్రసాదించినది. ఈమెపేరు వసంతకుమారి, నా మరదలు కాత్యాయనియను ఆమె వితంతువు; బిడ్డలు లేరు. నా యింటనే బిడ్డలను కనిపెట్టుకొని యున్నది.

కొచ్చిరాజ్యము కేరళదేశములో నొక స్వతంత్రరాజ్యముగ నుండెను. ఈ రాజ్యమునుచూచి ఉప్పొంగని వారుండరు. దేశమంతయు ఉద్యానవనముగ కాన్పించును. ఇది పడమటి సముద్రతీరమున నున్నది. పడమటి కనుమలు ఈ రాజ్యమును అనుసరించి బారులు తీరియుండును. కొచ్చిరాజ్యము కొండలతోను అడవులతోను కూడియున్నది. భూమి చాలభాగము గుంటుమిట్టలతో నుండుటవలన పంటలకు ముఖ్యముగ వర్షమే ఆధారము. ఈ రాజ్యమున వర్షకాలము యేడుమాసములయినను ముఖ్యముగ జూన్ జులై మాసములు యెడతెగక రాత్రింబవలు కుంభవర్షము కురియును. ఇక్కడ వర్షాకాలము ఎండాకాలములేగాని శీతకాలము లేదు. జోరున వర్షము కురియనప్పుడుకూడ వుక్కపోయుచుండును. దినమునకు రెండు పర్యాయములైనను గుంటలలో స్నానమును చేయకుండ నుండలేరు.

కేరళ స్త్రీలు వివాహమాడవలయునని నిర్బంధము లేదు. అనేక యిండ్లలో బ్రహ్మచారిణులున్నారు. సన్యాసినులున్నారు; వేదాంతవేత్త లున్నారు; కేరళ దేశవాసులు శాక్తేయులు. స్త్రీలు విభూతి, కుంకుమలను ధరించుకొనెదరు. ఉమా, కాత్యాయిని, పార్వతి, శారద, మాధవి మొదలగు పేర్లను పెట్టుకొనెదరు. ఈ దేశమున శక్తి ఆలయములు మెండు. పునర్వివాహము సర్వసామాన్యము. విడాకులు అమిత సులభము. ఈ దేశమున నంబూదిరి బ్రాహ్మణులకు మంచి పలుకుబడి గలదు.

తిరుచూరు కొచ్చిరాజ్యమునకు చేరిన మంచి వాసయోగ్యమైన పట్టణము. కొచ్చిరాజ్యమున కెల్ల ఈ వూరి బావుల జలము మంచి ఆరోగ్యము నిచ్చునవి. ఈ వూర 7 మాసములు వర్షాకాలమగుటచే బావులలో నీరు పైభాగము వరకు వచ్చుచుండును. నేల కంకరభూమి అగుటవలన నీరు నిర్మలముగనుండును. కేరళదేశస్థులు నీళ్లను చూచినప్పుడెల్లను స్నానముచేయుటకు ఇష్టపడెదరు. కనుకనే వీళ్లను 'నీళ్లకోళ్లు' అనెదరు. ఈవూరిలో అక్కడక్కడ స్నానము చేయుటకు తటాకములు గలవు. ప్రతి దేవాలయము ప్రక్కనను స్నానముచేయు కోనేళ్లు కలవు. ఇక్కడివారికి చెంబుతో నీరును నెత్తినపోసుకొను అలవాటు లేదు. గుంటలలో మునిగి స్నానము చేయనిది తృప్తిలేదు. ఆడవారికందరికి ఈత తెలియును. ప్రజలందరు ప్రాతఃకాలమున లేచి స్నానముచేసి దేవాలయములకుపోయి దేవుని పూజించిన పిమ్మటనే వారివారి ఉద్యోగములకుపోవు ఆచారము గలదు. భోజన పదార్థములలో కొబ్బెర తురుమును, కొబ్బెర నూనెను విరివిగ

వాడెదరు. స్నానమును చేయునప్పుడు వీరు వంటికి, తలకు టెంకాయ చమురును పట్టించుకొని స్నానమును చేసెదరు. ఈ అలవాటు వలన వీళ్లకు చర్మవ్యాధులు రావు. స్త్రీల శిరోజములు దీర్ఘముగ పెరిగి తుమ్మెద రెక్కలవలె నల్లగ మిసమిసలాడుచుండును. వేడినీళ్ల స్నానమెరుగరు. భోజనము సాత్వికాహారము. స్త్రీలకు ఉండునంత స్వతంత్రము పురుషులకు లేదు. సంపన్నుల యిండ్లలో స్నానమును చేయుటకు తోటలలో తటాకములను త్రవ్వించుకొని యిష్టము వచ్చినప్పుడెల్లను స్నానమును చేయుచుందురు. తమ యిండ్ల చుట్టు వివిధ ఫల వృక్షములను నాటి, పెంచి వాటి ఫలములను అనుభవించెదరు. అనేకరకములైన అరటి, పనస, ముఖ్య ఫల వృక్షములు, జాజికాయ చెట్లునుండును. ప్రసిద్ధములైన కొబ్బరిచెట్లు గలవు. అరటి ఆకులలో పొడుగాటి మనిషి పడుకొని హాయిగ నిద్రించవచ్చును. నేంద్రం అరటిపండ్లు చాలా ప్రశస్తములయినవి, మంచి ఆరోగ్యమునిచ్చు ఫలములు. పనసపండుతోను నేంద్రం అరటిపండుతోను హల్వాను తయారుచేసి జాడీలలో నిల్వయుంచుకొని పండుగలకు పాయసమునుచేసి భుజించెదరు. శుభకార్యములకు పిండి వంటలకంటె పాయసములే ముఖ్యములు. పాలుపాయసం (బియ్యం, పాలు, చక్కెర), చక్క ప్రధమన్ (పనసపండు, బెల్లం పాయసం) నేంద్రపళం ప్రధమన్ (నేంద్ర అరటిపండు, బెల్లం పాయసం) పచ్చపయిరు ప్రధమన్ (పెసరపప్పు, బెల్లం, కొబ్బరతురుం పాయసం) ఈలాటివి యింకను కొన్ని పాయసములను తయారు చేసెదరు. నేంద్ర అరటి కాయలతో వుప్పుగాను తీపిగాను వరవలుచేసి నిల్వవుంచుకొని కాఫీతో కూడ చిరుతిండిగ నుపయోగించెదరు. బిడ్డలకు బిస్కతులకు బదులు వీటి నిచ్చెదరు.

తిరుచూరు అష్టాంగ ఆయుర్వేదవైద్యమునకు పుట్టినిల్లు. శాస్త్రసమ్మతమైన ఔషధ రాజములను తయారుచేయుటకు వనఓషధులు యిక్కడ లభించునట్లు మరియెక్కడను లభింపవు. తెల్లవారగనే పడమటి కనుమలనుండి పచ్చిమూలికలను మోపులుమోపులుగ దెచ్చి విక్రయించెదరు. ఒకే తడవ సుగంధి పాల వేరు, అశోక పట్ట, బిల్వవేరు మొదలగునవి యెన్ని టన్నులు కావలసినను దొఱకును. ఈ వూరినిండుగ ఓషధి ద్రవ్యములను, ఔషధములను విక్రయించు అంగళ్లు గలవు. ఇక్కడి వారు ప్రతిదినము యేదో ఒక తైలమును వంటికి, తలకు రాచుకొననిది స్నానమును చేయరు. వాత వ్యాధులను కుదుర్చుకొనుటకు పలుదేశములనుండి యిక్కడికి వచ్చి చికిత్సలను

పొందెదరు. నవరక్కిళి, పిళింజలు, ధార మొదలగు ప్రత్యేక చికిత్సలను చేయుటకు యిక్కడ సమర్థులున్నారు. సర్కారు ఆయుర్వేద వైద్యశాల యున్నది. సుప్రసిద్ధమాను వైద్యవేత్తలు యిక్కడివారే.

ఔషధములను తయారు చేయుటకు అన్ని అనుకూలములు యిక్కడనున్నందున ఈ వూరిలో 'కేసరి కుటీరము'ను స్థాపించితిని. విశాలమైన తోటలో నివసించుటకు చలవరాళ్లు పరుపబడిన మంచి బంగళాను, ఔషధములను తయారు చేయుటకు అనుకూలమైన కట్టడమును, వనమూలికలను దెచ్చి శుభ్రపరచి సారహీనము కాకుండ భద్రపరచుటకు తగువైన స్థలమును ఆఫీసుకు, అతిథులకు ప్రత్యేకమైన గృహములును నిర్మించబడినవి.

ఈ వూరి ఆయుర్వేద వైద్యులు ఇంగ్లీషు డాక్టర్లవలె రోగులకు కావలసిన మందులకు జాపితా (Prescription) వ్రాసి యిచ్చెదరు. రోగులే అంగళ్లకు పోయి జాపితా ప్రకారము మూలికలను దెచ్చుకొని, మందులను వారే తయారుచేసుకొని సేవించెదరు. ఈ కారణమువలన ఈ వూరి వారందరును సామాన్యముగ ఔషధములను చక్కగ తయారుచేయు అనుభవము గలిగియున్నారు.

తిరుచూరు మధ్యలో గొప్ప శివాలయము గలదు. ఈ స్వామిపేరు వడకనాథన్. ఇది పరశురాముల ప్రతిష్ఠ ఈ ఆలయములోని శివలింగము పైకి కనుపడదు. ఈ లింగమునకు ప్రతిదినము నెయ్యిని అభిషేకమును చేయుటవలన పేరిన నెయ్యి లింగాకారముగ సుమారు 10, 12 అడుగుల పొడవుగ కనుపించును. ఈ లింగము వేసవికాలములో కూడ కరుగక పోయినను నెయ్యిభారమువలన అప్పడప్పడు విరిగి కూలుచుండును. ఈ విరిగిన నెయ్యి చర్మవ్యాధులకు మంచిమందని కొందరు కొనుక్కొని పోవుదురు.

ఈ దేవాలయములోని అర్చకులు చక్కగ చదువుకున్న సంబూదిరి బ్రాహ్మణులు; మంత్ర శాస్త్రవేత్తలు, సంస్కృత పండితులు, బ్రహ్మచారులు. వీరు పొరపాటున యెప్పడైన స్త్రీలను చూచుట తటస్థించునేమోయని వీళ్లకు ప్రత్యేకముగ దేవాలయ ఆవరణములోనే ఇంటిని గట్టించి ఇంటిచుట్టూ పెద్దప్రహారీగోడను కట్టి అక్కడ వీరు నివసించుటకు నిర్బంధమగు యేర్పాట్లు గలవు. ఈ యింటివాకిట సిపాయి పారాకూడ కలదు. వీరు నివసించు యింటినుండి దేవాలయమునకు పోవుటకు ప్రత్యేకమైన సందుదోవను యేర్పాటుచేసి వున్నారు. ఈ అర్చకులు రాత్రి 3 గంటలకు నిదురలేచి వారు నివసించు ఆవరణములోని గుంటలో స్నానమును చేసి, అనుష్టానములను తీర్చుకొని దేవతార్చనకు పోయెదరు.

ఈ దేవునకు ప్రతి సంవత్సరము 'పూరం' అను ఉత్సవము జరుగును. ఈ ప్రాంతమున కెల్లను ఇది గొప్ప తిరునాళ్ళు. ఈ ఉత్సవములో విశేషమేమన 12 గొప్ప ఏనుగులను బంగారు తొడుపులతో అలంకరించి దేవుని వూరేగించెదరు. కొచ్చి రాజ్యము గొప్ప ఏనుగులకు ప్రసిద్ధము. ఈ యేనుగులు దేవాలయమునుండి బారుతీరి సోల్జర్లు (Soldiers) నడిచినట్లు అడుగులను వేయుచు నడుచునప్పుడు ఆ దృశ్యము అద్భుతమును గలుగ చేయును. ఇటువంటి వుత్సవము మరి యెక్కడను వుండదు. ఈనాడు రాత్రి స్వామికి బాణవేడుక జరుగును. ఈ బాణవేడుకను రెండు కక్షలవారు ఒకరికంటె ఒకరు బాగుగ చేయవలెననే యేర్పాటును చేయుదురు. ఇందుకు వీరు చాల ధనమును ఖర్చు పెట్టుదురు. రాత్రి 10 గంటలు మొదలు తెల్లవారి 5 గంటలవరకు బాణవేడుక జరుగును.

# 14

## తీర్థయాత్రలు

అలహాబాదులో 1910 సం|| డిశంబరు నెలలో కాంగ్రెసు మహాసభ జరిగినది. ఈ సభకు నేనును నెల్లూరినుండి పబ్లికు ప్రాసిక్యూటరుగ నుండిన శ్రీ మైదవోలు చంగయ్య పంతులుగారును, వెంకటగిరిరాజుగారి ఉన్నత పాఠశాలకు అప్పటి ప్రధానోపాధ్యాయులు శ్రీమాన్ ఏ. సంతాన రామయ్యంగారును, అభ్రకపు గని స్వంతదారులగు శ్రీ విస్సా లక్ష్మీ నరసయ్యపంతులుగారును వెళ్లితిమి. మహాసభానంతరము అక్కడ నుండి కాశీయాత్రకు వెళ్లితిమి. నేనును విస్సా లక్ష్మీనరసయ్య పంతులుగారును కుటుంబములతో బయలుదేరితిమి.

కాశీలో తీర్థవాసియగు పుచ్చా సుబ్రహ్మణ్యశాస్త్రి యింట బస చేసితిమి. వీరు పూర్వము రాజమహేంద్రవర ప్రాంతములకు చెందిన ఆంధ్రులు. చాలకాలమునుండి ఇక్కడనే స్థిరనివాసియై మంచి స్థిరాస్థిని సంపాదించినవారు. కొన్ని గృహములకు యజమానుడు. మమ్ములనొక గృహము నందుంచెను. వీరి వ్యాపారమును సాగించుటకు వీరివద్ద కొందరు గట్టివారు గుమాస్తాలుగ నుండిరి. వారిలో ఒక గుమాస్తాను మాకు అప్పచెప్పిరి.

'వారణాశి" అని కాశీకి మరొకపేరు. 'వారణా' 'అశి' అని రెండు ఉపనదులు కాశీకి రెండువైపుల ప్రవహించి గంగలో కలియును. ఆ రెండు నదుల మధ్యయుండుటచే "వారణాశి" అని ఆపట్నము నందురు. పట్నమంతయు అర్ధచంద్రాకారముగ నదిగట్టున పొడవుగా నుండును. పురాతన పట్నమగుటచే కాటోలు, ఎత్తయిన ఇండ్లతో, మేడలతో, ఇరుకు వీధులతో నిండియుండును. కావున తెలిసినవారి సహాయము లేనిదే కొత్తవారు ఆ పట్నములలో తిరుగజాలరు. నది పొడవున భవనములున్నవి. ధనాఢ్యులు పలు ప్రాంతములనుండి పిదప కాలమున వారణాశిలో నివసించి, అక్కడనే మృతిచెందిన - సరాసరి స్వర్గము చేరుదమని ఆ భవనముల కాపురముందురట. నది పొడవున పురాణ ప్రసిద్ధములు చరిత్రాత్మకములు నగు అనేక 'ఘట్టము'లు కలవు. దశాశ్వమేధ ఘట్టము, హరిశ్చంద్ర ఘట్టము మున్నగునవి అట్టివే. ఇక్కడనే ఊరి మధ్య 'జ్ఞానవాపి' లేక 'కూపము' కలదు. యాత్రికులు ఆక్కడకువెళ్లి పూలు, పండ్లు అందువేసి పవిత్రులు, 'జ్ఞానవంతులు' నగుదురు. అయితే వారు అందువేసిన వస్తువులు కుళ్లి దుర్గంధములే

అగుచుండును. 'గౌడిదేవిగుడి' యని - యొకటి హరిజనవాడ మధ్యనున్నది. ఎంతటి ఆచారవంతులైనను ఆ వాడకు అరమరికలు లేకుండా వెళ్లి గవ్వలుకొని ఆ గుడిలోవేసి వచ్చినగాని కాశీయాత్ర ఫలితము దక్కదు అని వాడుక. నది కావలిగట్టున కాశీమహారాజుగారు నివసింతురు. వారి ఆఫీసులు అక్కడనే యుండును. యాత్రికులలో నుత్సాహవంతులు కొందరు పడవలపై నది దాటి వానినన్నిటిని చూచివత్తురు. పలుదేశములనుండి పలువురు వచ్చి పోవుచుందురుగాన పట్టణమున 'గల్లీ'లు (వీధులు) చాల అపరిశుభ్రముగా నుండును.

**'నఃమణి కర్ణికాసమంతీర్థం - విశ్వేశ్వర సమంలింగం -**

**నఃకాశీ సదృశీపురీ - నాస్తి బ్రహ్మాణ్డ గోళకే'**

అను పూర్వుల సుభాషితము. మహమ్మదీయులకు మక్కా, క్రీస్తువులకు జరూసలము, బౌద్ధులకు బుద్ధగయ ఎటులనో హిందువులకు కాశీక్షేత్రము అటువంటిది. 'కాశ్యాంతు మరణాత్ ముక్తిః' ప్రాణ ప్రయాణ సమయమున కాశీక్షేత్రమునందే నివసించి మరణించవలయుననే అభిలాష అనేకులకు గలదు. కాశీయాత్ర చేయుటకు రైలు సౌకర్యములు లేనికాలమున అనేకులు తమ ఆస్తులను గురించి తగు యేర్పాటులను చేసి బంధువులకును ఊరివార్లకును అప్పగింతలుచెప్పి కాశీకి ప్రయాణమవుచుండిరి. కాశీ యాత్రానంతరము తిరుగ ఇంటికి వచ్చుట సందేహముగ నెంచుచుండిరి. స్వగ్రామమునువదలి దోవలో యుండు ప్రతిగ్రామమున బసచేయుచు పాదచారులై పోవుచుండిరి. ఆ కాలమున కాశీకి పోవువారిని ఆదరించి అన్నమిడుచుండిన వారుండిరి. వారిని చాల గౌరవముగ చూచుచుండిరి. యాత్రకు పోవువారు భార్యాభర్తలయిన ఆ దంపతులను ఆదరించి పూజించి పంపుచుండిరి. కాశీయాత్రకు పోయినవారు యాత్రను ముగించుకొని తిరిగి కొంతకాలమునకు తమ స్వదేశమునకు రాగలిగినవారిని చూచి భక్తిపూర్వకమైన ఆదరణతో వార్లకు ఆతిథ్యమిచ్చి సంతృప్తులగు చుండిరి. తిరిగి వచ్చినవారు కాశీకావడిని కట్టుకొని అందులో గంగ చెంబులను, సాలగ్రామములను, శంఖములను, రుద్రాక్ష దండలను, స్ఫటికములను పెట్టుకొని, దానిని మోసుకొనుచు వచ్చుచుండిరి. వీటిని చూచుటకు అనేకులు వచ్చి వారిని దర్శించినప్పుడు వాటి మహాత్మ్యములను చెప్పుట విని సంతసించుచుండిరి.

బుద్ధ భగవానుడు లోకోత్తరమగు బౌద్ధమతమును ఇక్కడి నుండియే ప్రపంచమునకు ప్రసాదించినది. అద్వైత మతస్థాపకులగు శ్రీశంకరాచార్యులు కాశీక్షేత్రముననే హిందూ మతమును ఉద్ధరించినది. వీరశైవులకు స్మార్తులకు శివభక్తి ప్రదమైన శైవమతమును విశ్వనాథస్వామి ఇక్కడనుండియే వేలసంవత్సరములకు ముందు ప్రసరింపచేసినట్లు చెప్పుకొనెదరు. వీరవైష్ణవులకు శ్రీ బిన్లు మాధవస్వామి క్షేత్రము మరి అనేక విష్ణుక్షేత్రములు ఇక్కడ స్థాపింపబడియున్నవి. మధ్వమతస్తులకు శ్రీ హనుమంతుని దేవాలయములు గలవు.

జన్మసాఫల్యమునకు గంగాస్నానమొనర్చి రామకృష్ణాది మహనీయుల పాదధూళి సోకిన అయోధ్య, మథుర, బృందావనం, గోకులం మొదలగు పురాతనపు పుణ్యక్షేత్రములను దర్శించి రావలయుననే కోరిక నాకు చిరకాలముగ నుండెను.

ప్రాతఃకాలముననే గంగాస్నానమునకు బయలుదేరితిమి. విశాలాక్షి ఘట్టమునుండి మణికర్ణికా ఘట్టమునకు సుమారు ముక్కాలుమైలున్నది. అక్కడికి గంగవడ్డుననే నడిచిపోవలయును. మార్గమున యుండిన ఘట్టములలో అనేకులు స్నానమును చేయుచుండిరి. మేము నడుచుచుండు మార్గమున పోవువారు కొందరు 'రాం, రాం,' 'హరే, హరే'యని ధ్యానమును చేయుచు పోవుచుండిరి. మరికొందరు తమ సొత్తులను మూటకట్టుకొని తలమీద పెట్టుకొని 'శివ', 'శివ' యనుచు స్నాన ఘట్టమునకు నడుచుచుండిరి. కొందరు యువకులు, యువతులు చేతులు పట్టుకొని స్నానమునకు పోవుచుండిరి. బాల బాలికలును పరుగిడుతు గంగవైపునకు పోవుచుండిరి. తాతలు అవ్వలు కఱ్ఱల నాధారముచేసుకొని తిన్నగ నడుచుచుండిరి.

మేము మణికర్ణికా ఘట్టమునకు చేరుసరికి 10 గంటలయినది. మమ్ములను వెంబడించిన పురోహితుని ఆజ్ఞ ప్రకారము అక్కడ చేయవలసిన స్నానాది కర్మకాండనంతయు ముగించుకొంటిమి. అది డిశంబరు మాసమగుటచే విపరీతమైన చలిగ నుండెను. గంగాస్నానముచేసి గట్టునకు వచ్చులోపలనే కాయము కట్టెవలె మారినది. ఆ గంగ గట్టున కొందరు సన్యాసులు చలిమంటలను వేసుకొనుచుండిరి. స్నానము చేసిన వారు చలికి తాళలేక ఆ మంటలచుట్టు కూర్చుని చలికాచుకొనుట చూచి మేమును అక్కడ చేరితిమి. కొంతసేపు అక్కడ కూర్చుని సన్యాసులకు తల ఒక కాని యిచ్చి బయలుదేరి విశ్వేశ్వరుని దేవాలయము ప్రవేశించితిమి.

దోవలో ఇరుప్రక్కలను కూర్చుని యాచించు యాచకులకు కాసుల నిచ్చుచు లోపలకి సులభముగ పోతిమి. అక్కడక్కడ మరణించువారిని గంగా తీరమున కాల్చి గంగాభవానికి అప్పగించుటకు యేర్పడిన ఒక సేవాసమితి గలదు.

కాశీ నగరము ఆదిలో ఒక మట్టిదిబ్బగ నుండినట్లును, విశ్వనాథస్వామి బ్రహ్మహత్యకు భయపడి ఈప్రదేశమున వెలిసినట్లును స్థలపురాణము గలదు. మొదట ఇక్కడ ఉండినది శ్రీ ఆదినారాయణుడని ప్రమాణము గలదు. ఈ నగర ప్రకృతి ఆకృతి అసహ్యాముగను, గజిబిజిగను కనుపించును. సందుగొందులు కలిగిన మార్గములను కలిగియుండును. మూడు నాలుగు అంతస్తుల మేడలనుగలిగి సూర్యకిరణముల కడ్డుపడు చుండును. పట్టణము పరిశుభ్రముగ నుండదు. ఈ అపరిశుభ్రమైన సందుగొందులలోనుండి విశ్వానాథ క్షేత్రమునకు పోవు మార్గముండెను. ఈ మార్గ మధ్యమున గోమాతలు విచ్చలవిడిగ సంచరించుచుండెను.

చిన్న గర్భగుడిలో వెలసియున్న నిరాడంబరమగు శివలింగమును జాతిమత భేదములులేక రాత్రింబవలు పూజించు క్షేత్రము మరియొక్కడను లేదు. స్వామిని పూజించు ప్రత్యేక పూజారి లేడు. వస్త్రాభరణములు సున్న. అచ్చటనుండి గయాక్షేత్రమునకు వెళ్లితిమి. దర్భతంత్రము జరిగినది. ఆకులు వేసినారు. కడుపు నిండియున్న గయావళులు త్రేన్పుతూ, ఆకులముందు కూచున్నారు. వడ్డించిన పదార్థములలో ఇష్టమైనదానిని రుచి మాత్రము చూచిరి. పిమ్మట వటవృక్షమువద్దకు మమ్ములను తీసుకొని వెళ్లినారు. గంధముపూసి పూజించి దక్షిణ యివ్వవలయును. పితృదేవతలను తలచుకోవలయును. కర్తలు ప్రమాణపూర్తిగా నేను యింతమాత్రమే దక్షిణ యివ్వగలనని చెప్పవలెను. అట్లా చెప్పనియెడల 'గయాశ్రద్ధ ఫలితమస్తు' అని వీపున గట్టిగ కొట్టరు.

ఫల్గుణీ నదీ తీరమున జరిపిన కర్మకాండానంతరము విష్ణుపాదము నందు రెండవసారి పితృ దేవతలను దలచుకొని పిండ పితృ తర్పణములను జరుపవలయును. శ్రీమహావిష్ణుని పాదస్పర్శ సోకిన స్థలమిదియని స్థలపురాణమున గలదు.

మూడవసారి శ్రాద్ధము చేయవలసిన స్థలము 'అక్షయవట'మను వటవృక్షము క్రింద. ఇక్కడనే కడపట శ్రాద్ధమునుబెట్టి గయాక్షేత్ర యాత్ర ముగించుకొనవలయును.

విష్ణుగయ నుండి సుమారు 8 మైళ్ల దూరముననున్నది బుద్ధగయ. హిందువులకు కాశీక్షేత్రము యెంత పావనమైన స్థలమో ఈ బుద్ధగయ బౌద్ధులకు అంత పావనమైనది. దీనిని బోధగయనికూడ పిలిచెదరు. బుద్ధభగవానుడు జ్ఞానసిద్ధిని పొందిన స్థలము. పూర్వమున ఈ మహాబోధియను ప్రసిద్ధి చెందిన వృక్షము క్రిందనే వీరు సిద్ధిని పొందిరి. ఆ మహాబోధివృక్షము ఇప్పటికిని ఇక్కడ నున్నది. అశోక చక్రవర్తి ఇక్కడికి వచ్చినట్లు శిలా శాసనములు యింకను యిక్కడనున్నవి. బౌద్ధమత ప్రచారకోత్తముడును అద్వితీయ గుణసంపన్నుడును అగు ఆ చక్రవర్తి శిలావిగ్రహమును ఇక్కడ ప్రతిష్టింపబడియున్నది.

ఈ క్షేత్రమును దర్శించుటకు ఇప్పటికిని నానాదేశములనుండి జనులు వచ్చుచున్నారు. ప్రతిదినము యిక్కడ చైనా, జపాన్, సిలోన్, బర్మా మొదలగు దేశముల నుండి వచ్చువారిని చూడవచ్చును. 'రాజగృహం' యను స్థానమునుండి బుద్ధుడు మతప్రచార ప్రారంభమును చేసినను ప్రపంచమంతయు సూక్ష్మదృష్టితో చూచుచు సిద్ధిపొందిన స్థలమిది.

## ప్రయాగ (అలహాబాదు)

మేము కాంగ్రెసుకు హాజరగుటకు ప్రయాగ క్షేత్రమునకు పోతిమి. ప్రయాగ మహాక్షేత్రమున మహనీయులెందరో పూర్వము యజ్ఞయాగాది క్రతువుల జరిపినందున ఈ క్షేత్రమునకు ప్రయాగ యనుపేరు కలిగినదట. ఇక్కడ గంగా యమునా నదులు సరస్వతి అంతరవాహినిగా చేరి పారునట్టి కూడలి. ఈ కారణమున ఈ సంగమస్థానమునకు త్రివేణియను పేరు గల్గినది.

కాశీయాత్రకు వచ్చినవారు ముఖ్యముగ ఈ త్రివేణి సంగమము నుండియే గంగను తీసికొనిపోవుదురు. ఇక్కడ పారు జలమునకే అత్యంత మహాత్మ్యముండినటుల దెలిసికొనిరి. పాశ్చాత్య శాస్త్రవేత్తలుకూడ ఇక్కడి జలమును పలువిధములుగ పరీక్షించి ఈ జలమున రోగబీజముల నశింపజేయు శక్తిగలదని నిరూపించిరి. అందువల్ల ఈ జలమును పాత్రయందుంచి సీలుచేసిన యెన్ని సంవత్సరములైనను జలము చెడిపోక శుద్ధముగ నుండును. మరియు ఈ జలమును తామ్రపాత్ర యందుంచుట మహావిశేషము. తామ్రమునకు క్రిమికీటికాదులను నశింపజేయు శక్తిగలదు. ఈ కారణముననే మన పూజాపాత్రలను తామ్రముతో చేసిరి. వాటినే వాడుచుండు పూర్వీకుల ఆచారము యిప్పటికిని గలదు. రోగక్రిమి నాశనమునకు రాగితాయిత్తులనే బిడ్డలమెడలలోను

మొలలకును కట్టుదురు. ఈవిధముగ ఆరోగ్యసూత్రములతోకూడిన ఆచారము లెన్నియో కలవు.

త్రివేణి సంగమం మధ్యకు మేము పసుపు, కుంకుమ, పండ్లు, రెవిక మొదలగు వాయనపు సామానులను తీసికొని పడవనెక్కిపోతిమి. పురోహితుడు కూడ యుండి మంత్ర తంత్రములను జరిపిరి. సాధారణముగ గొప్ప క్షేత్రములన్నియుగూడ పరిశుభ్రముగ నుండవు. ఈ పట్టణమున గొప్ప గొప్ప భవనములతో లక్ష్మి తాండవమాడుచుండినను దరిద్రదేవత విచ్చలవిడిగ విహరించుచుండుట చూడవలసి వచ్చెను.

త్రివేణి సంగమ సమీపమున ఔరంగజీబు కోటయుండెను. ఇది పురాతన కట్టడమైనను అతిగంభీరముగ నుండెను. అక్షయవటమను వట వృక్షము యిక్కడ కలదు. ఆ వృక్షమును యిప్పటికిని భక్తి శ్రద్ధలతో పూజించుచున్నారు. మరణానంతరము స్వర్గమునకు పోదలుచుకొన్నవారు ఈ చెట్టుకొమ్మన ఉరిదీసుకొనుట ఇక్కడి స్థలపురాణము.

ఇక్కడనుండి జగన్నాథము చేరితిమి. జగన్నాథమున ఒక ఉరియా మంగలి తీర్థవాసునింట దిగితిమి. అక్కడ మనము వంటచేసుకొని భోజనము చేయగూడదట. దేవాలయములో వండిన పదార్థమునే దేవతాప్రసాదముగ భుజించవలయును. గనుక అక్కడి మంగలి కుండలతో వండిన అన్నమును, పప్పును మట్టిపాత్రలతోనే తెచ్చి మాకు పెట్టెను. ఇక్కడ దేవాలయములో 7 కుండల దొంతిమీద అన్నమును వండెదరు. అనగా 7 కుండలలోను బియ్యము నీళ్లు కలిపి ఒక దానిమీద యొకటి నా పొయిమీద పెట్టెదరు. అవి అన్నియు ఒకే సమయమున పచనమగును. ఇట్లు వండిన అన్నమే స్వామి ప్రసాదము.

ఇచ్చట జగన్నాథుడు ముఖ్య దేవుడు. బలరామస్వామియు ఉపదేవత. ఇక నిచ్చట స్త్రీదేవత లక్ష్మీగాని, రుక్మిణిగాని గాక సుభద్ర - ఇది అపూర్వము. జగన్మోహనాకారుడైన శ్రీకృష్ణభగవానుడు తన చెల్లెలి కట్టి వరమిచ్చెనని ఏదో పుక్కిటి పురాణమును చెప్పదురు.

కాశీయాత్ర అనంతరము కొన్నాళ్లకు కేరళదేశ యాత్రకు బయలుదేరితిని. దివాన్ బహదూర్ దొడ్డ రాఘువయ్యగారు ఆరోజులలో తిరువనంతపురంలో (తిరువాన్కూరు) దివానుగా నుండిరి. ఆ సమయముననే నేను మళయాళదేశ యాత్రకు బయలుదేరితిని. శ్రీ

రాఘువయ్యగారు నాకు చిరపరిచితులు. అందుచే ముందుగా తిరువనంత పురమునకు వెళ్లితిని. వీరు నాకు పద్మవిలాసమను భవనమున బస కుదిర్చిరి. తిరువాన్కూరు రాజ్యమంతయు శ్రీ పద్మనాభస్వామివారిదనియు వారి ప్రతినిధులుగా వారిదాసులై తాము రాజ్యమొనర్చుచున్నామనియు - ఈ రాజులు భావింతురు. రాజ బిరుదములలో 'పద్మనాభ దాస' అనునదియు కలదు. అనంత పద్మనాభస్వామివారి విగ్రహము చాలా గంభీరముగ నుండును.

అక్కడనుంచి మేము మొట్టమొదట కన్యాకుమారి క్షేత్రమునకు పోతిమి. అక్కడ సర్కారు సత్రములో దిగితిమి. ఆ సత్రములోయుండే బావిని చూచినప్పుడు గుంటూరు బావులు నాకు జ్ఞాపకమునకు వచ్చినవి. వంటవాడు వంటచేయు లోపల మేము సముద్ర స్నానమునకు వెళ్లివచ్చితిమి. ఇచ్చట పడమటి సముద్రము, తూర్పు సముద్రము సంధించు స్థలము. భారతదేశమునకు కొన యిది. ఇక్కడ అలలు ఉరవడిగా కొట్టుకొను చుండును. అందుచే స్నానమొనర్చువారికి ప్రమాదములేకుండా లావాటి ఇనుపగొలుసులను అడ్డముగా కట్టియుంచిరి. అక్కడి క్షేత్రవాసులు శ్రీరాముడు ఇక్కడనుండియే వారధికట్టి లంకపై దండెత్తెనని చెప్పుదురు. అవిగో పెద్దరాళ్ల వంతెనను చూడుడు అని చూపుదురు; ఇదియే సేతుబంధన స్థలమనెదరు. స్నానానంతరము దేవాలయమునకు వచ్చి అమ్మవారిని దర్శించి పూజించితిమి. అమ్మవారి విగ్రహమునకు పసుపు దట్టముగ మెత్తబడి యుండును. పావడను గట్టి శృంగారింతురు. చూచుటకు 10 సం||ల కన్యకవలెనే అమ్మణ్ణి ఎంతో అందముగా నుండును.

ఈ ఊరు విడిచి సుచీంద్రమునకు వెళ్లితిమి. ఇక్కడి దేవాలయము చాల పురాతనమైనదిగాక అందమైనదికూడ.

షేంకోటలో మేము రాజభవనమున దిగి అక్కడనుండి స్టీముబోటులో పైకము ఆలస్పళి, అంబలప్పళి మొదలగు క్షేత్రములకు పోతిమి. పిమ్మట ఎర్నాకుళము పోయి ప్రసిద్ధ వకీలు సుగుణపాయిగారింట బసచేసితిమి. వీరు సరస్వతి బ్రాహ్మణులు. మత్స్యములను తినుటకు అలవాటుపడినవారు. ఆనాడు మాకు మాత్రము వడ్డించలేదు.

తిరుచూరునుండి ఈరోడ్ మార్గమున శ్రీరంగము, మధుర, తిరునల్వేలి చూచుకొని కుత్తాళమునకు చేరితిమి. కుత్తాళములో శ్రీమౌనస్వామి మఠములో బసచేసితిమి. ఈ స్వామి నాకు మద్రాసులో పరిచయమగుటచే వీరు మమ్మాదరించి అనుగ్రహించిరి. అక్కడి

ఆకాశగంగలో కొన్ని దినములు తృప్తిదీర స్నానమును చేసితిమి. చల్లని జల్లులలో ఆప్యాయముగ తడిసితిమి. పచ్చి జాజికాయలను, లవంగములను, ఏలక్కాయలను తనివితీర తాకి రుచి చూచితిమి. అయిదు ఆకాశధారల వద్దకుపోయి త్రోవలోయుండు లతావృక్షముల సౌందర్య మనుభవించితిమి. కుత్తాళమునుండి తిరిగివచ్చునప్పుడు మధురలో దిగితిమి.

మధురలో వారము దినములు మకాంచేసి దేవాలయముయొక్క అద్భుత శిల్పశాస్త్ర ప్రదర్శనమును దినము చూచుచుండినను తనివితీర లేదు. పురాతన హిందువుల గొప్పతనమును దెలుసుకొనుటకు ఈ దేవాలయ గోపురములు, రాతిస్థంభములలో చెక్కబడిన సుందరమైన విగ్రహములే సాక్షులు. ఎంతకాలము యీ చిత్రములను చూచినను వింతగనే యుండును. దక్షిణదేశములోయుండు దేవాలయములలోనెల్ల యిదియే గొప్పది. పరిశుద్ధముగ నుండునది. చక్కని యేర్పాట్లు గలది.

దేవాలయమున దక్షిణ భాగము మీనాక్షీదేవికి సంబంధించినది; ఉత్తర భాగము సుందరేశునికి సంబంధించినది. ఇందు అష్టలక్ష్మీ మండప మొకటి కలదు. లక్ష్మీదేవియొక్క 8 రూపములు ఇక్కడ విగ్రహములుగా వేయబడియున్నవి. ఇక్కడనే మీనాక్షీ సుందరేశుల కథలును చెక్కబడియున్నవి. ఈ మంటపమునకు ప్రక్కననే సుందరమైన గణేశ విగ్రహమున్నూ, ఆరు తలలతో షణ్ముఖస్వామి విగ్రహమున్నూ కలవు. ఆ తరువాత మీనాక్షీదేవి వేటాడు ఆటవిక స్త్రీగాను, సుందరేశుడు వేటగాడుగాను చెక్కబడిన చిత్రగాధలున్నవి.

ఆ లోపలనే సుబ్రహ్మణ్యస్వామి దేవాలయమున కటునిటు వాలిసుగ్రీవుల విగ్రహములు, చంద్రమతి హరిశ్చంద్రుల విగ్రహములు చెక్కబడియున్నవి. దేవాలయం బయట - తిరుమల నాయకుని సత్రం కలదు. సుందరేశుడు తిరుమల నాయకునికి ప్రతి సం||మున్నూ 10 రోజులు అతిథిగానుందునని వరమిచ్చెనట. స్వామివారు వచ్చి విడిదిచేయుటకు అర్థముగా నీ సత్రము కట్టించబడినది. దీనిని కట్టించుటకు 22 సం||లు పట్టెనని చెప్పుదురు. మధురకు రెండుమైళ్ల దూరములో తిరుక్కైకుండ్రను స్థలములో గొప్ప శివాలయము గలదు.

మధురనుండి రామనాథపురం దర్భశయనం మొదలగు క్షేత్రములను చూచుకొని రామేశ్వరమునకు చేరితిమి. నివసించుటకు మంచి యిల్లు దొరికినది. అక్కడ చేరిన

మర్నాడు మొదట యాత్రికులు చేయవలసిన కార్యక్రమ కర్మములు మొదట క్షౌరకల్యాణము, పిమ్మట చంద్ర పుష్కరిణిలో ముక్కు మూసుకొని స్నానము, అటుపిమ్మట దేవాలయములోయున్న బావులలోని శుద్ధోదక స్నానము! మాకు సంతానము లేకుండుటవలన ఇక్కడ నాగప్రతిష్టను చేయదలచుకున్నాము. నాగప్రతిష్ట మంత్ర తంత్రములతో జరిగెను. ఆ వూరు విడచి వచ్చునాడు మనము ప్రతిష్ట చేసిన నాగమయ్యను చూచిపోవుదమని యిరువురము గుడికి పోతిమి. మేము ప్రతిష్ట చేసిన నాగమయ్య మాయమైనాడు.

తంజావూరులోయున్న రాజాసత్రమున దిగితిమి. దేవాలయమునకుపోయి బ్రహ్మాండమైన లింగమునుచూచి పూజించితిమి. ఎదురుగునున్న పెద్ద వృషభమును చూచి ప్రదక్షిణముచేసి తాకి ఆనందించితిమి. ఈ దేవాలయము చుట్టు అగడ్త గలదు. పూర్వపు తంజావూరు రాజులు ఈ దేవాలయమునే కోటగా కట్టుకొనిరి. దేవాలయపు ప్రహరీగోడలు చాలా పొడపైనవి. శిథిలమయిన స్థితిలో యున్న శ్రీ సరస్వతి భాండాగారమునకు వెళ్లి నమస్కరించితిమి.

తంజావూరికి సమీపమున తిరువయ్యారు పంచనదీ తీరమున వున్నది. ఇక్కడనే త్యాగయ్యగారు నివసించి, రాముని భజించి, కీర్తనలు పాడి కీర్తిని బడసిరి. వీరి సమాధికి ప్రదక్షణమును చేసితిమి. వారుండిన యింటికి పోతిమి. ఆ యింటివారు త్యాగయ్యగారు ఆరాధించుచుండిన పురాతనపు శ్రీరామపంచాయతనం దేవతార్చన మందసమును చూపిరి. మేమును ఆ దేవునికి నమస్కరించితిమి.

తంజావూరునుండి శ్రీరంగము చేరినాము. శ్రీరంగ దేవాలయ గోపురము దర్శించగనే,

**కావేరీ గిరీయాన్తోయం వైకుంఠ రంగమందిరం**

**పరవాసుదేవో రంగేశ ప్రత్యక్షంపరమంపదం**

అని స్మరించుచు ఏకాదశి సత్రమున దిగితిమి. ఆనాడు మధ్యాహ్నము రాత్రియను రంగని సేవించి పూజించితిమి. మరునాడుదయముననే పోయి స్వామి యెదుట జరుగు విశ్వరూప దర్శనమును చూచి సంతసించితిమి. కావేరి కొల్లడములో, బ్రహ్మ ముళ్లతో

స్నానము చేసితిమి. దేవాలయమునకు పోయి పులిహోర, దధ్యోజనము, నేతిగారెలను కొనుక్కొని యింటికి పోతిమి.

శ్రీరంగమునుండి తిరుచునాపల్లికి వచ్చి అక్కడి వుచ్చిపిళ్లారికొండ నెక్కి పిళ్లారి (విఘ్నేశ్వరుడు)ని దర్శించితిమి. కొండమీదనుండి శ్రీరంగము తిరుచునాపల్లి పట్టణములను చూచిన చిన్నవిగను చిత్రముగను కనుబడును.

**కుంభకోణం**

తిరుచునాపల్లినుండి కుంభకోణం చేరితిమి. ఇక్కడ నా పరిచితులగు దివాన్ బహదూరు భాష్యమయ్యంగారు జడ్జిగ యుండిరి. వారింటిలో బసచేసితిమి. ఆ వూరిలో నాలుగు దినములుండి కావేరి స్నానము, దేవుళ్ల దర్శనము చేసుకొనితిమి.

ఈ కుంభకోణములో 16 దేవాలయములున్నవి; వానిలో - 12 శివునివి; 4 విష్ణువువి. అన్నియు చూడదగినవే. సారంగపాణి (విష్ణు) దేవాలయము చాల గొప్పది. ఇక్కడ గాలిగోపురం సుమారు 150 అడుగులు ఎత్తుండును; మెడ వెనుకకు విరుచుకొనిగాని శిఖరమును చూడజాలము. ఈ స్వామికి రెండు కొయ్యరథములున్నవి. అందొకటి చాలా పెద్దది.

చిదంబరములో యొక నాటుకోటు శెట్టి వారి సత్రములో దిగితిమి. స్నానానంతరము సమయమునకు నటరాజస్వామి దర్శనమునకు పోతిమి. చిదంబర రహస్యమును నటరాజు వైభవమును చూచి ఆనందించితిమి. అప్పుడక్కడ నందన్ చరిత్రము తలంపునకు వచ్చెను.

ముఖ్యముగ శ్రీ సరస్వతీబాయి చెప్పు నందన్ చరిత్ర హరికథ జ్ఞాపకమునకు వచ్చి మరియొకసారి నటన సభాపతికి ప్రదక్షిణము చేసి అక్కడనుండి పయనమైతిమి.

చంగల్పట్టు రైల్వేస్టేషన్లో దిగి సమీపమున యుండు పక్షితీర్థమను క్షేత్రమునకు పోయి సత్రములోదిగి శంఖుతీర్థమున స్నానముచేసి కొండ నెక్కితిమి. సుమారు 11 గంటలకు ఒక పండారము చక్కెరపొంగలిని వండుకొని కొండ పైకి వచ్చి పక్షులను చెయ్యితట్టి పిలుచును. అప్పుడు రెండుగాని మూడుగాని పక్షిరాజులు వచ్చి పండారమువద్ద వాలును. అవి ఆ ప్రాంతముల కొండగృహాలనుండి వచ్చుట చూడనగును. అయితే అవి ఒకటి కాశీనుండియు, మరియొకటి రామేశ్వరమునుండియు వచ్చినట్లు తీర్థప్రజల కతడు

చెప్పును. పక్షిరాజులు వచ్చినవెంటనే పండారము వాటికి స్నానము చేయించి తిరుమణి శ్రీ చూర్ణముతో అలంకరించి తెచ్చిన చక్కెరపొంగలిని పక్షులకు పెట్టును. పక్షులు తిని, మిగిలిన ప్రసాదమును వచ్చినవారందరికి పంచిపెట్టును. ఆ పక్షులు వచ్చిన త్రోవనే మరల యెగిరిపోవును. ఈ ప్రకారము దినము జరుగుచుండును. వందలాది సంవత్సరములుగ పక్షులు యిక్కడికివచ్చి దర్శనమిచ్చుచున్నట్లు స్థలపురాణము గలదు. కొండక్రిందయుండు శంఖుతీర్థమున 12 సం|| కొకసారి శంఖమొకటి గొప్పధ్వని చేయుచు పైకిలేచునని అక్కడివారు చెప్పెదరు.

కాంచీపురము వచ్చితిమి. వరదరాజస్వామి దేవాలయమున అర్చన వగైరాలను జరిపించి గుడిలో యుండు బల్లిని తాకితిమి. ఈ బంగారు బల్లిని తాకినవారికి బల్లిపడిన దోషముండదు.

దేవి ఈశ్వరునికై మామిడిచెట్టుక్రింద తపమాచరించెననియు, ఈశ్వరుడచ్చట ప్రత్యక్షమై దేవిని వివాహమాడెననియు కథ. ఆదిలింగమని చెప్పబడునది మామిడిచెట్టు క్రిందనున్నది. ఆ మామిడిచెట్టు చాలా పురాతనమని చెప్పదురు. మామిడిచెట్టు క్రింద వెలిసిన దేవుని ఏకామ్రేశ్వరుడు అందురు.

ఈ దేవాలయమును నాటుకోటు శెట్లు లక్షలాదులను ఖర్చుపెట్టి మరల కట్టించిరి. అక్కడి నల్లరాతి స్తంభముల మీద చెక్కబడియుండు విగ్రహములను చూడదగినవి. శ్రీ ఆదిశంకరులవారి విగ్రహమున్ను ఈ దేవాలయమున నున్నది. సాలెపురుగునకు, పామునకు, ఏనుగునకు మోక్షమిచ్చిన ఈశ్వరుని క్షేత్రమగుటచే "శ్రీకాళహస్తి" అని దీనినందురు. ఇదియును పురాతనమైన మహాక్షేత్రము. ఈశ్వరునకు తుమ్మిపూల అర్చన విశేషము గనుక ఈ దేవాలయములో తుమ్మిపూల మాలలను సుందరముగకట్టి విక్రయించుచుందురు. స్వామిని దర్శించుటకు పోవువారందరు తుమ్మి పూల మాలలను తీసుకొని పోయి లింగమునకు అలంకరించెదరు. ఈవూరిలో నాకు మంచి స్నేహితులు శ్రీ ఎన్. సాంబయ్యగారున్నందున వారింటిలోనే బస చేసితిమి.

ఈ ఊరి ప్రక్కన సువర్ణముఖీనది యున్నది. ఈ ఊరినంటి చిన్న కొండ తిప్పలున్నవి. ఆ తిప్పల మధ్య భరద్వాజాశ్రమమున్నది. అందొక తిప్పపై మూరెడు పొడవున దుబ్బుగా పెరుగు గడ్డియొకటి గలదు. ఆ గడ్డి భూమినుండి తీయకే పిడికెడు పోచలు చేతబట్టి

ఏదైనను కోరుకొనుచు, ముడివేసినచో, ఆ కోరిక ఈడేరునని చెప్పుదురు. వెళ్లిన యాత్రికులందరున్నూ ఆ పనిచేసి వచ్చుచుందురు.

ఏడుకొండలవానిని దర్శించుటకు తిరుపతి వెళ్లితిమి. తిరుపతిలో ఒక యింటిని బాడుగకు తీసుకొని దిగితిమి. కొండకు నడిచియే నిదానముగ యెక్కగలిగితిమి. కొండపైకి పోయి యిరువురము క్షౌరకల్యాణమును చేసుకొని, తీర్థస్నానమును చేసి, వెంకటరమణుని దర్శించి అర్చించి కర్పూరహారతి నిచ్చితిమి. చెల్లనికాసులను కొండికాసులను స్వామిహుండీలో వేసి నమస్కరించితిమి. అచ్చట మూడుదినములుండి దిగువ తిరుపతికి వచ్చి స్వామిభార్య అలిమేలుమంగ తాయారును దర్శించి కుంకుమార్చనను చేసితిమి. దిగువ తిరుపతిలో గోవిందరాజస్వామి దేవాలయము చాలా పెద్దది. యాత్రికులందరు ముందు దానిని దర్శింతురు. ఆ పిదప దిగువ తిరుపతికి ఒక మైలు దూరమున నుండు కపిలతీర్థంలో మునిగి మరీ కొండ ఎక్కుతారు. అది యొక జలపాతం వల్ల ఏర్పడ్డ కొలను. ఆ జలపాతం ఒక హనుమంతుని విగ్రహముపై పడుచుండును. ఈతనేర్చిన వారు ఈది వెళ్లి హనుమంతుని తలపై కూర్చుండి జలపాత స్నానము నేరుగా చేసివస్తారట.

కొండను 5 మైళ్లదూరము నిలువున ఎక్కుదురు. మొత్తము 7 కొండలు ఎక్కవలెను. మధ్యమధ్య అడవులు, తిప్పలు, సమతలములు ఉండును. ముఖ్యముగా మోకాళ్ల పర్వతమెక్కుట కష్టతరము. పూర్వము అందరు కష్టపడి ఎక్కేవారు. ఓపికలేనివారు డోలీలలో మోయించుకొని వెళ్లేవారు. ఇప్పుడు రోడ్డు వేయబడినది; బస్సులు నడచుచున్నవి.

మొదట ఈ పర్వతం మేరుపర్వతంలో భాగమని, వాయుదేవునికి, ఆదిశేషునికి వాగ్వాదమురాగా మేరుపర్వత భాగమును తన పడగపై నెత్తుకొని ఆదిశేషుడు తన మహిమ చూపగా, వాయువా పర్వతము నెగురగొట్టి తనశక్తి చూపెనట. ఆ ఎగిరి వచ్చిన పర్వతము - ఇట్లు ఈ ప్రదేశమున పడి తిరుపతియైనది. తొలినామధేయము శేషశైలము లేక శేషాచలము.

దేవాలయమునకు మూడుమైళ్ల దూరములో మరియొక కొలను 'పాపవినాశం" అని గలదు.

శ్రీ వేంకటేశ్వరస్వామివారి విగ్రహము చాల సుందరమును గంభీరమునై 7 అడుగుల ఎత్తున యుండును. ఈ విగ్రహము తొలుత శైవమనియు, శాక్తేయమనియు పండితులందురు. అందుకనుగుణ్యముగా జటాజూటము; ఫణిహారములు మున్నగు శైవచిన్నెలు విగ్రహమున నుండుటయు, శివప్రీతికరమగు బిల్వపత్రిపూజయు, శాక్తేయమగు శుక్రవారపు కుంకుమ పూజయు స్వామికి జరుగుచుండుటను ఆ పండితులు తార్కాణముగా నుదహరింతురు.

మానుముంతలను, కొయ్యబొమ్మలను, కొన్నిటిని కొనుక్కొని బోడిగుండ్లతో మద్రాసుకు వచ్చితిమి. తీర్థయాత్ర సమారాధనను చేసితిమి. తిరుపతి ప్రసాదమును అందరికిని భోజనకాలమందు పంచిపెట్టి సంతృప్తులమైతిమి.

# 15

## కేరళ దేశాచారములు

కొన్ని సంవత్సరములకు ముందు నేను తిరుచూరు మకాములో ఉండగ మా ఇంటి మదురుగోడ ప్రక్కన పెద్దమంటలు మండుట చూచితిని. ఆ మంటయేమని మా యింటిలోని వారి నడిగితిని. మృతిజెందిన వారి కళేబరములను ఇంటివారి దొడ్డి తోటలలోనే దహనముచేయు ఆచారము కేరళదేశమునగలదని వారు చెప్పిరి.

తిరుచూరుకు సమీపముననే కాలడి అను పల్లెటూరు గలదు. ఈ గ్రామమున శివగురు అనునొక ప్రసిద్ధ నంబూదిరీ బ్రాహ్మణోత్తముడుండెను. వీరికి ఆర్యయను నొక సతీ తిలకముండెను. ఈ శివగురు సకల శాస్త్ర సంపన్నుడై ధర్మపత్నితోగూడి యజ్ఞయాగాది క్రతువులనొనర్చి ప్రసిద్ధి చెందియుండెను. ఈ బ్రాహ్మణునకు వయసు చెల్లుచుండినను సంతానసంపద లేకయుండెను. అప్పుడా శివగురు ధర్మపత్నితో సహా వృషగిరి అను శివక్షేత్రమునకు వెళ్లి అక్కడ శివభజనను చేయుటకు ప్రారంభించెను. అప్పుడు శివుడు వారి భక్తికి మెచ్చుకొని పుత్ర సంతానము గలుగునట్లు వారికి వరమిచ్చి అనుగ్రహించెను. పిమ్మట కొంతకాలమునకు భార్య గర్భవతి అయి పుత్రుని గనెను. ఈ పుత్రునిచూచి శివగురునకు మితిలేని ఆనందము గలిగెను. ఈ బిడ్డడే విశ్వవిశ్రుతుడైన ఆదిశంకరాచార్యస్వామి. వీరు క్రీస్తుశకము 806 సం||మునకు సరియగు కలివర్షం 3927 చైత్రమాసము (మేడమాసం 18 తేది) 18 తేదిన కాలడి గ్రామమున స్వగృహమునందు జనన మందిరని పండితులు నిర్ణయించిరి.

శంకరునకు మూడవ సం||ము వయసు దాటకమునుపే తండ్రి పరమపదించెను. అప్పటినుండి బాలుడు తల్లి చాటుననే పెరిగెను. వీరి కుటుంబము చాల పేదదైనందున ఊరివారి సహాయముతో శంకరునకు ఉపనయనాది వైదికకర్మలను తల్లి చేయవలసి వచ్చెను. ఈ దేశపు నంబూదిరీ బ్రాహ్మణుల కులాచారముల ననుసరించి బాలునకు వేదాధ్యయనాది విద్యలను అక్కడి పండితులవద్దనే అభ్యసింపచేసెను.

శంకరునకు జ్ఞానప్రాప్తి సిద్ధించిన వెంటనే సన్యసించవలయుననే కోరిక మనసున దృఢముగ నాటుకొనెను. అయితే తాను సన్యసించిన వంశక్షీణమగునని తల్లి తలంచి సన్యసించుటకు ఆమె అనుమతి నివ్వదేమోనని సంశయించుచు యోచించుచుండెను.

ఇటుండగ ఒకనాడు శంకరుడు ఇంటి సమీపముననే యుండిన నదీప్రవాహమున స్నానము చేయుటకు వెళ్లెను. స్నానము చేయుచున్న శంకరుని కాలును నదిలో యుండిన మొసలి గట్టిగ పట్టుకొని బాధించుచుండెను. అప్పుడు బాలుడు బాధకు తాళలేక 'అమ్మా-అమ్మా! అని ఆర్తనాదమున తల్లిని పిలిచెను. వీరి ఇల్లు ఆ నదీ సమీపముననే ఉండినందున కుమారుని కేకలు తల్లి విని మరి కొందరినికూడ పిలుచుకొనివచ్చి కుమారుని అవస్థను చూచెను.

అప్పుడు శంకరుడు తల్లినిచూచి 'అమ్మా మొసలి వాతపడి చనిపోవుచున్న నాకు సన్యాసమును స్వీకరించుటకు నీవు అనుమతినిమ్మ" అని దీనముగ తల్లిని ప్రార్థించెను. అప్పుడు కుమారుని కష్టములనుచూచి సహింపలేక వెంటనే సన్యసించుటకు తల్లి అనుజ్ఞనిచ్చెను.

నర్మదా నదీతీరమున నివసించుచుండిన గోవిందాచార్యుల వారిని ఆశ్రయించెను. ఆయన బాలుని చేరదీసి జ్ఞానోపదేశమును చేసిన పిమ్మట సన్యాసమును ప్రసాదించి అనుగ్రహించి ఆశీర్వదించెను. ఈ శంకరుడు కాశీక్షేత్రమునందుండి బ్రహ్మసూత్రం, దశోపనిషత్తు, భగవద్గీత ఈ మూడు గ్రంథములకు భాష్యం వ్రాసిరి.

ఈ శంకరభాష్యములే వీరి అఖండ శక్తికి నిదర్శనములు.

శంకరుడు కాశీనుండి ప్రయాగకు వెళ్లిరి. అక్కడ బౌద్ధమత విధ్వంసుకుడగు కుమారిలభట్టును దర్శించెను. కుమారిలభట్టు శిష్యుడగు మండనమిశ్రుని, సరస్వతీదేవితో సమానురాలైన వీరి భార్య, భారతీదేవిని దర్శించిరి. వీరిరువురను ఓడించి దిగ్విజయమును పొందిరి. పరాజయమును పొందిన మండనమిశ్రుడు స్వాములవారి శిష్యబృందమునచేరి సన్యాసమును స్వీకరించిరి. పద్మపాదుడు, మండనమిశ్రుడు మొదలగు శిష్యులను వెంటబెట్టుకొని దేశసంచారమును సల్పి పండితులనందరిని మెప్పించి దిగ్విజయమును బొందిన తర్వాత స్వామి శృంగేరి చేరిరి. ఆచార్యులు శృంగగిరి చేరినప్పడే తల్లి ఆర్యాదేవి చరమశయ్యపై పరుండి తన్ను స్మరించుచున్నట్టు జ్ఞానదృష్టితో గ్రహించినవాడై స్వగ్రామమగు కాలడికి మరలివచ్చి తల్లిని దర్శించెను. కుమారుని చూచి సంతసించి తల్లి మరణించెను. ఆమెను స్మశానమునకు తీసుకొనిపోయి కర్మక్రియలను జరుపవలసివచ్చి స్వజాతి నంబూదిరి బ్రాహ్మణులను పిలిచి తనకు సహాయపడవలయునని వారిని కోరిరి. గాని వారెవరును సహాయపడక నిరాకరించిరి.

ఏలననగా శంకరుడు సన్యాసి అగుట వలన మాతా పితృ కర్మలను ఆచరించు అధికారము లేదు. మరియు బ్రహ్మచారిగ నుండి సన్యసించినది శాస్త్ర విరుద్ధమని కక్ష కట్టి శంకరుని వెలివేసి సహాయ నిరాకరణమును సాగించిరి. అది వర్షాకాలము. జోరున వర్షము కురియుచుండెను. కాల్చుటకు కట్టెలు లేవు. అప్పుడు శంకరుడు తోటలోనున్న అరటిమాకులను నఱికి కాష్టమును పేర్చి అగ్నినుంచెను. కేరళదేశమున చనిపోయినవారిని తమ ఇండ్ల తోటలలో దహనము చేయుట ఇక్కడివారికి అమంగళముగాని భయముగాని లేదు. దహనము చేసిన స్థలమును పవిత్రముగ నుంచి ఒక సంవత్సరమువరకు అక్కడ దీపారాధనను చేయుచు మ్రొక్కుచుండెదరు.

కాలడి క్షేత్రము ఆదిశంకరుల జన్మస్థలము. చిన్న గ్రామమైనను రమణీయమగు వృక్షరాజముల మధ్య పెరియారను పేరుగల నదీతీరమున వెలసి ఉన్నది. అక్కడ శంకర శారదా దేవులను ప్రతిష్టించిన చిన్న దేవాలయములు గలవు. శంకరాచార్యుల తల్లిని దహనముచేసిన స్థలమున తులసికోట గలదు. సంస్కృత విద్యార్థులకు పాఠశాల గలదు. యాత్రికులకు ధర్మశాల గలదు.

పరశురాముడు క్షత్రియులందరిని వెదకి సంహరించిన అనంతరం ఆ పాప పరిహారార్థము బ్రాహ్మణులకు భూదాన మొనర్చవలెయునని యోచించెనట. ఈ ధర్మబుద్ధితో పరశురాముడు పశ్చిమ సముద్రతీరమున నుండు ఒక పర్వతాగ్రమునుండి తన దివ్యాయుధమగు గండ్రగొడ్డలిని విసిరి సముద్ర మధ్యమునవేయగా ఆ జలములలోనుండి కొండలు, గుట్టలు, చెట్టుచేమలు, నదులు, దొరువులు, పాములు, మృగములు మున్నగువానితో గూడ భూమి పెల్లగిల్లి పైకుబికినది. ఆవిధముగా గొడ్డలి దెబ్బకు పాతాళ లోకమునుండి ప్రతిధ్వనిచేయుచు పైకుబికిన భూభాగమే కేరళదేశము.

ఇట్లు బయటపడిన నిర్జనప్రదేశమగు అరణ్యప్రాంతమును బ్రాహ్మణులకు దానమిచ్చు సంకల్పముతో పరశురాముడు ఆర్యావర్తము నుండి కొందరు బ్రాహ్మణులను రావించి వారికట్టే దానిని దానమొనర్చెను. అయితే ఆ వచ్చిన బ్రాహ్మణులు అక్కడనుండి క్రూరమృగములకు, ఘోరసర్పములకు ఝడిసి సమీపస్థమైయున్న కొంకణమునకు పారిపోయిరట. వారే నేడు సారస్వత బ్రాహ్మణులు అని పిలువబడు అందమైన జాతి.

పరశురాముడు రెండవసారి భక్తాగ్రేసరులు, పండితులు, మంత్రశాస్త్రవేత్తలునైన బ్రాహ్మణులను ఆర్యావర్తమునుండే తిరిగి రావించి వారికాభూమిని దానమొసగెను. రెండవసారివచ్చిన బ్రాహ్మణులు తపస్సంపన్నులు, మంత్రవేత్తలుగావున మృగసర్ప బాధలకు జంకక వానిని వశమొనర్చుకొని అక్కడనే స్థిరవాస మేర్పరచుకొనిరి. ఇట్లు రెండవసారి వచ్చినవారే నంబూదిరీ బ్రాహ్మణులు.

**నంబూదిరీలు**

వేదవేదాంగవేత్తలు; మహాకర్మిష్టులు, మంత్రశాస్త్రనిధులు, శిష్టాచార సంపన్నులు, ఆ వైదికాచారకర్మ పరాయణులై వీరు సామాన్యముగా ఇల్లు వదలి పైకిరారు. ఇతర కులముల స్పర్శ వీరికేమాత్రము పనికిరాదు.

వీరు తొలుదొల్తగా నీభూమికి వచ్చినప్పుడు ఇది నిర్జన ప్రదేశమగుట ఆర్యుల నాగరికత ననుసరించి వీలైనంత భూమి నాక్రమించి, సస్యములు, వృక్షజాతములు వృద్ధిచేసుకొనుచు అనుభవించిరి. ఆ భూములు వారి స్వంతమైనవి. నమ్మిక కలవారగుట, ఆచార సంపన్నులగుట, బ్రాహ్మణులగుట, పిదప రాజులు భక్తిపూర్వకముగ విస్తారముగ భూములను వీరికి దానమొసంగిరి. ఇట్టి భూముల ననుభవించు వీరిని 'జన్మీలు' అందరు - అనగా జమీందారులు (భూస్వాములు) అని అర్థము.

విధివిహితమగు షోడశకర్మలలో జాతకర్మ మొదటిది. బిడ్డపుట్టిన 36 గం||ల లోపున బిడ్డతండ్రి బిడ్డ ముఖారవిందమును చూచును. అంతట నాతడు స్నానముచేసి వచ్చి బిడ్డను వడిలో కూర్చుండబెట్టుకొని జాతకర్మ మొనర్చును. అప్పుడే అతడు శిశువు దీర్ఘాయువునకై యోగక్షేమములకై దానధర్మము లొనర్చును. నేతిని, తేనెను కొద్దిగా కొద్దిగా తీసికొని కలిపి దానికి కొంచెము బంగారమును చేర్చి, అదృష్టచిహ్నముగా దానిని బంగారు కడ్డీతో కలియబెట్టి ఒక బంగారుపాత్రతో బిడ్డగొంతులో పోయును. ఆ కార్యమొనర్చుచు కొన్ని ఋగ్వేదమంత్రముల నతడు వల్లించును. ఆవిధముగా నాకాలపరిమితిలో నది జరుగనిచో పురుడు వెళ్లువరకు జరుగుటకు వీలులేదు. పురుడు మనదేశములోవలెనే 10 రోజులు పట్టుదురు. 11వ రోజున బాలింత శుద్ధి స్నానమొనర్చును.

పిదప కర్మ నామకరణము. మనవలె 11వ రోజునగాక 12వ రోజున జరుపబడును. తండ్రియే బిడ్డను వడిలో కూర్చుండబెట్టుకొని, మంత్రపూతముగా, విసర్గాంతమగు నామధేయమును సంస్కృతమున బిడ్డచెవిలో ఉచ్చరించును. తండ్రి పిదప తల్లియు అట్లే ఆ నామధేయమును శిశువు చెవిలో చెప్పును.

బిడ్డకు నాలుగవ మాసము వచ్చువరకు బాహ్యప్రదేశమునకు బిడ్డను తేరు. అప్పుడు 'నిష్క్రమణము' అని యొక కర్మ జరుపబడుచున్నది. ఇందుకుగాను పనసచెట్టు నొకదాని నలంకరింతురు. బిడ్డ నప్పుడారు బయటికి తెచ్చి బిడ్డకాలితో ఆ పనసచెట్టు వేరు తొక్కింతురు. మామూలుగా బ్రాహ్మణులకు దానధర్మము లొనర్తురు.

శిశువు దినదినాభి వృద్ధినందుచుండగా ఆరవనెలయందే అన్నప్రాశనము జరుగును. శుభముహూర్తమున అన్నమును, తేనె, నేయి, చక్కెరలతో చేర్చి శిశువుచే తినిపించుదురు. ఈ అన్నప్రాశన సమయమున అశ్వలాయన గృహ్యసూత్రానుసారముగ మంత్రములు చదువబడును. పిదప జరుగు కర్మచౌళము - అనగా ప్రథమముగా కేశఖండనము. మనదేశమున బాలురకే ఈ మహోత్సవము జరుపబడును. ఆ దేశమున బాలికలకును జరుపుదురు. అది వారికి అశుభము కాదు. సామాన్యముగ నిది 3వ సం||ననో, 5వ సం||ననో జరుపబడును. ఒక్కొక్కప్పుడు బాలురకైదవఏటును బాలికల కేడవఏటును జరుపబడుట కలదు. బాలురకు శిఖ విడిచి తలయంతయు గొరుగబడును. బాలికలకు ఒకటి రెండు పెండ్రుకలు మాత్రము లాంఛనముగ తీసివేయుదురు. ఈ కర్మ జరుగునపుడు అశ్వలాయన సూత్రానుసారము బిడ్డను అగ్నిహోత్రమునకు పడమరగా తల్లివడిలో కూర్చుండ బెట్టుకొనును. తండ్రి తల్లికి దక్షిణముగా కూర్చుండి 21 దర్భపోచలు చేతబట్టి బిడ్డతలపై మంత్రపూర్వకముగ జలమున చిలకరించును.

ఆ తరువాత కర్ణవేదము - అనగా చెవులు కుట్టుటకూడా - 3వ ఏటనో 5వ ఏటనో జరుగును. ఇదియును మంత్రపూర్వకమే. ఈ పని గావించుటకు ముందు బాలునికి చక్కగా భోజనము పెట్టుదురు.

అట్లే, మూడవ సం||న గాని, 5వ సం||న గాని అక్షరాభ్యాసమగును. ఇందుకు సామాన్యముగా విజయదశమినే శుభముహూర్తముగా నిర్ణయింతురు. గణపతి పూజాదికములైన పిదప బాలునికి తండ్రియో, పోషకుడో బంగారపుటుంగరముతో 'ఓం' కారమును నాలుకపైవ్రాసి చెవిలో నుచ్చరించును. పిల్లవాని వుంగరపు వ్రేలు పట్టి

బియ్యములో 52 అక్షరములు చెప్పుచు వ్రాయించును. మున్ముందుగా మనము 'ఓం నమఃశివాయ సిద్ధం నమః" అన్నట్లే - వారు 'ఓం హరిశ్రీగణపతయే నమః' యని చెప్పింతురు. బాలుడు బుద్ధివిశారదుడగుటకై మంత్రపూర్వకముగ వెన్న తినిపింతురు. గర్భాష్టమియందు గాని, అష్టమ వర్షమందు గాని ఉపనయనము జరుపబడును. ఉపనయన విధి చాలావరకు మనదేశమునందువలెనే జరుగును; కాని యజ్ఞోపవీతధారణా నంతరము మన పురోహితులు బ్రహ్మచర్య విధులు - గ్రుక్క తిప్పకుండ సంస్కృతమున ఏకరువు పెట్టుదురు. వారు అట్లుగాదు; సంస్కృతమున చెప్పినదానిని బాలున కన్వయమగుటకు మళయాళ భాషలో కూడ చెప్పుదురు.

వీరిలో పెద్దవాడొక్కడే స్వకులమున వివాహమాడును. పిదప సోదరులందరును అక్కడ అగ్రజాతిశూద్రులైన నాయర్ స్త్రీలను వివాహమాడుదురు. ఈ ఆచారము ఎట్లువచ్చిన దనుదానిని గూర్చి పలుగాథలున్నవి. ఈ నంబూదిరీలు తొలుత వచ్చినప్పుడు వీరితో కూడ కొలదిమంది స్త్రీలే వచ్చిరట. పురుషులందరికి చాలినంతమంది స్త్రీలు లేరు పెద్దవాడు మాత్రము స్వకులమున వివాహమాడుటయు, మిగతవారు పరిచారికలైన శూద్రస్త్రీలను వివాహమాడుటయు ఏర్పడిన దందురు. జమీందారులగు నంబూదిరీలు వారి ఆస్థి చీలిపోకుండ ఏకముగా నుండుటకై ఆచారము నేర్పరచుకొనిరని కొందరందురు.

వరుని మనవాళన్ అని పిలుతురు. ఈ మనవాళన్ను స్వకులములో ఉత్తమునిగా చూతురు; కాని సమీపరక్త బంధువులు వివాహమాడరాదు. ఉత్తముడనగా వేదవేదాంగముల నభ్యసించినవాడు, సదాచార సంపన్నుడు, ధనవంతుడు. నంబూదిరీలలో వరాన్వేషణమేగాని వధునన్వేషించుట యెరుగరు. వివాహవిధులు చాలవరకు మనకువలెనే జరుగుతున్నవి.

పెండ్లికూతురిని సంపూర్ణముగ మేలిముసుగువైచి వరుని వద్దకు పిలుచుకొని వత్తురు. అప్పడామె పెళ్లికుమారుని ముఖము చూడకుండ అతనికి తన ముఖము కనపడకుండ - తాటియాకు గొడుగును అడ్డుపెట్టుకొని పూమాల నొకటి అతనిచేతి కందించును. అతడు దానిని ధరింపగా, పురోహితులు వేదమంత్రములు పఠించుచుండ - వధూవరులు ఒండొరులను చూచుకొందురు.

వారిలో పెండ్లికూతురునకు తాళిబొట్టు కట్టునది భర్తకాదు; తండ్రి. అనగా - వారు బాలికలకు తాళిబొట్టు కట్టుటను బాలురకుపనయన మొనర్చి యజ్ఞోపవీతము

వేయుటవంటిదిగా భావింతురు. మాంగళ్య ధారణానంతరము, ఉదకపూర్వ కన్యాదానము, పాణిగ్రహణమును జరుగును. పాణిగ్రహణమప్పుడు పెండ్లికూతురు ఒకచేత అద్దము పట్టుకొని కుడిచేయి చాచి వ్రేళ్లు ముడుచును. ఆ ముడిచిన చేయి వీడదీసి అతడు పాణిగ్రహణ మొనర్చును. దీక్షా దినములు గడవగా - నాల్గవరోజున మంగళాస్నానములగును. ఆ రోజున మరికొన్ని తతంగములు జరుగగా, ఇద్దరు కలిసి ఒకే ఆకున భోజనమొనర్తురు. మనకు వలెనే వారికిని పున్నామనరకమునుండి యుద్ధరించుటకు పురుషు సంతానాపేక్ష మెండు.

ఆదిలో నేను మద్రాసునకు వచ్చినపుడు నేను చదువుకొనుచుండిన పాఠశాలలోని పిల్లకాయలు పెద్దవారలుకూడ ఆడమళయాళమును గురించి చిత్రవిచిత్రములైన కబుర్లను చెప్పుకొనుచుండిరి. ఆడమళయాళములో ఆడవారుతప్ప పురుషులే యుండురని చెప్పుచుండిరి. తప్పిదారి పురుషుడెవడైనను ఆ దేశమునకు పోయిన మళయాళ మంత్రములతో వానిని వశపరచుకొని వారిండ్లలో బందీలుగ చేసుకొని వార్లచేత సేవచేయించుకొనుచుందురనికూడ చెప్పుట వినియుంటిని.

ఆడమళయాళమనగ మాతృభక్తిగల పుణ్యభూమి. స్త్రీ స్వతంత్ర రాజ్యము. మనదేశమున పురుషుడు పుట్టుకతో అనుభవించు సర్వస్వతంత్రములన్నిటిని అక్కడి ఆడవారు జననమొందిన దాదిగ అనుభవించుచున్నారు. కేరళోత్పత్తికి మూలపురుషుడు పరశురాముడని వ్రాసియుంటిని. గనుక ఈ దేశమునకు పరశురామ క్షేత్రమనిన్నీ భార్గవక్షేత్రమనిన్నీ పేరు గలదు. పరశురాముడు ఉమామహేశ్వర్ల ఉపాసకుడు. పరమభక్తుడు. తాను సృష్టించిన కేరళరాజ్యము దుర్మార్గుల పాలు గాకుండుటకు పార్వతీ పరమేశ్వర్లను కాపలా కాయుటకు ప్రార్థించెను. అందుకు వారు సమ్మతించిరి.

ఈ పరశురామ క్షేత్రము గోకర్ణము మొదలు కన్యాకుమారి వరకు వ్యాపించి యున్నది. గోకర్ణమునందు శివుడును కన్యాకుమారియందు శక్తియగు కన్యాకుమారియను కాపలా కాయుచున్నారు. కేరళదేశము పరాశక్తి స్వాధీనమందున్నందున ఈ దేశమంతయు శక్తియుతమైయున్నది. శక్తి అనగ అధికారము అని కూడ అర్థము. నవశక్తులలోను కుమారి బ్రహ్మచారిణి అగుటవలన సర్వశక్తులను సంపూర్ణముగ సమన్వయించుకొనిన నిర్వాణి. నిరంజని. ఎక్కడ సౌందర్యము, సాహసము ఆకర్షనీయముగ నుండునో అక్కడనే అధికారము కూడియుండును. 'శివశక్త్యా యుక్త ప్రభవతి' అను శంకరుని వచనము.

శక్తిలేని శివుడు అశక్తుడు; శివుడులేని శక్తి మారణశక్తి. గనుక పార్వతీ పరమేశ్వరుల సమ్మేళనముననే కేరళదేశము మాతృప్రభ ప్రజ్వలించుచున్నది.

కేరళ రాజ్యమున మాతృపూజ ప్రతియింటను గ్రామముననను జరుగుచుండును. కాళీ, మహాకాళీ, భద్రకాళీ, కాత్యాయిని, మహేశ్వరి, గౌరీ అను నామములతో గ్రామదేవతలున్నారు. ప్రతియింటను లక్ష్మి, పార్వతి, సరస్వతి, మాధవి అను పేర్లు గలవు. ఈ ప్రకారము దేశమంతయును శక్తియుతమైన ప్రభావమును గల్గియున్నది. నవరాత్రములయందు కన్యకాపూజ సాగుచున్నది - ఆ 9 రోజులున్నూ, వారు కన్యకలకు రక్తచందనము, రక్తవర్ణ పుష్పములు, ఎర్రగా పండిన పండ్ల, కుంకుమ, కుంకుమ పూవు - మొదలైన పదార్థముల నిచ్చి ఆరాధింతురు. అనగా వినియోగము కాని సృజనశక్తి (మాతృత్వము) అగు నంతశక్తి అంతర్భూతమైయున్న కన్యకా స్వరూపము నారాధించి శక్తి సంపన్నులు అగుచున్నారు.

కేరళమున గృహలక్ష్మిని కులదేవతగా పూజింతురు. కొమారుడు రాజు అయినను కన్నతల్లి యెదుట చేతులు కట్టుకొని నిలుచుండుటయే వారి భక్తి విశ్వాసము. కూతుండ్లు అన్నదమ్ములందరు ఆమె ఆజ్ఞను రాజాజ్ఞగ పాలించెదరు. కుమార్తెలు తల్లిని విడిచిపెట్టి అత్తవారింటికి పోవు ఆచారము అక్కడలేదు. భార్య కావలసి వచ్చినప్పుడు భర్త భార్యయింటికి వచ్చిపోవుటయే వారి కులాచారము. ఇందువలన అక్కడి ఆడవారికి అత్తపోరు లేదు. ఆడబిడ్డల రాపిడియును నుండదు. తల్లియే కుటుంబమునకు అధికారి. కుటుంబ ఆస్తియంతయు ముఖ్యముగ ఆడవారికే చెందును.

శ్రీ రామచంద్రమూర్తి పంచవటిని వదలి శబరి ఆశ్రమమునకు వచ్చెను. ఈ శబరి ఆశ్రమము తిరువనంతపురమునకు సుమారు 160 మైళ్ల దూరముననుండు మహారణ్యమున శబరి పర్వతము మీద నున్నది. ఈ శబరి పర్వతము మీద నుండు అయ్యప్పన్ అను దైవము హరిహరాదులకు పుత్రుడు. విష్ణుమూర్తి మోహినీరూపమును దాల్చి శివుని మోహింప చేసినప్పుడు వారిరువురకు పుట్టిన దేముడని స్థలపురాణము చెప్పుచున్నది. ఈ క్షేత్రమున ప్రతి సంవత్సరము కేరళదేశమునుండి వేలువేలుగా జనులు శబరికొండనెక్కి అయ్యప్పన్ ను పూజించివచ్చుచుందురు. శబరి ఆశ్రమమునకు పోవు భక్తులందరు నీలివస్త్రములను ధరించి విభూతి రేఖలను దట్టముగ దిద్దుకొని చేత త్రిశూలములను ధరించి శివగీతములను పాడుచు శబరికొండ నెక్కెదరు. ఆశ్రమము చుట్టు పంపా

సరోవరము, ఋష్యమూకపర్వతము, నీలాద్రి, శ్రీ రామవనం మొదలగు పురాతన పవిత్ర క్షేత్రములు గలవు. ఈ స్థలములన్నియు ఈ పేర్లతోనే యిప్పటికిని యున్నవి. (ఇచటివారైతే ఆ యాత్ర ప్రదేశములతో రామాయణ గాథకు సంబంధము కల్పించుకొని యున్నారు. గోదావరిలో శబరియను ఉపనది కలియుచున్నది. కాని బళ్లారి ప్రాంతమున ఋష్యమూక పర్వతాలు కలవని చెప్పుకొందురు.)

మారుతి పర్వతమునుండి వర్షాకాలమున ఓషధులసారము ఆల్వాయిలో పారు పెరియారు నదిద్వారా కొట్టుకొనివచ్చును. ఈ కారణమున ఆల్వాయి నదీ స్నానము అనారోగ్యులకు అనుకూలముగ నున్నది. వేసవికాలమున దూరదేశములనుండికూడ రోగవిముక్తులగుటకు ఇక్కడికి వచ్చి సుఖముగ వెళ్ళుదురు. ఈ రైలు స్టేషన్ తిరుచూరుకు యెర్నాకులమునకు మధ్యనున్నది.

కొచ్చి రాజ్యమునకంతయును గొప్ప శివాలయము వడకన్నాథ క్షేత్రము తిరుచూరునందున్నది. తిరుచూరుకు సమీపముననే గురువాయూరునందు శ్రీ మహావిష్ణువు వెలసియున్నాడు. త్రిప్రయారను క్షేత్రమున శ్రీరామచంద్రమూర్తి దేవాలయము గలదు. ఇంకయును ననేక పుణ్యక్షేత్రములు గలవు. తిరువనంతపురం రాజు పద్మనాభుని దాసుడు. కొచ్చిను మహారాజు వైదిక శిఖామణి. దేవాలయములలో జరుగు వుత్సవాదులకు వీరు హాజరగుచుందురు. నిరాడంబరముగ రాజ్యపాలన చేయు మహాపురుషులు వీరు.

# 16

## బెంగుళూరు

బసవని గుడివీధిలో ఒక పెద్దతోటగల బంగళాను తీసి దానిని అనేకవిధములుగ పెంచితిని, ఆ తోటను క్రమముగ పుష్పవనముగ మార్చి ప్రతి సంవత్సరము ఆ యూరిలో సర్కారు తరఫున జరుగు తోటల పోటీ పరీక్షలలో పాల్గొనుచు, నా తోటకు మంచి బహుమానములను ప్రతియేటా పొందుచుంటిని. ఇక్కడ మందుల ఫ్యాక్టరీని పెట్టి మైసూరు రాజ్యమునకంత మందులు పంపుచుంటిని. యుద్ధ సమయములో బెంగుళూరు యింటికి మంచి ధర వచ్చినందున విక్రయించితిని. పిమ్మట బెంగుళూరుకు పోయినప్పుడెల్లను శాస్త్రిగారింట బస చేయుచున్నాను. శాస్త్రిగారు యిటీవల మంచి యిల్లును విశ్వేశ్వరపురమున కట్టించిరి. వీరు యిప్పుడు మంచి ధనికులయినను 'కేసరి కుటీరము'ను మరిచిపోకుండ ఏజంటుగానే యిప్పటికిని పనిచేయుచున్నారు. ఆంధ్రులు బెంగుళూరు పోయినప్పుడు శాస్త్రిగారి హోటలులోనే బసచేసెదరు. వీరు ఆంధ్రులు, ములికినాటివారు. తెలుగు వారికి కావలసిన పచ్చళ్లు ఆవకాయ మొదలగునవి వీరి హోటలులో వడ్డించెదరు.

పూదోట వినోదమునకేగాక ఆరోగ్యభాగ్యమునకును మానసిక వ్యాధులకును మంచి మందు. ప్రాతఃకాలమునలేచి సుగంధ పుష్పముల చెట్లనడుమను, లతాగృహములలోను సంచరించునప్పుడు వీచు ఆ మంద మారుతము వలన గలుగు ఆ బ్రహ్మానందమును వర్ణించుటకు యెవరి తరము? సుగంధ పుష్పరాజమును ఆఘ్రాణించుటవలన కలుగు 'మనోహర' మను మందు మనోవ్యాకులములను మాయము చేయును. పూదోటలో పూదేనియకు విచ్చలవిడిగ విహరించు భృంగముల మధుర గీతములు వీనులకు విందొనర్చుచుండును. తేనెటీగలు పూదేనియనుత్రాగి తేనెగూటిని కట్టుకొను చిత్రమును చూచి సంతోషింపవచ్చును. రంగు పక్షులు, రామచిలుకలు ఫలవృక్షములకు తోటలో పాకులాడుట చూడ వచ్చును. వంటరిగ నుండునపుడు పూలచెట్టువద్ద కూర్చుని దానికి శుశ్రూష చేయుచు స్నేహమును సంపాదించుకొని కాలమును శాంతముగ గడపవచ్చును. అనేకులు ఆత్మశాంతికై ఆరామక్షేత్రముల నాశించెదరు. ఆరామమునకు మించిన ఆత్మబంధువులు వేరుగ నుండరని చెప్పవచ్చును.

కావుననే మహర్షులుకూడా ఇహలోక సౌఖ్యముల విడచి అడవులలో తపస్సు చేసుకొనుచున్నను, పుష్పవనమును కేవలము దయాహృదయులై పెంచుదురు. కణ్వమహర్షికి వనలతావృక్షములపైగల ప్రేమాతిశయము లను కాళిదాసు మనోహరముగ రూపించినాడు.

ఎంత సోదరీస్నేహం లేకపోతే - అత్తవారింటికిపోతూ శకుంతల -- వనజ్యోత్స్న అనే లతను తన్ను కౌగలించుకొని అనుజ్ఞ యిమ్మని కోరుతుంది? ఆమె ప్రయాణ సమయాన కణ్వుడు వనదేవతలను ఆమెకు అత్తింటికి వెళ్ళను ఆజ్ఞ యిమ్మని కోరుతాడు.

నాకు చిన్ననాటినుండియు తోటపని యనిన అమిత ఆశ. మా గ్రామములో యున్నప్పుడుకూడ నా పూరింటి చుట్టును కాకర, పొట్ల, చిక్కుడు చెట్లపాదులను, మల్లెచెట్లను, సన్నజాజితీగెను, తీగె సంపెంగను, జామచెట్టును, జడపత్తి చెట్లనువేసి పెంచుచుంటిని. కొతిమిర పాదును, వంగమొక్కలను మిరపనారునువేసి యేటినుండి కావడితో నీరు తెచ్చి వాటికిపోసి పెంచుచుంటిని. పెరుగు తోట కాడలను పెంచుచుంటిని. ఈ చెట్టుకు పెంటదిబ్బమన్నును వేసి బలపరచుచుంటిని. ఈ విద్య నాకు చిన్నప్పటినుండియు అలవడినదే. ఇది మావూరిలో నేర్చుకున్న విద్య.
నేను ప్రయోజకుడనైన పిమ్మట బెంగుళూరునందు ఒక యింటిని కొంటిని. ఇంటిచుట్టు దట్టముగ మామిడిచెట్లు, కొద్దిగ టెంకాయచెట్లు మొదలగునవి మాత్రమే యుండెను. నివసించు యింటిచుట్టు మామిడి చెట్లుండుటచే దోమలబాధను సహింపజాలకుంటిమి. మామిడిపండ్ల కాలములో సన్నదోమలు పగలుకూడ బాధించుచుండెను. ఈ కారణము వలన యింటి సమీపముననుండు కొన్ని మామిడిచెట్లను మాత్రము కొట్టివేయవలసి వచ్చెను. ఫలించు ఫలవృక్షములను నరికివేయుటకు మనసొప్పక పోయినను చేయక తప్పదాయెను. ఇంటివద్దనుండు మామిడిచెట్లను కొట్టివేయగనే నివసించు యింటిలోనికి మంచి వెలుతురు, గాలి, యెండ ప్రవేశింప దొడగెను. అప్పుడు బాధించుచుండిన దోమలు మాయమాయెను.

బెంగుళూరు పట్టణము మంచి పూదోటలనువేసి పెంచుటకు అనుకూలమైన వాతావరణము గలదగుటచే అనేకులు యిండ్లచుట్టు పుష్పవనమును ఫలవృక్షములను వేసుకొని ఆనందించుట చూచితిని. ఆ తోటలను చూచినప్పటినుండియు నాకును అటువంటి తోటలను పెంచవలయుననే కోరిక కలిగెను. ఈ కోరిక కలుగగనే బెంగుళూరు

లాల్ బాగ్ తోట సంఘములో సభ్యుడనైతిని. తోట సభ్యులందరి యిండ్లకు గార్డన్ సూపరిండెంటు వచ్చి తోటను యే విధముగ వేయవలసినది మార్గములన్నిటిని బోధించుచుండెను. ఆ విషయములన్నిటిని శ్రద్ధగ నేర్చుకొని, తోటను వేయుటకు ప్రారంభించితిని.

ఇంటి ముఖద్వారము తూర్పుదిశను చూచుచుండును. చలిదేశమగు బెంగుళూరునందు ప్రాతఃకాలమున సూర్యభగవానుడు మా యింట ప్రవేశించి మమ్మానందింప చేయుచుండెను. ఇంటివాకిటి కెదురుగ విశాలమైన నలుచదరపు ఖాళీ స్థలముండెను. ఆ స్థలపు మూడుదిశల ప్రహరిగోడల ప్రక్కన గోడ కనుపడకుండునట్లు మూడువరుసల పూలచెట్లను వేయించి పెంచితిని. మొదటి వరుస వంటిరెక్క దాసాని పూల చెట్లను, రెండవవరుస ముద్ద పువ్వులదాసాని పూలచెట్లను, మూడువరుస కాశీతుంబ (Balsam) చెట్లను వేసితిని. ఈ మూడువరుసల పూలచెట్లు పూచినప్పుడు పూలమెట్లవలె కాన్పించును. మొదటివరుస చెట్లు పొడవుగ పెరుగును. రెండవ వరుసచెట్లు పొట్టిగ గుబురుగపెరుగును. మూడవవరుస బాల్సం పూలచెట్లు ఒక అడుగు పొడవున మాత్రమే పెరిగి దట్టముగ పూలుపూయును. ఈ దృశ్యము కనులపండువుగ నుండును.

ఈ కడపటి పూలచెట్లు వరుసనుండి 10 అడుగుల మోటారు రోడ్డును వేయించితిని. ఈరోడ్డు ప్రక్కననే పొట్టి బంతిచెట్లను (French Marigold) నాటించితిని. రెండవ వరుస ఫ్లాక్సన్సు విదేశపూలచెట్ల వరుసను వేయించితిని. ఈ రెండువరుసల పూలమధ్యను విశాలమైన లాన్ (Lawn) యని పిల్వబడు గడ్డినేలను తయారుచేయించితిని. ఇది చూచునప్పుడు ఏలూరు రత్నకంబళివలె కాన్పించును. ఈ రత్నకంబళి నాలుమూలలను సైప్రస్ చెట్లను పెంచితిని. ఈ చెట్లు శాఖలులేక పచ్చగ గుబురుగ 50 అడుగుల వరకు పెరిగినవి. ఈ చెట్లను తలయెత్తి చూచినపుడు తమాషాగ నుండును.

ఈ సైప్రస్ చెట్లప్రక్కననే నాలుగుమూలలను సిమెంటుతో తయారుచేయబడిన అందమైన పెద్దపూతొట్లను కట్టించి అందులో వెర్బీనా (Verbeena)యను తీగపూల చెట్లను నాటితిని. ఈ చెట్లు పూచినప్పుడు తొట్టి కనబడకుండ చిక్కగ పూయును. తీగ నిండుగ పూలుపూచి వ్రేలాడునపుడు చూచిన చాలా అందముగ కనుబడును. ఎఱ్ఱ బిగోనియా (Bigonia) చెట్లతీగెలను సైప్రస్ చెట్ల నాలుగింటికిని తోరణముగ అల్లించితిని. అవి పూచినపుడు నాలుగు ప్రక్కలను రక్తవర్ణపు పూలతోరణముగ కనుబడును. ఈ గడ్డి నేల (Lawn) మధ్య

సిమెంటుతో గుండ్రముగ నీళ్లతొట్టిని కట్టించి దానిమధ్య పూల కొళాయిని నిర్మించితిని. ఈ కొళాయి తిరుగునపుడు పూలవర్షము కురిసినట్లు, చక్రాకారముగను, పద్మాకారముగను నీళ్లను చిమ్ముచుండును. నీళ్లతొట్టిలో తామరపూల తీగెలను పెంచి పూలు పూయించితిని. ఈ పూలమధ్య బంగారురంగు, వెండిరంగు, ఎఱ్ఱ రంగుగల చేపలను తెచ్చి విడిచితిని. ఈ రంగుచేపలు నీళ్లలో యీదునపుడు తళతళయని మెరయుచుండును. ఇంటి ముఖ ద్వారపు మెట్లమీద డాలియా (Dhalia)యను పూలచెట్లను పెద్దతొట్లలో వేసి ప్రదర్శనమునకు పెంచితిని. ఈ చెట్లను పెంచుట అంత సులభమైన కార్యము కాదు. మంచియెరువు, శుశ్రూష కావలయును. ఈ చెట్టు సుమారు 4, 5 అడుగుల యెత్తువరకు పెరుగును. పువ్వు వెడల్పు 5, 6 అంగుళముల వరకు యుండును. అనేక రంగులతో పూయును. పూచినపువ్వు బంతిపూవువలె యుండును. ఇది నిర్గంధ కుసుమము. ఇంకను వాకిటి ముందర జినియా, కాస్ మాస్, కలియోప్సిస్, పిటోనియా, స్టాక్సు అను పలువిధములయిన పరదేశపు పూలజాతుల నుంచితిని. బంగళాచుట్టు యుండు కిటికీలవద్ద రాత్రిరాణి (Night-Queen) మల్లె, మొల్ల, జాజి మొదలగు సుగంధపుష్ప జాతులను వేసి పెంచితిని. రాత్రిళ్లు యీ పూలు వికసించి యిల్లంతయు అత్తరుబుడ్డు విరిగిపోయినట్టుగ వాసన విసురును.ఇంటి యిరుప్రక్కలను మాలతి, మాధవి లతాగృహములను నిర్మించితిని.

ఇంటి వెనుక భాగమున ఆస్ట్రేలియా జాతి ఆపిల్ పండ్లచెట్లను, అంజూర (Figs) పండ్లచెట్టును, అలహాబాదు జామపండ్ల చెట్లను, మేలయిన బొప్పాయి మొదలగు ఫల వృక్షములను వేసితిని. అవి కాచి ఫలములు పక్వమునకు రాగానే రాత్రిళ్ళు తోటలో చిలుకలు, పక్షులు ప్రవేశించి భక్షించుచుండును. మదురుగోడలను దూకి దొంగలుకూడ రాత్రిళ్ళు అపహరించుకొని పోవుచుందురు. కాయకూరలను వెనుకభాగమున వేయుచుంటిని. ఇక్కడ పెంచిన వంకాయలు టెంకాయలంతేసి యుండును. ఈ నల్లవంకాయలు బజ్జికి బాగుండును. పాలబెండకాయలు సుమారు యొక అడుగువరకు పెరుగును. కొతిమేరాకు, తోటకూర వగైరాలు అతి కోమలముగ యెత్తుగ పెరుగును. ఈ వూరి కూరగాయలు కంటికి బాగుండునే గాని రుచి తక్కువ. కాయకూరల రుచికి వంగవోలు ప్రాంతములలో మెట్టన పండునవియే శ్రేష్ఠము. బెంగుళూరులో విక్రయించు

వంకాయలు చేదుగ నుండును. పెద్ద కాకరకాయలు తియ్యగనుండును. ఇందుకు కారణము కృత్రిమ యెరువులతో కాయకూరలను పెంచుటయే.

ఇంటి వెనుకభాగముననే ఔషధములను తయారుచేయు కర్మాగారమును (Factory), అతిథుల గృహమును ఆఫీసును వేరువేరుగ కట్టించితిని. ఈ మందిరములకు యెదుట పందిళ్లు వేయించి నల్ల, తెల్ల ద్రాక్షతీగెలను అల్లించితిని. ఈ ద్రాక్షపండ్లు బాగుగ కాయుచున్నందున మేము తనివితీర తిని యితరులకుకూడ పంచిపెట్టుచుంటిమి.

ఈ తోటలో యొకభాగమున అశ్వత్థవృక్షము, వేపచెట్టు కలసియుండెను. ఆ చెట్లు క్రింద నాగప్రతిష్ట కలదు. ఆ చెట్లచుట్టు నల్ల రాళ్లతో అరుగును కట్టించితిని. ఆదివారమునాడు ఆ దేవుని పూజించు చుంటిమి. అప్పుడప్పుడు అక్కడ కూర్చుని విశ్రాంతి తీసుకొనుచుంటిమి. మరియొక భాగమున చంపక పుష్పముల వృక్షముండెను. ఈ మాను సంపెగ చెట్టు క్రింద సిమెంటుతో రెండు అరుగులను కట్టించితిని. ఉదయమున కొంతకాలము తోటలో తిరిగి, ఆ యరుగులమీద కూర్చుండి అలసట తీర్చుకొను అలవాటు. ఈ సంపెంగ చెట్టుక్రిందనే వచ్చినవారితో ముచ్చటలాడుచుండువాడను. ఈ చెట్టుచూచినప్పుడు ఈ చెట్టు నీడను విడిచిపోవుటకు మనసొప్పకుండెడిది. ఈ నీడను నేనెట్లుమరువగలను? తోటలో మంచి మామిడిచెట్లుండెను. పీతర్ (రసపురి) గోవా (బాదామి) మల్ గోవా, ఆవకాయ పెట్టుకొనుటకు పుల్లటికాయలు మొదలగు మామిడిజాతులుండెను.

పనసపండ్ల చెట్టుండెను. ఆ పనసతొనలను విరిచిన కొబ్బరివలె విరుగును. చక్కెరతో సమానమైన రుచిగలది. ఈ పనసపండుతో పాయసమును, హల్వాను తయారు చేసుకొనుచుంటిమి. కాయ లేత తొనలతో వరుగులు వేయించుకొని నిల్వచేసుకొనుచుంటిమి. నేలకు తగులు టెంకాయ గెలలచెట్టు, దాహము దీర్చు యెళనీరు టెంకాయచెట్లు, కొళంబొ జాతి పెద్ద టెంకాయ చెట్లు మొదలగునవి తోటలోనుండెను. ప్రత్యేకముగ చెప్పదగిన వెలగపండ్ల చెట్టుండెను. తెల్లవారగనె చెట్టు క్రిందకి పోయినప్పుడెల్లను వెలగపండు లభించుచుండెను. కపిత్థం సర్వదా పథ్యమనుట వలన ఆ పండునంతయు నేనె తినుచుంటిని. మామడిచెట్లకు పచ్చిమిరియముల తీగెలను అల్లించితిని. ఆ పచ్చి మిరియములను కోసి నిమ్మపండు, వుప్పుతో కలిపి వూరనిచ్చిన ఆరోచకమునకు మంచి మందు.

రోజాపూల చెట్లను పెంచుటకు బెంగుళూరు మంచి స్థలము. అనేకరకముల రోజా పూల చెట్లను తెచ్చి నాటితిని. ఈవూరి తీగె రోజాచెట్టు ప్రశస్థమైనది. దీనిని పందిలిమీద అల్లుబెట్టిన అందముగ నుండును. ప్రతిదినము గంపెడుపూలను కోయుచుంటిమి. మా బంగళాకు 'లోధ్రలాడ్జి' (Lodhra Lodge)యని పెడితిని. బంగళా వీధిగేటు వద్ద నుండి మోటారుషెడ్డుకు 400 అడుగుల పొడవుగల రోడ్డు గలదు. ఈ రోడ్డంతయు నల్లరాళ్లతో పరుపబడినది. ఈపొడుగునను తీగెల పందిటిని (లతాగృహము) నిర్మించితిని. ఈ రోడ్డంతయు సూర్యరశ్మి లేక చల్లగ నుండును. పొడుగాటి మామిడిచెట్లకు ఊగు వుయ్యాలలను అక్కడక్కడ కట్టించితిని. ఈ పుష్పవనమంతటికిని నీరు పారుదలకు బావిని త్రవ్వించి దానికి యెలక్ట్రిక్ పంపును అమర్చితిని. ఈ నూతి నీరు అమృతమువలె నుండును.

ఇంటిలో కృష్ణమందిరమును కట్టించితిని. ఈ దేవుని పూజించుటకు కృష్ణతులసి రామతులసి మొదలగు కదంబపూజా ద్రవ్యములను వేసి పెంచితిని. ఇంటిముంగిట బృందావనమును కట్టించి, ఇల్లంతయు చిత్రకూటముగ మార్చితిని. తోటంతయు విద్యుచ్ఛక్తి దీపస్తంభములను నాటించి వాటికి రంగుల డోములను అమర్చితిని. రాత్రి వేళలలో యీ దీపములను వెలిగించిన బృందావనముగనే యుండును. ఇంటిలోపల అన్ని వసతులతో కూడ విద్యుచ్ఛక్తితో వంట చేసుకొనుటకు వేడినీరు కాగుటకు యేర్పాటుల నమర్చితిని.

క్రోటన్సు (Crotons) యను రంగు చెట్టను సుమారు వెయ్యి తొట్లవరకు బారులు దీర్చియుంచితిని. రకరకముల రంగుచిలుకలను పంజరములలోనుంచి చెట్లకు వ్రేలాడగట్టితిని. దీనిని పాటపాడుతోట (Singing Gardens) యని చెప్పుకొనుచుందురు. అనేక వినోదములతో తోటను దిద్ది తీర్చితిని. ఇది నా బెంగుళూరు పుష్పవన శృంగారము.

బెంగుళూరునందు సర్కారువారు ప్రతి సంవత్సరమును లాల్బాగునందు పుష్ప ప్రదర్శనమును (Flower Show) యేర్పాటు చేయుచుందురు. ఈ సందర్భముననే వూరిలో తోట పోటీకి (Garden Competition) కూడ యేర్పాటు జరుగుచుండును. ఈ తోటపోటీకి బెంగుళూరు సిటిలో యుండువారును, కంట్రోన్మెంటు (దండు)లో యుండు తెల్లదొరలును పాల్గొనుచుందురు. ఈ తోటలు ఒకదానికి మించి యొకటి కనుబడును. అందరు కూడ పోటీలో గెల్పొంది బహుమతులను పొందు అపేక్షతో తోటలను కష్టపడి

పెంచినవారే. పోటీ తోటలను పరీక్షించి మార్కులను యిచ్చుటకు అనుభవస్థులగు తెల్లదొరలు, హిందువులు కలసివచ్చి తోటలను పరీక్షించిపోవు చుండెడువారు. ఈ పరీక్షలో నా తోటవరుసగ యెనిమిది సంవత్సరములు గెల్చొంది, వెండిగిన్నెలను బహుమతులను పొందినది. ఈ బహుమతులను లాల్ బాగ్ తోటలో మైసూరుదివాన్గారు పంచిపెట్టుచుండిరి. ఈ యనుభవము వలన నన్నుకూడ తోటలను పరీక్షించుటకు జడ్జిగ యెన్నుకొనిరి.

ఈ నా ఆనందదాయినియైన నందనవనమును ధనాశా పిశాచమావేశించి, హెచ్చుధరకు నేతి వ్యాపారస్తులగు నొక శెట్టిగారి కమ్మితిని.

ఆ తోట విక్రయమువల్ల వచ్చిన ధనమును బ్యాంకులో నుంచితిని. కాని నేను ప్రతి నిత్యము ఆ పూవుతోటలో అనుభవించుచుండిన ఆనందమునకు మాత్రము దూరమైతిని. దానిని అమ్మగా వచ్చిన ధనమునైన నా కంట చూచుటలేదు. ప్రతి నిముషము నాకెంతో ఆనందము చేకూర్చుచుండిన పుష్పరాజములగు నా బంధుమిత్రులున్నూ నా కంటికి శాశ్వతముగ కానరాకుండ పోయిరి. ఈ కారణమున నేను నిరంతర చింతచే కొంతకాలము మందబుద్ధినై గడిపితిని. అదృశ్యమైన నా ఆనందమును గూర్చియే నేను మనన చేయుచుండగా - నాకొకమంచి యోచన తట్టినది. ఆనందము అనగా బ్రహ్మగదా. ఆ బ్రహ్మకు సరస్వతి గృహలక్ష్మి. సరస్వతి చదువులకు రాణి. ఆ చదువులరాణి పేరట నా తోటు విక్రయ ధనము ముడుపుకట్టి యుంచితిని. దానితో 'కేసరి విద్యాలయము'ను స్థాపించి తిరిగి యానందమును పొందదలంచితిని.

ఈ విద్యావన స్థాపనచే నా మనస్సునకు శాంతి కలిగినది. ఈ విద్యాలయపు వేపచెట్ల నీడను కూర్చుండి అక్కడక్కడ కళకళలాడు పువ్వులను చూచుచున్నప్పుడు నాకు పూర్వపు బెంగుళూరి పుష్పవనస్థ చంపక వృక్షచ్ఛాయలు స్మృతికి వచ్చును. గుంపులు గట్టి వందలకొలదిగ బాలబాలికలు విద్యాసక్తులై, నవ్వుచు, ప్రేలుచు వికసించిన పువ్వులవంటి ముఖబింబములతో నాకు కన్పించగనే, వివిధ పుష్ప శోభితమై, శుక శారికా కలకలముతో కూడినదై నన్నానందమున మంచి తేల్చుచుండిన నా బెంగుళూరి పుష్పవనమున నున్నట్లే అనిపించి, మరల ఆనందించు చుందును.

ఆ పూవుతోటను ఏ శ్రద్ధాభక్తులతో పెంచి పెద్దచేసితినో, అట్టి శ్రద్ధాభక్తులతోనే ఈ విద్యావనమును పెంచి పెద్దదిగా నొనర్చుటకు ఈశ్వరుడు నన్ను అనుగ్రహించి అనుకూలించుగాక! ఈ విద్యావనము బెంగుళూరి వనము కన్న శాశ్వతమైనది కదా!

ఇందు విద్యాగంధముతో వికసించు కిశోర హృదయములు, వాడనిపూలు; వాసన తరుగని పూలు; లోకకల్యాణప్రదములు.

## 17

## మహాత్ముడు

మన మహాత్ముడు విజయవాడలో పూరించిన పాంచజన్యమును, నేను మొదట విన్నప్పటినుండి నాలో కల్గిన మార్పులను క్లుప్తముగ వ్రాయుచున్నాను.

నాకప్పుడు నడివయసు. గుంటూరుజిల్లా నా జన్మభూమి అగుటచేత తిండికి ఘనుడుగ నుండెడివాడను. నాచేత డబ్బు మెండుగ మెదలుచుండెను. నగర నివాసమగుటచేత కోరికలకును హద్దు లేకుండెను. తెల్లవారగనే చిక్కనికాఫీతో కూడ రెండురకముల ఫలహారములను, మధ్యాహ్నమున మంచిభోజనమును, పిమ్మట మూడు గంటలకు ఒక కారము, ఒక తీపి, కాఫీ పుచ్చుకొనుచుంటిని. సాయంసమయమున పికారుకు వెళ్లి సుగుణవిలాస సభలోను, మద్రాసు యునైటెడ్ క్లబ్బులోను స్నేహితులతో కూడ యిష్టాగోష్టి సలుపుచు అక్కడి అల్పాహారములను ఆరగించుచుంటిని. పికారుకు పోయి యింటికి వచ్చునపుడు దోవలో బొంబాయి మిఠాయీలను, గుజరాతి లడ్డులను, మార్వాడి గరిమసాల పకోడీలను తెచ్చుకొని తినుచుంటిని. ఇవి అన్నియు జాలక ఇంటిలో నేతితో గారెలను చేయించుకొనుచుంటిని. ప్రతి శుక్రవారము ఇంటిలో అమ్మణ్ణికి మధుర పదార్థములు నివేదన జరుగుచుండెను. పరిమళ వక్కపొడికి మాయిల్లు పేరుగాంచియుండెను. తిరువళ్ళూరు కుంభకోణముల చిగురు తమలపాకులను వాడుచుంటిని, బొజ్జకు శ్రీగంధమును పూయుచుంటిని. తిలకము రకరకముగ దిద్దుచుంటిని.

మద్రాసులో నాకు వైశ్యులతో సహవాస మెక్కువగుటచేత, నా వేషము పటాటోపముగ నుండెను. ఆ కాలమున వెడల్పాటి సరిగ దుప్పటాలకు ప్రాముఖ్యత కలిగియుండెను. ఆరణి చాకులెట్టు బొద్దంచు అంగవస్త్రములను ధరించుట ఆ కాలమున నాజూకు. వెడల్పాటి బెంగుళూరు సరిగ తలపాలగాకు పెద్దపేరు లేకపోయినను, నెల్లూరు వెంకటగిరి సన్నసరిగ తలగుడ్డలకు మాత్రము మంచిపేరుండెను. ఆరణి పంచలను వెంకటగిరి తలగుడ్డలను ఆరణి చాకలివానికివేసి వాడుకొనుచుంటిని. మేలైన మల్లు వస్త్రములను వెలగల పట్టు చొక్కాయిలను కేంబ్రిక్ తెల్లషర్టులను విరవిగ వాడుకలో నుండెను. అంగవస్త్రములకు ఆరణి చాకలి, షర్టులను చొక్కాయిలను యిస్త్రీ పెట్టుటకు మద్రాసు చాకలి యుండెను.

రెండు బీరువుల నిండుగ ఈవుడుపు లుండెడివి. సాక్సు బూటు వాడుకలో నుండెను. పలుమారు దుస్తులను మార్చుచుంటిని.

నా చెవులకు ఒంటిరాయి వజ్రముల అంటుజోడుండెను. చిటికినవ్రేలికి 5 కారట్ల వజ్రపు వుంగరముండెను. జేబులో పెద్ద బంగారపు గడియారము, పొడుగాటి గొలుసు, దానికి మెడల్సు వ్రేలాడుచుండెను. పికారుకు పోవునపుడు చేతులో వెండిపొన్ను వేసిన మొరాక పేముండెడిది. మొలకు విజయనగరపు బంగారు మొలత్రాడుండెను. ఇంకనెన్నియో పటాటోపములుండెను.

గాంధీ మహాత్ముని ఉపదేశ గీతములను వినిన వెంటనే క్రమముగ నాలో అనేక మార్పులు కలిగెను. నా వేషము మారినది. తల బోడిచేసి సరిగ తలగుడ్డకు బదులు గాంధి టోపిని ధరించితిని. సరిగ వస్త్రములు, పట్టుచొక్కాలు, దుకూలాంబరములు దూరములయినవి. సాత్వీకాహారము లను మితముగ భుజించుటకు అలవడితని. ఆకలి లేనిది ఆహారములను తీసుకొనుట మానితిని. కాఫీని కొంతకాలమువరకు మానగలిగితిని. మేకపాలను కొన్ని దినములు రుచి చూచితిని. వేరుశనగలు వికటించు వరకు తింటిని. రాట్నమును త్రిప్పుటకు ప్రారంభించితిని. సాధ్యమైనంతవరకు ఖద్దరు వస్త్రాములనే కట్టుచుంటిని. ఇంట బైట ఖద్దరుజుబ్బాతోనే కాలము గడుపుచుంటిని, అంటు జోడు, ఉంగరములను అమ్మివేసితిని. గడియారము గొలుసును కరగించితిని, తాంబూలమును మానితిని. పరదేశ వస్తువుల మీద భ్రాంతి విడిచితిని. బాధించుచుండు క్రిమికీటకాదులను హింసించునప్పుడుకూడ మహాత్ముడు మనసునకు వచ్చుచుండును. దినచర్యలలో పలుమారు మహాత్ముడు జ్ఞాపకమునకు వచ్చుచుండును.

పుణ్యపురుషుల నిర్యాణానంతరమున స్వర్గమునుండి పుష్పక విమానము భూలోకమునకు వచ్చి పుణ్యాత్ములను కైవల్యమునకు తీసుకొని పోవునని పురాణగాథలను వినుచుంటిమి. గాని 12-2-48, దివసమున మద్రాసునందు ప్రత్యకముగా చూడగల్గితిమి.

మద్రాసు సముద్రతీరమునకు మహాత్ముని అస్థుల పుష్పకవిమానము వచ్చినప్పడు ఆ దృశ్యము చూచుభాగ్యము ఈ పురజనులకు లభించుట వారు చేసిన పుణ్యఫలము. ఈ విమానమునకు ముందు గవర్నరు, వారి సతీమణి, జడ్జీలు, మంత్రులు పురపాలకవర్గము పాదచారులై నడుచు చుండుట చూడ మహాత్ముని మాహాత్మ్యము మనసుకు వచ్చెను.

ఎందరో రాజాధిరాజులు ఈ పట్టణమునకు వచ్చినది నాకు దెలుసును. దేశసౌభాగ్యమునకు పాటుబడిన దేశభక్తులలో ముఖ్యులగు సురేంద్రనాథ బెనర్జి, బిపిన్ చంద్రపాల్, తిలక్ మహాశయుడు, గోపాలకృష్ణ గోఖలే, లాలాలజపతిరాయి, సి.ఆర్.దాస్ మొదలగువారు మద్రాసుకువచ్చి ఉపన్యాసములను యిచ్చినది నాకు తెలుసును. అట్టివారి కెవరికిని ఈవైభవము జరిగియుండలేదు.

మహాత్ముని అస్థులను మద్రాసు గవర్నమెంటు మందిరమున ప్రతిష్ట చేసిరి. ఆ అస్థులను పవిత్రమగు ఖద్దరు వస్త్రమున మూటగట్టిరి. ఆ మూటలను పుష్పక విమానమందుంచిరి. ఆహోరాత్రములు నేతితో అఖండమును వెలిగించిరి. రాత్రింబవలు భక్తబృందము చేరి రామభజన సలిపిరి. బ్రాహ్మణులు వేదపారాయణమును చేసిరి. గృహలక్ష్ములు భక్తిగీతములను పాడిరి. కర్పూర హోమము జరుగుచునే యుండెను. సాంబ్రాణి ధూపము మందిరమంతయు కమ్ముకొనియుండెను. దర్శనమునకు వచ్చువారికి విరామము లేకుండెను. గవర్నమెంటు మందిరము వైకుంఠముగ మారినది. ప్రతిదినము వచ్చిన జనము శ్రీరంగమున వైకుంఠయేకాదశినాడు ద్వారదర్శనమునకు పోయినవారికంటె నూరురెట్లు అధికముగ నుండవచ్చును. దూర దేశములనుండి అన్నిజాతులవారును కంటనీరు కార్చుచు కడవల నిండుగ మేకపాలను దెచ్చి మహాత్ముని ఆత్మకు నివేదన చేసిరి. రైతుబృందము మేలైన వేరుశెనగలనుదెచ్చి విమానమునకు ముందుబెట్టి మ్రొక్కుచుండిరి. ధూపదీప నైవేద్యములతో 10 దినములు గవర్నమెంటు మందిరము పవిత్రత చెందినది.

## 18

## కందుకూరి

శ్రీ పంతులుగారు ఆంధ్రమహిళా లోకమునకు చేసిన మహోపకారమును వెల్లడిపరచుచు పలువురు వ్రాసిన వ్యాసములను ఈ మాసపు 'గృహలక్ష్మి' పత్రికలో కాననగును. శతవార్షిక జన్మదినోత్సవమున వీరిని స్మరించి నమస్కరించి నాకు వీరు చూపిన పరమోత్కృష్ణ సంఘసేవా మార్గమున నేను చేయదగిన స్వల్పవిషయములను, అనుభవములను వ్రాయుచున్నాను. నేను మద్రాసునకు వచ్చిన కొంతకాలమునకు పంతులుగారు ప్రెసిడెన్సీ కళాశాలకు ఆంధ్రపండితులుగా వచ్చిరి. 1904లో కాబోలు వారా పదవి నుండి విరమించిరి. ఆ మధ్యకాలమున అప్పుడప్పుడు వారిని దర్శించుట తటస్థించుచుండెను. తలపాగా, చాదుబొట్టు, తెల్లని మీసములు గల అప్పటివారి ముఖవిలాసము ఇంకను నాకు మరుపు రాలేదు. పిమ్మట వారప్పుడు చేయుచుండిన స్త్రీజనోద్ధరణ, సంఘసేవల గూర్చి తరచుగ వినుచుంటిని. ఆ కాలమున వారు వ్రాసిన గ్రంథరాజములను నేను చదువుచుంటిని. ఆంధ్రదేశమున స్త్రీ పురుషులు వీరి నవలలను, ప్రహసనములును, నాటకములను విడువక చదువుచుండిరి. విద్యాలయములలోకూడ వీటిని పాఠ్యగ్రంథములుగ నిర్ణయించియుండిరి. ఈ కారణములచే స్త్రీలలో మంచి సారస్వత చలనము కలిగినది. అప్పటి నుండియే మన ప్రాంతమున స్త్రీ విద్యాభివృద్ధికి ప్రారంభమని చెప్పవచ్చును.

వీరు ఆంధ్రదేశమున సంఘసంస్కరణ కార్యక్రమమును తలపెట్టినప్పుడు బాల వితంతువులు మెండుగనుండిరి. ఒక సం|| వయసుగల ఆడపిల్లలకుకూడ వివాహము చేయుచుండిరి. ఇందువలన బాలవితంతువుల సంఖ్య దినదినాభివృద్ధి చెందుచుండెను. అప్పుడు ఈ అనాథలకు ఆలన పాలన లేకుండెను. చిన్నబిడ్డలను పెద్దలకు విక్రయించి తల్లిదండ్రాదులు ధనమును గడించుచుండిరి. ఇట్టి విషమస్థితిలో, దైవము వీరేశలింగముగారి హృదయమున ప్రవేశించి స్త్రీ దౌర్భాగ్యమును రూపుమాప ఆయనను ప్రేరేపించెను.

కౌతా శ్రీరామశాస్త్రిగారు బందరు కాపురస్థులు వితంతు వివాహమాడినవారు 'శారద' యను సచిత్ర మాసపత్రికను 1923లో స్థాపించి కొంతకాలము నడిపించియుండిరి.

వందేమాతరోద్యమములోను, బ్రహ్మ సమాజప్రచారముననను పనిచేసియుండిరి. కొంతకాలము బందరు జాతీయ కళాశాలయందు ఉపాధ్యాయులుగకూడ ఉండిరి. బంగాళీభాషనుండి భక్తియోగము, పూర్ణ యోగము మున్నగు గ్రంథములు కొన్ని తర్జుమా చేసియున్నారు. వీరు శారద పత్రికను ఉచ్చస్థితిలో నడుప యత్నించిరి, చాల నష్టపడి బందరు విడిచి మద్రాసు చేరిరి. వారికి నా యింటనే స్థలమిచ్చి గృహలక్ష్మి పత్రిక కార్యాలయమున ఉద్యోగమిచ్చి ఆదరించితిని.

పసుమర్తి కృష్ణమూర్తి శాస్త్రి గారు కూడ వితంతు వివాహమాడినవారే. వీరును బిడ్డలతోకూడ మద్రాసుకు వచ్చి కష్టపడుచుండిరి. వీరి ఇద్దరు ఆడబిడ్డలు సంగీతమున పరిచయము గల్గినవారు. కుమారుడు చిన్న కుమార్తె వేణుగానమును, పెద్దకుమార్తె ఫిడియల్, గాత్రమును సాధనమొనర్చి యున్నారు. వీరందరికి నా యింటనే వసతినిచ్చి గృహలక్ష్మి ఆఫీసులో శాస్త్రిగారికి కొలువిచ్చితిని. వీరి బిడ్డలందరిప్పుడు మంచిస్థితిలో యున్నారు. మహలక్ష్మమ్మ వితంతువై తిరిగి వివాహమాడినది. పాపము రెండవ భర్తనుకూడ పోగొట్టుకొని నర్సుపనిని నేర్చుకొని మావద్ద కొలువునకు కుదిరినది. ఈమె మంచి భాషా జ్ఞానముగల తెలుగుతల్లి, నేర్పుగ వ్రాయకలిగిన ముసద్దీ.

వీరేశలింగం పంతులుగారు వృద్ధాప్యమున వ్యాజ్యములలో చిక్కుబడుట అందరికి తెలిసిన విషయము.

# 19

## మానవసేవ

మానవసేవ అంటే స్త్రీపురుషులను దుర్మార్గవృత్తులనుండి సన్మార్గములకు మరల్చుటకు చేసే కృషి. వారిలో స్త్రీ సాధారణంగా పొట్టకూటికి లేనప్పుడే తప్పు త్రోవ త్రొక్కును. అదియును కొన్నాళ్లు మాడిమాడి పిదప కక్కుర్తిపడును. కొందరు మానవతులు మాత్రము అట్టే పస్తుండి తుదకు ఆకలిబాధకు తాళలేక ప్రాణత్యాగము చేసుకొనుచున్నారు. పురుషుడో తిండి దండిగ నున్నప్పుడే మదించి చెడుమార్గమునకు తిరుగును.

కావున స్త్రీ శ్రేయోభిలాషులై స్త్రీలనుద్ధరింప దలచినవారందరును అనాథలకు బ్రతుకుదెరువును చూపించి కాపాడుటయే మానవసేవ.

ఈ పతిత జనోద్ధరణము మన దేశమున కొత్తగాదు. నిష్కారణముగ అపనిందల పాలైనవారిని యుద్ధరించుట అంతకన్న శ్రేష్ఠమైనది. అహల్యను ఆమె భర్త రాయికమ్మని శపింపగా శ్రీరామచంద్రమూర్తి ఆమెను కరుణించి శాపవిమోచన మొనర్చెను. సత్యవతియు, కుంతియు - అవివాహితులుగనే సంతానవతులయ్యి - పిదప ఉత్తమ రాజపత్నులు, రాజమాతలునై వర్ధిల్లిరి. సీతను, అపవాద పరితప్తను, భర్తచే అడవిలో విసర్జింపబడినదానిని వాల్మీకి ఆదరించి, పురుడుపోసి, శిశువులను తల్లిని పోషించి తిరిగీ వారిని రాముని సన్నిధానమునకు చేర్చియున్నాడు.

గుంటూరు శారదానికేతనమునకు తల్లిదండ్రులు ఉన్నవ లక్ష్మీబాయమ్మగారును, వారి భర్త లక్ష్మీ నారాయణగారున్నూ. వీరిరువురు ఏకమనస్కులై పాటుబడుచున్నారు. ఆదిలో కందుకూరి వీరేశలింగము పంతులుగారితో కూడ పనిచేసి పిమ్మట గుంటూరులోనే వితంతూ ద్వాహములు జరిపించినారు. వీరి చేతిమీదుగా గుంటూరులో 35 వితంతు వివాహములు జరిపి పుణ్యము గట్టుకొన్నారు. ఆ పిదప నొక బాలికా పాఠశాల నడుపుచు దానిని శారదా నికేతనముగా స్థాపించి స్త్రీ విద్యాభివృద్ధికి తోడ్పడుచున్నారు.

చెన్నపురిలో ఆంధ్ర మహిళాసభను స్థాపించి సర్వశక్తులను సమకూర్చి పెంచి పెద్ద చేసిన శ్రీమతి దుర్గాబాయమ్మగారిని ఎల్లరును వేయినోళ్ల పొగడుచున్నారు. ఈ సభ ఇంతై, అంతై ఇప్పుడొక బ్రహ్మాండ మైనదై, దివ్యతేజముతో ప్రకాశించుచున్నది. ఇందు విద్య గరపుటయేగాక బ్రతుకుదెఱువు మార్గములను కూడ నేర్పుచున్నారు.

ఒకదినమున యామినీ తిలకమ్మగారు వచ్చి వారి శరణాలయమును చూచుటకు నన్ను పిలిచెను. నేను మరునాడు అక్కడికి వెళ్లి చూచితిని. అప్పుడా శరణాలయము ఒక చిన్న యింటి యందుండెను. కీలుపాకులో యొక పెద్ద బంగళాతోటను అద్దెకు తీసుకొని ఈ శరణాలయమును అక్కడికి మార్పించితిని. నూలు వడుకుటకు రాట్నములు, గుడ్డలు నేయుటకు మగ్గములు వగైరాలు సమకూర్చి తగు సహాయము చేయు చుంటిని. అక్కడి పిల్లలకు చదువు, చేతిపనులు నేర్పుచుండిరి. అక్కడి పిల్లకాయలను 'కేసరి కుటీరము'నకు పిలుచుకొని వచ్చి తలనూనెలు, పళ్లపొడులు, వార్లచేత తయారుచేయించి, ఇంటింటికి తీసుకొనిపోయి విక్రయించు ఏర్పాటున్నూ చేయించితిని. వార్లకు తగు ఉడుపుల కుట్టించి యిచ్చుచుంటిని. స్వతంత్రముగ జీవించుటకు తగు చేతిపనులను నేర్పించుటకు ప్రయత్నించితిని. అయితే అక్కడి పిల్లలు పెద్దవారై వార్ల యిండ్లు చేరుకొనిరి. శరణాలయమును మూయబడెను. తిలకమ్మగారి కుత్సాహము, దీక్షయు నున్నను ఆమెకు సరియగు మగతోడు లేకపోవుట మొదటినుండి లోపమే. ప్రస్తుతమామె తాంబరములో యొక చిన్న పాఠశాల నడుపుచున్నట్లున్నది.

మద్రాసు సేవాసదనము స్థాపించినవారు శ్రీ ముత్తా వెంక సుబ్బారావుగారును, వారి సతీమణి ఆండాళ్లమ్మగారును. ఈ సంస్థకు వారె తల్లిదండ్రులైయున్నారు. శ్రీ వెంకట సుబ్బారావుగారు మహోన్నత దశలోనుండి ఈ సేవాసదనమును స్థాపించుటవల్ల ఇది గట్టి పునాదితో వర్ధిల్లుచున్నది. ఇందు చదివిన వారందరుకూడ మంచిబ్రతుకు తెరువును సంపాదించుకొని ఆ దంపతులను సదాస్మరించుకొనుచు జీవయాత్ర సలుపుకొనుచున్నారు.

మద్రాసు స్త్రీసదనమని యొక శరణాలయము కలదు. పడుపు వృత్తియందు జీవించు పడుచులను, భర్తలచే తరుమగొట్టబడిన భార్యలను, అత్తపోరు పడలేక ఇల్లు వెడలి పారిపోయివచ్చిన పడుచులను, అనేక విధములగు అవస్థలు బాధలు పడలేక సంసారము త్యజించి పరుగెత్తి వీధినపడిన పడుచులను ఈ సదనము వారు చేరదీసి ఆదరించుచున్నారు. ఈ సదనమున విద్య, చేతిపనులు, మొదలైనవాటిని నేర్పి జీవించు మార్గములను చూపించుచున్నారు. తగు వరుడు చిక్కిన వివాహమును చేయుచున్నారు. పడుపువృత్తినే జీవించువారిని శిక్షానంతరము గౌరవముగా బ్రతుకుటకు బ్రతుకుదెరువు నేర్పి క్రమశిక్షణనిచ్చి కాపాడుటకు ఈ సంస్థకు పంపుదురు. అప్పుడు వారికగు ఖర్చులు

ప్రభుత్వము భరించును. ఈ విధముగ దీనికి ప్రభుత్వపు గ్రాంటులు వచ్చును. ఈ సంస్థలోని వారిని ఎంతో బందోబస్తుగా అనేక కట్టుదిట్టములతో కాపాడవలసి వస్తున్నది.

శ్రీమతి డాక్టరు ముత్తులక్ష్మి రెడ్డిగారును ఈమెభర్త డాక్టరు రెడ్డిగారును చేరి అవ్వ శరణాలయమును తల్లిదండ్రులై పోషించుచుండిరి. శ్రీరెడ్డిగారు కాలగతిచెందిన తదుపరి శ్రీమతి ముత్తులక్ష్మి రెడ్డిగారు వ్యవహారానుభవముగల వారగుటచే దీనిని చక్కగా అభివృద్ధికి తెచ్చినారు. ఆదిలో ఇది చిన్నసంస్థయే. ప్రస్తుతం అడయారులో పెద్ద భవనములను కలిగియున్నది.

నేను మంచిస్థితికి వచ్చినప్పుడు గుంటూరు శారదానికేతనమునుండి సంగం లక్ష్మీబాయమ్మ యనునామెను మద్రాసులో చిత్రకళాశాలయందు చదువుకొనుటకు నా వద్దకు పంపిరి. ఈమె నాయింటిలోనే భోజనము చేయుచు మూడు సంవత్సరములు కళాశాలలో చదివి ఉత్తీర్ణురాలై యిప్పుడు హైదరాబాదులో విద్యాలయమున సుఖముగ నున్నది. ఈమె ఖద్దరు వస్త్రములనే ధరించుచు దేశసేవాభిమానురాలైయుండెను.

నేను తిరుచూరులో యున్నప్పుడు నాకు కృష్ణుడనే మంగలి క్షౌరము చేయుచుండెను. వాడికి జానికియను చెల్లెలు కలదు. ఆమె కొంతవరకు ఇంగ్లీషు చదివియుండెను. ఈమెను మద్రాసుకు తీసుకొనిపోయి నర్సుపని నేర్చించమని ఆ మంగలి నన్ను కోరెను. నేను దానికి సమ్మతించితిని. నేను మద్రాసుకు వచ్చునపుడు నాతో కూడ ఆమెను పిలుచుకవచ్చి నాయింట వుంచుకొని చదువు చెప్పించి గోషా ఆసుపత్రిలో చేర్చి చదివించితిని. ఇక్కడ ట్రెయినింగు ముగిసిన పిమ్మట గుంటూరు గవర్నమెంటు హాస్పిటలుకు పంపితిని. అక్కడామె యుండగ యొక డాక్టరును వివాహము చేసుకొని బిడ్డలతల్లి అయి సుఖముగ నున్నది.

## 20

## నాటువైద్యము

చంటిబిడ్డలకు చిన్నబిడ్డచేష్టయను ఈడుపువాయువు వచ్చినప్పుడు వారు కండ్లు తేలవేసి, స్పృహతప్పి, కడుపుబ్బి కష్టపడుచుందురు. అప్పుడు తల్లి తహతహలాడుచు ఇరుగుపొరుగు అమ్మలక్కలకు చూపించును. చూడవచ్చినవారిలో వారివారి అనుభవముల ననుసరించి ఒక తల్లి జిల్లేడాకులరసమును బిడ్డ ముక్కులనిండుగ పిండును. మరియొక తల్లి కుంకుడుకాయ నురుగు ముక్కులలో పోయును. పుల్లమ్మవచ్చి పసుపుకొమ్మును దీపమున కాల్చి కనుబొమ్మల నడుమను గట్టిగ వత్తి కాల్చును. ఎల్లమ్మ వచ్చి కాకరాకు పసరు మంచిదని చెప్పును. త్రోవను పోవు పిచ్చిరెడ్డివచ్చి తాను పీల్చుచున్న లావాటి పొగచుట్టతో శిశువు ముఖమున కాల్చును. మరియొక అనుభవశాలి వచ్చి బిడ్డ పొట్టమీద సూదులతోను, దబ్బనముతోను కాల్చి వాతలు వేయును. పిమ్మట మంత్ర, తంత్రవేత్తలు వచ్చి రక్షరేకులను కట్టి దిగదుడుపులను దుడిచిపోవుదురు. ఈ నోరులేని పసికూనలు ఇన్ని మోటుచికిత్సలకు గురియై జీవించినను, పెట్టిన వాతలు పుండ్లు అయి చీముపట్టి చిరకాలము బాధపడుదురు. బాల్యమున యిట్టిచికిత్సలకు లోనైన పలువురి ముఖముల మీదను పొట్టలమీదను కాల్చిన మచ్చలను చూచుచున్నాము.

వయసువచ్చిన ఆడుబిడ్డలు కొందరు ఋతుస్రావదోషమువల్ల వాతోన్మాదమను మూర్ఛవల్ల బాధపడుచుందురు. వీరు అకస్మాత్తుగ స్పృహతప్పి నేలబడెదరు. పక పక నవ్వెదరు. భోరున యేడ్చెదరు. దగ్గిరనున్నవారిని కాళ్లతో తన్నెదరు. చేతులతో పీకెదరు. నోట నురుగును కార్చెదరు. బుసకొట్టెదరు. ఎగరొప్పెదరు. నలుగురు పట్టుకొనినను నిలువక విల్లంబువలె వంగి లేచెదరు. మరియు వీరు అనేక అవలక్షణములను ప్రదర్శించెదరు. ఈ లక్షణములుగల స్త్రీకి దయ్యము పట్టినదని తలంచి భూతవైద్యుని పిలిపించి భూతచికిత్సను చేయించెదరు. వైద్యుడు వచ్చి ఇంటిలో ముగ్గులను కలశమును పెట్టించి కొన్ని దినములు దివారాత్రములు శక్తిని పూజించి బలిదానములను సలుపుదురు. ఆ స్త్రీని ముగ్గులో కూర్చుండబెట్టి, సాంబ్రాణి గుగ్గిలములవేసి ధూపమునువేసి మంత్రవేత్త మంత్రోచ్చారణతో దయ్యమును పారదోలుటకు పాతచెప్పులను, చింపిచాటలను, చీపురు కట్టలను ప్రయోగించును. ఈ బాధలకు ఆమె

తాళజాలక కొంతసేపటికి సొమ్మసిల్లి నేలవాలును. అప్పుడు మంత్రవేత్త ఈమెను పట్టిన దయ్యము పారిపోయినదని చెప్పును. ఇకను ఈమెకు గ్రహబాధ లేకుండుటకు మెడలో తాయిత్తు రక్షరేకులుకట్టి బహుమతులను పొంది పోవును.

సన్నిపాత జ్వరము లేక విషమజ్వరము (టైఫాయిడ్ జ్వరము) వచ్చినప్పుడు రోగిని 21 దినములు లంకణములనుంచెదరు. దీనిని మా ప్రాంతములలో లంకణముల జ్వరమని కూడ చెప్పెదరు. ఈ జ్వరితునకు నాటువైద్యులు వచ్చి కొన్ని కుప్పెకట్లు కణికలను చాది పోసెదరు. తెల్ల జిల్లేడాకుల పసరును, కాడజముడు కాడల స్వరసమును, ఆకుజముడు పొంగురసమును అనుపానములుగ వాడెదరు. వాడిన మందుల పేరులడిగినప్పుడు, ఇది కాలకూటరసమనిన్ని, సన్నిపాత భైరవిరసమనిన్ని, ప్రతాపలంకేశ్వర రసమనిన్ని, చండమార్తాండ రసమనిన్ని మృత్యుంజయ రసమనిన్ని చెప్పెదరు.

## 21

## లలిత కళాభిలాష

చిత్రకళ, నాట్యకళ, గానకళ మొదలగు లలితకళలందు నాకు చిన్నప్పటినుండి నైజముగానే ఎక్కువ అభిలాష కలదు. శాస్త్రయుక్తముగ ఆయావానిని అభ్యసించుటకు నాకు పూర్తిగ అవకాశము లేకపోయినను, చూచి, విని వాని ప్రాశస్త్యమును తెలయగల సహృదయుడు అని నా మిత్రులనుచుందురు.

గృహనిర్మాణ మొక శిల్పము. దాని రహస్యము లెరుంగుటయు నొక విశేషమే. చిన్నతనములోనే నాకు ఇందు నేర్పు కల్గినది. కుఱ్ఱతనమున ఆడబిడ్డలకు బొమ్మరిండ్లను అందముగ గట్టుచుంటిని. అందువల్ల ఊరి వారందరు వారి బిడ్డలకు బొమ్మరిండ్లు కట్టిపెట్టుమని నన్ను ఆశ్రయించే వారు. ఈ విద్య నేను శిక్షణ లేకనే అలవరచుకొన్నది. మద్రాసులో కట్టించిన నా భవనములన్నియు స్వంత ప్లానులతో కట్టినవే.

చిత్రలేఖనము చిన్నతనముననే అభినివేశము ఏర్పడినది. మా అమ్మ పండుగలకు ఇల్లంతయు గోడలకు శుభ్రముగా సున్నము కొట్టించేది. ఆ తెల్లనిగోడలు చూడగానే నాకు ఉత్సాహము కల్గి బొగ్గు తీసుకొని తోచినట్లు బొమ్మలు గీచేవాడను. వానిని చూచినవారు ఆయా బొమ్మల ముక్కు కన్ను తీరు బాగున్నదనియు, నాచేతిలో శిల్పమున్నదనియు మెచ్చుకొనేవారు. కాని మా అమ్మ తెల్లగోడలను బొగ్గుతో గీచి పాడుచేసితినని నన్ను తిట్టేది.

మద్రాసు గోవిందప్పనాయుని వీధియందు టి.వి. సుబ్బన్న అండ్ బ్రదర్సు అను పేరుతో చిత్రముల వ్రాయు ముచ్చి వారుండిరి. వీరు కార్వేటినగరం సంస్థానమున రంగుచిత్రములను వ్రాయుచుండిరిగాని ఆ సంస్థానము తగ్గుదశకు రాగానే వారు మద్రాసుకువచ్చి బొమ్మలను వ్రాయు వ్యాపారమును స్థాపించిరి. వీరు పలకలమీద చింత విత్తనముల జిగురుతో బొమ్మలను వ్రాసి దానిమీద సన్న బంగారురేకును అంటించి మెరుగుబెట్టి పఠములను తయారుచేయుచుండిరి. అటు తయారైన పఠములు యెంతకాలమైనను మాసిపోక మెరుగుతో తళతళలాడుచుండును. పూర్వము మద్రాసులో ఈ పఠములకు మంచి గిరాకీ యుండెడిది. మద్రాసులో అనేకుల ఇండ్లలో వీరి పఠములు

గలవు. ఉప్పటూరి ఆళ్వారుశెట్టిగారి రామానుజ కూటమున ఇవి గలవు. ఈ పురాతన చిత్రకళ క్రమముగ నశించిపోయినదనే అనవచ్చును.

శ్రీమతి రత్నాల కమలాబాయిగారు తాను చిత్రించిన త్రివర్ణ చిత్రములతో 'గృహలక్ష్మి' పుటలతరచు అలంకరించుచుండిరి. ఈమె చిత్రకళా నైపుణ్యమునకు మెచ్చి యొకసారి గృహలక్ష్మి స్వర్ణకంకణమును తొడిగి గౌరవించితిని. ఇంకను అనేకులు చిత్రకారులు వ్రాసిన చిత్రములను కొని ప్రచురించి వారికి ప్రోత్సాహమొసంగితిని.

ఆహార్యము, అభినయము, సంగీతము ప్రాధాన్యముగాగల నాట్యకళ బహువిధములు. వీధి భాగవతములు, తోలుబొమ్మలాటలు, భరత నాట్యము, నృత్యము, ఆధునిక నాటకములు. ఇవి అన్నియు ఆ కళ క్రిందికే వచ్చును. నా నాట్యకళాభిమానము వీధి నాటకములను చూచుటతో ప్రారంభమైనది. బాల్యమున ఈ వీధి భాగవతములన్న నాకు చాల పెర్రి. మా వూరిలో మద్దెలమీద దెబ్బపడిన శబ్దము వినగనే నేనక్కడ హాజరుగ నుండెడివాడను.

నా కుఱ్ఱతనమున మొట్టమొదట నేజూచినవి మాలనాటకములు. ఆ రోజులలో మా వూరి మూలవాడనుండి మాలవారు వచ్చి గ్రామమునకు దూరముగ స్థలమును ఏర్పాటు చేసుకొని రామాయణ నాటకమును ఆడేవారు. వారు రాముడు, సీత, లక్ష్మణుడు, హనుమంతుడు మొదలైన వేషములు ధరించి నాటకములాడేవారు. మాసినగుడ్డలను, లక్కరంగు ఆభరణములను ధరించేవారు. కాళ్లకు గజ్జెలు కట్టుకొనేవారు. వాటి ఘల్లుఘల్లునకు తోడు తాళము తప్పెటలు వీరికి ప్రక్క వాయిద్యములు.

ప్రతివూరి సమీపముననను మాలవాడ, మాదిగవాడ యని రెండుండును. మాలవారు మాదిగవారికంటె గొప్పవారమని చెప్పుకొందురు. మాలవాడలో శ్రీరాముని దేవాలయమును కట్టుకొని రామభజన చేయుచుందురు. వీరిలో హెచ్చుగా భక్తిపరులైనవారు కొందరు ప్రతినిత్యము మొగము నిండ తిరుమణి శ్రీ చూర్ణములను తులసిపేరులను ధరించి భజనకీర్తనలు పాడుచు మెట్టవేదాంతమును మాట్లాడుచుందురు.

వీధిభాగవతము లాడినవారిలో ముఖ్యమైనవి రెండు జట్టు. ఒకటి : మాగ్రామ సమీపముననే తమ్మవరము అని యొక గ్రామమున్నది. ఆ గ్రామమునుండి వచ్చు

తమ్మవరపు బోగము వెంకటస్వామి జట్టు. రెండవది కూచిపూడి బ్రాహ్మణుల భాగవతము జట్టు.

వెంకటస్వామి జట్టులో చేరినవారందరు బోగమువారే. పురుషులు పురుష వేషమును స్త్రీలు స్త్రీ వేషమును ధరించేవారు. వెంకటస్వామి హాస్యమును ప్రదర్శించుటలో చాలా మేధావంతుడు. ఆ నాటక సమాజమంతయు వెంకటస్వామి చేతులలోనే యుండినది. వీరు మా ఊరికి వచ్చినప్పుడు పాత కచ్చేరి సావడిలో బస చేసేవారు. పిమ్మట గ్రామకరణమును మునసబును దర్శించి నాటకప్రదర్శనమును యేర్పాటు చేసుకొనెదరు. ఒకనాటి రాత్రి నాటకమునకు ఒక వరహా సామాన్యమైన యేర్పాటు. వీరందరు కలిసి ఇంచుమించు 10 మంది యుందురు. వీరికి ఊరిలో ప్రతియింట నొక్కొక్కరికి భోజనము పెట్టదురు. సత్యభామ వేషము వేయు స్త్రీ అందమైనది. కనుక అందరును తమ యిండ్లకు ఆమెనే భోజనమునకు పిలుతురు. ఆమె భోజనమునకు వచ్చిన గారెలు, బూరెలు, పరమాన్నములతో కూడ విందు చేసెదరు. అందువలన ప్రతియింటికి సత్యభామయే భోజనమునకు వచ్చునని వెంకటస్వామి కబురుపంపెడివాడు. కనుక జట్టు అందరికీ పిండివంటలతో విందు జరిగేది. నాటకమునాడు స్థలమునంతయు, సాయంకాలము పెట్టివాండ్రు చిమ్మించి నీళ్లుచల్లి బాగుచేయుదురు. రాత్రి 10 గం||లకు నాటకము ప్రారంభమగును. ఊరి ప్రజలందరు వచ్చి కూర్చుందురు. నాటకరంగమునకు ముందు కరణం మునసబులు ఇంక ననేకమంది బ్రాహ్మణులు, కాపులు, రెడ్డు కూర్చుందురు. వేషము యెప్పుడు వచ్చునాయని ఆత్రముతో వేచియుండెదరు. సాధారణముగ వీరు మొదట భాగవతనాటకమునే ప్రదర్శించెదరు. దీనిలో ముఖ్యపాత్రలు కృష్ణుడు, సత్యభామ, గొల్లభామ, సుంకర కొండడు మొదలగునవి. మొదటి వేషము (అది సామాన్యముగా భామవేషమో, రాజవేషమో) తెరచాటునుండి వెలుపలికి వచ్చునప్పుడు రెండు దివిటీలను ఆ వేషము మొగమెదుట మోటించి నిల్చి దానిపై గుగ్గిలపుపొడిని చల్లెదరు. ఆ వెలుతురున తెరలోని వేషము బయటపడును. ఈ వేషధారులు ధరించి యుండు ఆభరణములన్నియు తేలిక కొయ్యమీద చెక్కి కాకిబంగారము అంటించబడినవి.

సత్యభామ తన జడను తెర ఇవతలవేసిన 'తనను ఈ సభలో ఎవరైనను భాగవతవిషయమై ప్రశ్నించినచో జవాబు చెప్పగలను' అని సూచన. ఒక్క భాగవతముననే ఏమి? సామాన్యముగా నీ భామవేషమువేయు వ్యక్తి ఆనాటి సకల శాస్త్రములను

తెలిసినదైయుండును. ఈ వేషమున పూర్తిగా యుపన్యసించుటకు ఒకటి రెండు రాత్రిళ్లు పట్టును. అందు శాస్త్రముల నన్నిటిని తడవి వేషధారి తన విద్వత్తు ప్రకటించును. చూలింతయైన దేవకీదేవి పిండోత్పత్తిక్రమము, గర్భరక్షక విధులు, పురిటింటు సన్నాహము, బాలింత పథ్యపానములు, శిశుపోషణ పద్ధతులు - మొదలైనవాని నన్నిటిని ఆయుర్వేద వైద్యశాస్త్రరీత్యా ఉపన్యసించును. సత్యభామ శృంగార రసమందలి సాత్వికావస్థలను, నాయికా నాయక లక్షణములను, ఉపన్యసించును. దీనిసే భామ కలాపము అందురు. ఇదియొక విధముగ నాటికాలమున వయోజన విద్యావిధానము అనజెల్లును. పైవిధముగా నీ భామ తన జడను తెరలోపలినుండి రంగస్థలముపైపున తెర బయటకు జారవిడువగనే సభాసదులలో పండితోత్తములు ఆమెను భాగవతములోని పద్యములను, కృష్ణకర్ణామృతములోని శ్లోకములను చదివి భావార్థముల చెప్పుమని అడిగెదరు. అవి చెప్పినంతనే విడువక, ఇంకను భరతశాస్త్రము నందును, అలంకారశాస్త్రమునందును ప్రశ్నింతురు. నాటకము తెల్లవారి 5 గం||ల వరకు జరుగును. అటుపిమ్మట వారందరు ధరించిన వేషములతోనే గ్రామములో ప్రతియింటికి వచ్చి చీరెలను ధోవతులను భిక్షమెత్తెదరు. హరిశ్చంద్ర నాటకము, నలచరిత్ర, ఉషాపరిణయము, ప్రహ్లాదనాటకము మొదలైనవి ప్రదర్శించేవారు.

కూచిపూడి భాగవతుల వీధినాటకములలో ఆడవేషమునుగూడ మగవారే ధరించుదురు. వీరు రంగస్థలమునకు వచ్చినపుడు పురుషుడువేసిన స్త్రీ వేషములను గుర్తించుట సులభముగ నుండెడిది. వీరు బ్రాహ్మణులు గనుక భోజనాది వసతులు సులభముగ వూరిలో కుదిరేవి. మధ్యాహ్నపు వేళలో యెవరి యింటిలోనైన వేషములు వేయకుండ అష్టపదులు, కృష్ణకర్ణామృతములోని శ్లోకములు, తరంగములుపాడి, అభినయముపట్టి భరతశాస్త్ర ప్రదర్శన మొనర్చెడివారు. వీరిలో కొందరు గారడికూడ చేయగలవారుండిరి. తరంగములు పాడునప్పుడు అద్భుతముగ నృత్యము చేసెడివారు. పళ్లెములో నీళ్లు పోసియుంచి ఒక్క చుక్కనీరైన చిందకుండ దానియంచుపై నిల్చి నృత్యము చేయుచు గంటలకొలది 'బాలగోపాల మాముద్ధరే అనే తరంగమును పాడగల నేర్పరులుండిరి. ఈ తరంగమున శ్రీ నారాయణ తీర్థులవారు తాళప్రస్థారమునకు ఎంతో అవకాశము కల్పించి వ్రాసియున్నారు.

కూచిపూడివారి పలుకు స్ఫుటముగను, ఉచ్చారణ స్వచ్ఛముగను ఉండును. వీరి హాస్యమును మోటుగాక సరసముగ నుండును. వీరికి భాగవతమే విశేషముగ అభిమాన పాత్రమగు నాటకము.

చెంచునాటకములను గొల్లవారుచేరి ప్రదర్శించుచుండిరి. వీరి నాటకములు పల్లెటూళ్లలో చాల పేరుపొంది యుండినవి. ఒక ఊరిలో వీరు చాలదినములు బసచేసి నాటకములాడుచుండేవారు. వీరి నాటకములో ముఖ్యమగు ఇతివృత్తము అహోబిల నారసింహస్వామి చెంచెతను (చెంచువారి పడుచును) మోహించి వివాహమాడుట. ఆ చెంచెత కథనే 'గరుడాచల మహాత్మ్యము' అని పూర్వకవి యక్షగానముగా వ్రాసియున్నాడు. దాని ననుసరించి ఈ నాటకమును వీరాడుదురు.

మా వూరి రంగిరీజులు గుడ్డలమీద బొమ్మలను వేసి అద్దుటకు అలవాటుపడిన వారు గనుక పలచని తోళ్లను బొమ్మలవలె కత్తిరించి వాటికి రంగులనువేసి వాని సహాయమున నాటకములాడుచుండిరి. ముఖ్యముగ నేను జూచిన నాటకము రామాయణము. ఈ రామాయణ నాటకములోని దశకంఠుడు, ఆంజనేయుడు, సీత మొదలగు వారి చిత్రములతో కూడ వానరరాక్షస సేనలుండినవి. ఈబొమ్మలకు చేతులు కాళ్లు తల మున్నగు అవయవములన్నియు విడివిడిగనే చేయబడి - దారములతో కట్టబడి యుండును. బొమ్మలకు వెనుకప్రక్క అన్నిటికి కలిసి వచ్చునట్లు వెదురుబద్దలను కట్టుదురు. ఆ బద్దలకు దారములమర్చెదరు. ఈ సూత్రములను (దారములను) అన్నిటిని కథ నడుపువారు పదివ్రేళ్లకు తగిలించుకొని చేతబట్టుకొని లోతెరలో తెరపై బొమ్మలనుంచి నిల్తురు. పిదప కథానుసరణముగ ఆయాసూత్రములు లాగుచు ఆ బొమ్మల అవయాంగముల నాడింతురు. సంస్కృత నాటకముల నాటకమాడించు ప్రధాన పురుషుని 'సూత్రధారి' అందురు. నిజమున కతడు ధరించు సూత్రమేమియు లేదు. తోలుబొమ్మలాటలలోని సూత్రములే - ఈ సూత్రధారికి మూలమేమో? సూత్రధారి హస్తలాఘవమున రామరావణ యుద్ధమును, సముద్ర లంఘనమును, లంకాదహనమును, వానరరాక్షస సమరమును, రథములను మొదలైనవాని నన్నిటిని పాటలతో, మాటలతో చిత్రవిచిత్రముగ దృశ్యములుగా చూపగల్గును.

అసలీ తోలుబొమ్మలాటకు మరాటీవారు ప్రసిద్ధి. వీరు కథ నడుపునప్పుడు - సంస్కృత సమాసములను, వాక్యములను చెప్పి – ముక్కముక్కగా విరిచి అర్థము చెప్పుదురు.

'అశ్వ = గుర్రములున్నూ, గజ = ఏనుగులున్నూ......' ఈ విధముగా చెప్పుచుందురు. అమరమందలి శ్లోకములును చదువుదురు. అద్దంకిసీమను కొన్నాళ్లు మరాఠీ లేలినారు. బహుశా ఆ సంపర్కముచే మా ఊరి రంగిరీజుల కిది అబ్బియుండును.

# 22

## నాగరికపు నాటకములు

1890 ప్రాంతములో ధార్వాడ నాటకకంపెనీ యని ఉత్తరదేశమునుండి వచ్చి పలుతావుల నాటకములువేసి ప్రజాభిమానమును సంపాదించిరి. వీరు పాతపద్ధతుల నన్నింటిని మార్చి రంగస్థలమునకును, వేషభాషలకును మెరుగులను దెచ్చిరి. ఆముదపు దివిటీలకు బదులు రంగు మత్తాపులను వెలిగించుచుండిరి. కొయ్యతోచేసిన కాకిబంగారపు నగలకు బదులు గిల్టుసొమ్ములను ధరించుచుండిరి. మంచి ఉడుపులను ధరించుచుండిరి.

వీరి పిదప బొంబాయి ప్రాంతమునుండి పార్శీనాటక కంపెనీవారు మద్రాసుకు వచ్చి పెద్దకొఠాయిని దిట్టముగ పలకలతోను ఇనుపరేకులతోను కట్టి రెండు మూడు మాసములు దినదినము నాటకములు వేసేవారు. వీరి రంగస్థలపు ఏర్పాట్లు చాల రమణీయముగను ఆకర్షణీయముగను ఉండెడివి. ముఖ్యముగ వర్షము కురియుట, తుఫాను కొట్టుట, సముద్రము, ఇండ్లు కాలుట మొదలగువాటిని చూచినప్పుడు నిజముగ అవి జరుగుచున్నట్లే కాన్పించును. రంగస్థలముమీద వారు ధరించు ఉడుపులు దీపముల వెలుతురులో జనుల నానందాశ్చర్యముల ముంచివైచెడివి. వారు చూపించు దర్బారు సీనులద్భుతముగ నుండెడివి.

బళ్లారి సరస వినోదినీ సభ మూలపురుషుడు శ్రీమాన్ ధర్మవరము రామకృష్ణమాచార్యులు, ఆంధ్రదేశమున స్వతంత్రముగ నాటకముల రచించి, తానును పాత్ర వహించుచు తగువారిని తర్ఫీదు గావించి నాటకములనాడు కంపెనీలను ప్రారంభించిన ప్రముఖులు ప్రథములు వీరే యనవచ్చును. ధార్వాడ, పార్శీనాటక కంపెనీలు వచ్చివెళ్లుటకు కొంచెము వెనుకముందు లుగా, వీధిభాగవతములు ముదురగై వచన నాటకములు వెలసినవి. 1884లో గుంటూరునాటక సంఘమువారీ వచన నాటకములాడుటలో ప్రసిద్ధులు. 1888లో వీరినిచూచి మా వంగవోలువారైన ఇమ్మానేని హనుమంతరావు నాయుడుగారు, రాజమహేంద్రవరమున ఏర్పరచిన హిందూనాటక సమాజమువారు 1889లో ఆడిన తోలేటి వెంకటసుబ్బారావుగారి 'హరిశ్చంద్రనాటకము'న్నూ చిలకమర్తి లక్ష్మీనరసింహంగారి 'కీచకవధ' యున్నూ ఇట్టి వచననాటకములే. ఈ వచన నాటకములలో శ్రీప్రకాశం పంతులుగారు చిన్నతనములో చంద్రమతి, ద్రౌపది పాత్రలు ధరించు చుండిరి. శ్రీ

ఆచార్యులవారు ఆంగ్లవిద్యాభ్యాసమొనర్చిన పట్టభద్రులు, న్యాయవాదులనైయుండిరి. ఆంగ్ల నాటకముల సారమును, సంస్కృత నాటకముల పోకడలు నెరింగిన ప్రోడలగుట తమ స్వతంత్ర నాటకములలో నాయా ఛాయల చూపించిరి. ధార్వాడకంపెనీ పార్సీ కంపెనీలవారి దరువులు, మెట్లు మున్నగునవి అప్పటికే ఆంధ్రదేశమందలి ప్రేక్షకుల నాకర్షించుచుండుటచే - వానికి సమమైన పాటలను తమ నాటకముల చేర్చిరి. నాటకమున పాత్రధారణమును వృత్తిగాగాక వినోదముగా వహించు పెద్ద మనుష్యులను చేరదీసి - నాటకసమాజమును నిర్మించిరి. వీరి మేనల్లుడే విఖ్యాతి చెందిన నాట్యకళాప్రపూర్ణ రాఘవాచారిగారు. శ్రీ ఆచార్యులవారు "చిత్రనళీయము" నందు బాహుక పాత్రను నటించుటను నేను చూచియున్నాను. వారు వ్రాసిన నాటకములు పైకి వచ్చిన పిదప అంతకుపూర్వము నాటకములన్నియు మాయమైనవి.

బళ్లారిలోనే వకీలుగానుండిన శ్రీ కోలాచలం శ్రీనివాసరావు పంతులుగారు కూడ ఆ కాలముననే కొన్ని నాటకములు వ్రాసిరి. వీరు వ్రాసిన నాటకములలో మేటి 'విజయనగర సామ్రాజ్య పతనము'. ఈ నాటకమందు పఠాన్ రుస్తుం పాత్రధారిగా శ్రీరాఘువాచారిగారి ఖ్యాతి వేరుగా చెప్పనక్కరలేదు. బళ్లారి సరసవినోదనీ సభవారి నాటకములు ప్రజారంజకములగుట జూచి చెన్నపురియందలి విద్యావంతులకును ఉత్సాహము కలిగినది. ఆ ఉత్సాహ ఫలితమే సుగుణవిలాససభ. ఇది 1891లో ఏర్పరుపబడినది. ప్రథమమున దీనిలో చేరినది 7 గురు సభ్యులు. ఇది కొంతకాలమునకు విక్టోరియా పబ్లిక్ హాలులో ఉంచబడి అందే అభివృద్ధి గాంచినది. పిదప మౌంటురోడ్డులో దీనికి స్వంత భవనమేర్పడినది. ఈ సభలో అరవలు ఆంధ్రులుకూడ కలిసి సభ్యులుగ నుండిరి. నా చిన్నతనమున ఈ సభలో సభ్యుడుగా నుండుట గౌరవ చిహ్నముగా నుండెడిది. నేనుకూడ ఈ సభలో సభ్యుడనైతిని. ఈ సభవారు ప్రథమములో ఆంగ్లాంధ్ర ద్రావిడ సంస్కృత కన్నడభాషలలో నాటకములాడుచుండిరి.

ఈ నాటకసభకు సూత్రధారులు శ్రీ దివాన్ బహుదూర్ సంబంధ మొదలియారుగారు. వీరు కొన్నాళ్లు ప్రెసిడెన్సీ మాజిస్ట్రేటు ఉద్యోగమును నిర్వహించిరి. అరవ నాటకములను వ్రాసి సభ్యులచే నాడించుచుండిరి. స్వంతముగ వేషములను వేసి సభ్యులను సంతోషపెట్టుచుండిరి.

ఈ సభవారి తెలుగు నాటకములలో బళ్లారి రాఘవాచారిగారును, నెల్లూరివారైన కందాడై శ్రీనివాసన్ (దొరస్వామి) గారును వేషములు వేయుచుండిరి.

నేను మొదట చూచిన వీరి తెలుగు నాటకము 'వరూధిని'. ఈ సభాసభ్యులలో కృష్ణస్వామి అయ్యర్ గారను అరవవారొకరుండిరి. వరూధిని పాత్రను ఆ అయ్యర్ గారు ధరించేవారు. కంఠస్వరము కిన్నెర స్వరమును బోలియుండును.

"ఇంతలు కన్నులుండ తెరువెవ్వరి వేడెదు భూసురేంద్ర"

అను పద్యమును చదువుచు, అభినయమునకై కండ్లు, నోరు తెరిచేవారు; రెండు చేతులను బారజాపేవారు.

చంగాబజారు నాటకములు బాలామణి, కోకిలాంబ అనే వేశ్యలు ముఖ్యపాత్రలు ధరించి నడిపించేవారు. వీరిద్దరు అక్కచెల్లెండ్రు. వీరు భోగమువారైనను ఆ కాలమున తమతోకూడ యొకపురుషుడు వేషము వేయుట కిష్టపడెడు వారు కారు. అందువలన వారిలో పెద్దదియగు కోకిలాంబ పురుషవేషమును, చిన్నదియగు బాలామణి స్త్రీ వేషమును ధరించేవారు. బాలామణి మంచి రూపసి. సంగీత విద్వాంసురాలు. డంబాచారితో సరససల్లాపములాడుట నటించునప్పుడు సందర్భానుసారముగ మంచి తెలుగుజావళీలను పాడుచుండెడిది. 'తారాశశాంకము'న కూడ చాకచక్యముతో నటించుచుండెను.

వీరి పిమ్మట గోవిందసామిరావు అను బ్రాహ్మణుడు పోలీసునౌకరిని చేసి వదలుకొని నాటకరంగమున ప్రవేశించెను. ఈయన భారీమనిషి, బుర్ర మీసములు, దృఢకాయమునుగల అందగాడు. వీరి నాటకములలో మంచి పేరు గాంచినది 'రామదాసు' నాటకము. ఈ నాటకములో ముఖ్యపాత్రయగు నవాబు వేషమును గోవిందసామిరావుగారే ధరించేవారు.

## 23

## నెల్లూరి నాటక సమాజములు

నెల్లూరి వర్ధమాన సమాజమునకు ముఖ్య పురుషులు శ్రీమాన్ కే.ఏ. వీరరాఘువాచార్యులుగారు. ఈ సమాజమునకు వీరు తండ్రి. నాటకముల శాఖ నలంకరించుచుండినవారిలో శ్రీకాసుఖేల కపాలి రామచంద్రరావుగారు, వరదాచారిగారు, ముంగమూరి వెంకటసుబ్బారావుగారు, నందగిరి హనుమంతరావుగారు, రామానుజాచారిగారు, వవ్వేటి విశ్వనాథరావుగారు, సింగరాచార్యులుగారు, ముత్తరాజు శివకామయ్యగారు మున్నగువారు నాకు బాగుగ జ్ఞాపకమున్నవారు.

వీరందరు ఉద్యోగస్థులు; పెద్ద మనుష్యులు, చక్కని నటులు. అయితే నాటకములు వేయవలెననే కుతూహలమున్నంతగా అందుకు తయారుకావలయుననే శ్రద్ధయుండెదికాదు. వీరికి ఆంధ్రభాషాభిమానిసమాజమునకువలె గురుత్వముతో శిక్షించి ఒద్దికల దిద్దగల వెంకటరాయశాస్త్రిగారివంటి ప్రతిభాశాలురు లేరు.

శ్రీ నందగిరి హనుమంతరావుగారు స్త్రీవేషమున 'స్త్రీయేనా' అని భ్రమింపజేసేవారు. దసరా ఉత్సవములలో - లఘు ప్రదర్శనములు, ప్రహసనములు వేయుచుండిరి. అందు ముఖ్యముగా నాటకములకు సంబంధించినంతవరకు 'టాబ్లో' (Tableau) అనే పాశ్చాత్యపద్ధతి ననుసరించి ఒక్కొక్క ఘట్టమును ప్రదర్శించేవారు. అనగా ఆ ఘట్టమున కవసరమైన - (విశ్వామిత్రునకు హరిశ్చంద్రుడు రాజ్యమునొసంగుట, దమయంతిని నలుడు విడిచి చనుట, ఇత్యాదులు) వేషముల ధరించుకొని ఆయా అభినయమున కదలక మెదలక రంగమున నిల్చియుండేవారు. వర్ధమాన సమాజమువారు నాటకములు వేయురాత్రి నేను మద్రాసునుండి వారికి కావలసిన వస్తువులను తీసుకొనిపోవుచుండేవాడను.

ఈ సమాజమువారు తిక్కన పఠనమందిరము నొకటిని, పుస్తకభాండారము నొకటిని నడుపుచున్నారు. దానిలోనే యొకశాఖను వేదము వేంకట్రాయశాస్త్రిగారి పేర నొక గ్రంథాలయముగ నేర్పరచి యున్నారు. ఈ సమాజము తరపున చిరకాలమునుండి ఏటేటా తిక్కన జయంత్యుత్సవమును చాల వైభవముగ జరుపుచున్నారు. శ్రీ వేదము వేంకట్రాయశాస్త్రిగారి వర్ధంతియు ఏటేటా జరుపుచున్నారు.

శ్రీ వేదము వేంకటరాయ శాస్త్రిగారి శిష్యత్వముకోరినవారు వేరై - 'ఆంధ్ర భాషాభిమాని సమాజము'గా నేర్పడిరి.

శ్రీ శాస్త్రిగారు గొప్ప పండితులు, కవులునేగాక గొప్ప ఉపాధ్యాయులు. ఆంగ్ల నాటకముల సాంప్రదాయముల నెరింగినవారు. కావున రంగస్థల, నిర్వహణ మర్మములన్నియు తెలిసినవారు. క్రిస్టియన్ కాలేజీలో సంస్కృతాధ్యాపకులుగా చేరినపిదప ప్రతి సంవత్సరమును ఏదోనొక సంస్కృతనాటకమును వారికి బోధింపవలసియుండెను. ఆ బోధించుటతో తృప్తిపడక, తమ శిష్యులలో చురుకైనవారి నేరి వారివారికి తగిన పాత్రలనొసంగి నాటకమును నేర్చేవారు. భవభూతికృత 'ఉత్తర రామచరితము' అను నాటకము, కేవలము చదివి ఆనందించవలసినదేగాని ఆడి, చూడదగినదికాదని పలువురి అభిప్రాయము. అందుచే ఎల్లరు దానివంకచూడక వదలివేసిరి. అట్టిదాని నొకసారి శ్రీశాస్తులవారు తమ శిష్యులకు నేర్చి ప్రదర్శింపించి అందరిచే మెప్పుబడసిరి. "ఆంధ్రభాషాభిమాని సమాజము" 13 గురితో నేర్పాటైనది. దీనికి శ్రీ శాస్త్రిగారే శాశ్వతాధ్యక్షులు. శాస్త్రులవారి నాటకములు తప్ప ఇతర నాటకములాడరాదు; శాస్త్రులవారివద్ద శిక్షణపొంది వారి అనుమతిపైగాని నాటకము వేయరాదు... అని నియమము లేర్పరచుకొనిరి.

శ్రీ శాస్త్రులవారి యాజమాన్యమున ఆంధ్రభాషాభిమాని సమాజము దినదిన ప్రవర్ధమానమై చిరకాలము నడచినది. 1925లో రత్నావళీ నాటకముతో సరి మరి నాటకము వేయలేదు.

దొరసామి పేరు కందాడై శ్రీనివాసన్. ఈయన ఆంగ్లమున బి.ఏ.యల్.టి. కొన్నాళ్లు పచ్చయప్ప హైస్కూలు ప్రధానోపాధ్యాయులుగా నుండిరి. పిదప నెల్లూరిలో వెంకటగిరి రాజాగారి హైస్కూలు నందుపాధ్యాయులుగా నుండిరి. సంస్కృతమున పండితులు. సంగీతశాస్త్ర విశారదులు. భరతశాస్త్రనిధులు. మంచి శారీరము; సుందరమైన గంభీరవిగ్రహము, రాజఠీవి ఉట్టిపడుతుండేది. రాజవేషమున కాయనను చెప్పి మరి ఇంకొకరిని చెప్పవలయును. దుష్యంతుడుగా తుమ్మెదచే బాధపడుచున్న శకుంతల ఆర్తిని విని - 'ఎవడురవాడు?' అని ముందుకు దుముకునప్పుడు, ప్రతాపరుద్రుడుగా - 'మేము రాము' అని తురక సిపాయిలతో నిరాకరించి పలుకునప్పుడు, ఉష శయ్యాగారమున అనిరుద్ధుడుగా బాణాసురునితో నిర్లక్ష్యమున 'నీ అల్లుడను' అని చెప్పి - లాఘవమునలేచి అతనితో కలియబడునప్పుడు - ఆ పొంకము చూడదగినదే గాని వర్ణింపతరముగాదు.

దొరసామి నాటక రంగస్థలము వీడక స్వంతముగా నొక నాటక సంఘమేర్పరచి తాముగా కల్పించిన హరిశ్చంద్ర నాటకము, కృష్ణలీలలు, బళ్లారివారి ప్రహ్లాద, శ్రీజయపురం మహారాజా విక్రమదేవవర్మగారి శ్రీనివాస కల్యాణము ఇత్యాది నాటకములను కొన్నిటినాడిరి. అందువరుసగా హరిశ్చంద్ర, యశోద, హిరణ్యకశ్యప, శ్రీనివాసాదిపాత్రల ధరించేవారు. సహాయనిరాకరణోద్యమమున ప్రవేశించి, కారాగారవాసమనుభవించి జబ్బుపడిరి. శాస్త్రిగారికిని వీరికిని పరస్పరానురాగ భక్తితాత్పర్యములు నశించలేదుగావున - జైలునుండి వచ్చిన యనంతరము ఉభయులు తిరిగి కలుసుకొనజొచ్చిరి.

ముమ్మడమ్మ వేషము మొదలు యుగంధరుని వేషమువరకు అన్ని వేషములు వేసినారు రంగసామి. ముఖ్యముగా స్త్రీపాత్రలను మొదట ధరించుచుండేవారు. శాకుంతల, మల్లమదేవి, చిత్రరేఖ - మున్నగు వేషములను ధరించేవారు. శకుంతల వేషమున ఆరణ్యకుల అమాయకత్వము, యావనప్రాయపు ముగ్ధతనము, భర్త తిరస్కృతయై, 'అనార్యా' అని అతని నిందించునప్పటి రోషావేశము - కణ్వశిష్యులు రాజాస్థానమున నీ కర్మమని విడిచిపోవునప్పుడు దుఃఖాతిశయమున ఏమితోచమి పరవళ్లు త్రొక్కుచుపడు చిడిముడిపాటు - మారీచాశ్రమమున భర్తృపునస్సమాగమమున గాంభీర్యముద్ర, - వీనినన్నిటిని - అసదృశ్యముగా నటించేవారు.

నెల్లూరిలో ఆ రోజులలో వెంకటచలం గారిని పేరు చెప్పకుండా ఊరక 'పంతులు' అంటే వీరికే అన్వయం అయ్యేది. నెల్లూరి రంగనాయకుల గాలిగోపురం కట్టించినది వీరి తాత వెంకటచలం పంతులుగారు. పంతులుగారు మంచి దర్పం గలవారు, ఆజానుబాహులు; ఒడ్డుపొడుగు; స్ఫురద్రూపులు. ఏ సభలో కూర్చున్నా 'సభాపతి' పదవి వహించవలసినదే. వారి సొమ్మైనది, ఢిల్లీ సుల్తాన్ వేషము. ఆ డాబు, ఆ దర్పము, ఆ డౌలత్ వారే చూపవలయును; తమకు తెలియకయే, అర్ధరాత్రమున వర్తకుల సరుకుల యోడలో బందీ కృతులై - వరంగల్లుకు తరలిపోవుచున్న సీను - అర్ధరాత్రమునకు తటస్థించును. ఆ సన్నివేశము గంభీరమును విషాదకరమునైనది. యానాదిశాస్త్రి అనే పేరు చెప్పితే 'ఓహో! చాకలిపేరయ్య వేషం వేసేవారా' అంటారు. ఈయన మొదట్లో అమెచ్యూర్సు కంపెనీలోనుండి చిత్రనళీయమున పాత్ర ధరించినవారు. పిదప ఆంధ్రభాషాభిమాని సమాజమునచేరగా శ్రీ శాస్త్రులవారు ఈ సాటి పుదూరిద్రావిడ శ్రోత్రియని - కొలది కాలములోనే చాకలిపేరిగానిని

గావించినారు. ఆ కట్టు, ఆ నడక, ఆ అమాయకత్వము, ఆ మాటలో యాస మూడు మూర్తులా చాకలి పేరయ్యయే.

నేలటూరి తిరువేంగడాచార్యులుగారు యుగంధర పాత్ర, ఢిల్లీలో పిచ్చివాడుగ సహా, నటించేవారు. ఆ పాత్ర ధారణము వీరికి ఒప్పినట్టు మరియొకరికి ఒప్పెడిదికాదు.

దొరసామి మేనల్లుడు సుందరరాజంగారు విద్యానాధుడు, బొబ్బిలి రంగరావు పాత్రల ధరించేవారు. విగ్రహపుష్టి; చక్కని కంఠస్వరము గలవారు. అభినయమునను నేర్పరి. వలీఖాన్ పాత్ర ధరించిన రామానుజాచారి, రామదాసయ్యంగార్లును ఎన్నదగినవారే. శాస్త్రులవారు వ్రాసిన 'తురక తెలుగు' వీరి నోట పుట్టినట్లుండేదిగాని, నేర్చినట్లుండేది కాదు. ఉష పాత్రను కోవూరి గోపాలకృష్ణయ్యగారు ధరించేవారు. పురుషుడు స్త్రీవేషము వేసినాడనేమాట అనిపించేదికాదు సరికదా; ఆ వేషమునందు అతని అందచందములు - ఆ 'ఉషా' కన్యకయేనా అనిపించేవి. రంగసామి చిత్రలేఖ వేషము వేయుటకు ముందు గుంటూరు శివకామయ్యగారు ఆ వేషమును ధరించేవారట. వారును చాలా గొప్పగా నటించేవారందరు.

వర్ధమాన సమాజమున చేరగల, ఉద్యోగఫాయీగాని, ఆంధ్రభాషాభిమాని సమాజమున చేరగల పాండిత్య ప్రకర్షలుగాని, లేకున్నను, నాట్యకళయందు అభిమానముగల కొందరు యువకులుచేరి జ్ఞానోదయ సమాజముగా నేర్పడిరి. ఈ సమాజమున వృద్ధికి వచ్చినవారు శ్రీ నెల్లూరి నగరాజారావుగారు.

ఉత్తరాది నాటక సమాజములు కొన్ని చెన్నపట్టణమునకు వచ్చి అప్పుడప్పుడు నాటకములు వేయుచుండువారు.

వీరికిని నెల్లూరివారికిని చాలా భేదమున్నది. ఏనల్గురైదుగురు సుప్రసిద్ధ నటులో తప్ప మిగత అందరిది ఒకటే ధోరణి. నెల్లూరువారు పద్యములు చదువునప్పుడు తగుమాత్రము సంగీతమునే ఉపయోగింతురు. పద్యమును విడమరచి చదువుటచే సులభగ్రాహ్యమై, వారికిని అభినయానుకూలమై, ప్రేక్షకుల కానందదాయకమై యుండెడిది. ఉత్తరాది వారట్లుగాక పద్యమెత్తుకొనుటలోనే తారకములో నెత్తుకొని, కొంపలు మునిగిపోవుచున్నట్టు వడివడిగా పద్యమంతయు అక్షరములు కొన్నికొన్ని మ్రింగుచు వల్లించి - తుట్టతుదక గిరికీలు త్రిప్పుచు 'తెర న న న' అన్నట్లుగా రాగము విసిరేవారు.

దీనివల్ల వారికి అభినయమున కవకాశము కల్గేదికాదు; విసరురాగములలో రాగసాంకర్యము లేకుండా పాడగలిగిన వారు కడుకొద్దిమంది అయితే రానురాను, గోవిందరాజుల సుబ్బారావు, స్థానం నర్సింహారావు ప్రభృతులు ఆ ధోరణిని చాలావరకు మార్చినారు.

యడవల్లి సూర్యనారాయణరావుగారు వస్తుతః స్ఫురద్రూపులు; ఒడ్డు పొడుగుగల ఉన్నతమైన మూర్తిగలవారు. సంస్కృత శ్లోకములను గాని, పద్యములనుగాని, సుష్ఠుగా చదువనేర్చినవారు. చక్కని సంగీతము, మంచి అభినయము; వీరు మైలవరం కంపెనీలో తొలుత సత్యవంతుని పాత్ర ధరించుచుండిరి. అందే వీరికి పేరు ప్రఖ్యాతులు కల్గినది. పిదప శ్రీ కృష్ణ తులాభారమున కృష్ణుడుగాను, పాండవవిజయమున దుర్యోధనుడుగాను రాణించిరి. వీరు కందుకూరి వీరేశలింగంగారిచే తర్జుమా అయిన శాకుంతలమున దుష్యంతపాత్ర ధరించిరి. శ్రీ సూర్యనారాయణగారు హఠాన్మరణము చెందుటచే నాట్యకళకు గొప్ప లోటైనది.

స్థానం నరసింహారావుగారిని ఆంధ్రదేశమున ఎరుగని వారుండరు. వారు చిత్రాంగి, సత్యభామ, దేవదేవి, మధురవాణి, చింతామణి మున్నగు వేషములు వేయగా చూచియున్నాను. ఈ వేషములన్నింటియందును వారు చాలా విశేషముగ నటించగల్గినవారు. చిత్రాంగిగావారు బహు నేర్పుతో నటింతురు. ఈర్ష్య అంతయు రూపెత్తినట్లు సత్యభామ వేషమున వ్యవహరింతురు. 'కుత్తుక ఖండించి' అన్న పద్యభాగమును చదువునప్పుడు విషాదము, రోషము, ఈర్ష్య అన్నియు ఉట్టిపడుచుండును. దేవదేవిగా ఏ మాత్రమును భూషణముల ధరింపకయే, విప్రనారాయణుని ఆశ్రమ కుటీరముకడ సపర్యలు చేయుచు చూపు కపట భక్తిభావము, క్రమముగా నిజభక్తి భావముగా మారిపోవుట ఆయనయే అభినయింపవలయును. నిజముగా విప్రనారాయణ సేవాపరతంత్రయైయున్న దేవదేవి ముగ్ధ స్వరూపమున నతనిని మరువ సాధ్యముకాదు. మధురవాణిని పాత్రగా సృష్టించిన గురుజాడ అప్పారావు పంతులుగారు వీరి 'మధురవాణి' పాత్రాభినయమునుగాంచి యున్నచో తన పాత్రపోషణమున కీయన మెరుగు పెట్టెనని తలంచుననుటకు సందేహములేదు.

ఇంకను ఎంతోమందిని ఉత్తరాదినటులను చూచియున్నాను. వారందరును సామాన్యులు. విప్రనారాయణుడుగా కస్తూరి నరసింహారావు గారు బాగుగా మెప్పుపడసిరి.

వైష్ణవభాగవతోత్తముని వేషమునకు తగిన స్థూలదేహము, ఊర్ధ్వపుండ్రములను గాత్రముగా ధరించుటకు వలయు విశాలమగు నుదురు, రొమ్ము, శ్రోత్రియ పాత్రకవసరమగు శిరోముండన మొనర్చుకొనుటకు దురభిమానము అడ్డురాని మనస్తత్వము, చక్కని శారీరము ద్రావిడమునను చక్కని ఉచ్చారణ - ఇవన్నియు - ఆ వేషము ధరించి మెప్పించుటకాయనకు అమరియున్నవి. ఆయనతోపాటు శిష్యుడు శ్రీనివాసుని వేషము వేయుచుండిన దెందులూరి సుబ్రహ్మణ్యశాస్త్రియు గొప్ప నటుడన చెల్లును. ఆయన పిదప నా పాత్ర ధరించుచున్న వంగర వెంకటసుబ్బయ్యగారును ఆ వేషమున ఒప్పించుచుండిరి. ఈ వెంకట సుబ్బయ్యగారే వేశ్యమాతగాకూడ నటించుచుందురు.

బళ్లారి రాఘవాచార్యులుగారిని ఆంధ్రనటులనుట కన్నను భారతీయ నటులని యందును. 'చిత్రనళీయము'న నలుడు, బాహుకుడనై నటించినారు. 'తప్పెవరిది?'లో సబ్రిజిస్ట్రారు పాత్ర నిర్వహించినారు. విజయనగర సామ్రాజ్యపతనమున పఠాన్రుస్తుం పాత్రను, ప్రహ్లాద నాటకమున హిరణ్యకశ్యప పాత్రను, చంద్రగుప్తయందు చాణక్యపాత్రను, రామదాసునందు రామదాసు పాత్రను ధరించి మెప్పుబడసినారు. తెలుగు, కన్నడ, హిందీ, ఆంగ్లనాటకములన్నిట నొక్క రీతిగా నటించి ఉత్తమనటుడు అనిపించుకున్నాడు. రవీంద్రనాథ ఠాగూరు అంతవారు 'ఉత్తమ భారతీయనటుడు' అని ప్రశంసించినారు.

# 24

## సంగీత పాటకుల పోషణ

నేను మద్రాసులో స్థిరవాసరమేర్పరచుకొని ఎగ్మూరులో స్వగృహమును నిర్మించుకొనిన పిమ్మట నా స్నేహితులు గుంటూరు పబ్లిక్ ప్రాసిక్యూటరు రావు బహదూర్ కామరాజమన్నారు క్రిష్టరావుగారి వద్దనుండి ఒక సిఫారసుజాబును తీసుకొని ఇద్దరు బాలురు నావద్దకు వచ్చిరి. వీరి తండ్రి కొండలరావుగారు వీరికూడయుండిరి. వీరు నాకు దెచ్చిన జాబులో - ఈ పిల్లవాండ్రు విజయనగర ప్రాంతమునకు చేరినవారనిన్ని, కొంతకాలము ద్వారం వెంకటస్వామిగారివద్ద గాన విద్యాభ్యాసమును చేసినవారనిన్ని, మిక్కిలి పేదవారనిన్ని మద్రాసులో నా సహాయమును కోరివచ్చుచున్న వారనిన్ని వ్రాసియుండెను. మద్రాసుకు వచ్చుటకు రైలుచార్జిలేక మా వద్దవున్న హార్మోనియమును అమ్ముకొని ఇక్కడికి రాగలిగితిమని పిల్లవాండ్ల తండ్రి కొండలరావుగారు చెప్పిరి.

వీరి విద్యాభ్యాసమునకై తల్లిలేని పిల్లలను వెంటబెట్టుకొని తండ్రి కష్టపడుట చూచి నాకు వాళ్లమీద జాలి కలిగినది. వారు వచ్చినప్పుడు సుమారు పగలు 10 గంటల కాలము. వాళ్లను వెంటనే స్నానమును చేయుడని, నాతో కూడ భోజనమును చేయమంటిని, భోజనానంతరము పిల్లకాయలను పిలిచి పాటను వినగోరితిని. చిన్నపిల్లవాడు (కామేశ్వరశర్మ) వీణ, గాత్రము సాధకమును చేసినవాడు. పెద్దవాడు గోపాలరాయశర్మకు ఫిడియలు సాధకము. వీరిరువురి కచ్చేరియు అరగంట కాలము వింటిని. చిన్నవాని గాత్రము వీణానాదము యేకమైనప్పుడు గాంధర్వగానమనిన నిదియేయేమోనని నాకు తోచినది. చిన్నవాని ప్రాయమప్పుడు సుమారు 12 సం|| ఉండవచ్చును. బాలప్రాయముగనుక వాని కంఠము కిన్నెరస్వరమును బోలియుండెను. రెండవ వాని ఫిడియలు వయసుకుమించిన సాధకముగ కనుబడెను. ఈ బాలురపాట వినిన పిమ్మట వీర్లకు నాచేతనైన సహాయమును చేయుటకు నిశ్చయించుకొని నాయింటనే ఉంచుకొంటిని.

పిల్లవాండ్లకు శర్మసోదరులని (Sarma Bros) పేరుపెట్టి గోక్లే హాలునందు, విక్టోరియా పబ్లీకుహాలునందును గొప్పవారి యాజమాన్యముతో పాట కచ్చేరీలు యేర్పాటు చేసితిని. ఆ సమయమున మద్రాసు ప్రముఖులలో కొందరు పిల్లవాండ్ల గానమును గురించి ఉపన్యసించిరి. మరునాడు వీరి కచేరీలను గురించిన ఉపన్యాసములు వార్తాపత్రికలవారు

ప్రచురించిరి. అప్పటినుండి మద్రాసులో వీరిపాటకు పేరువచ్చి సంగీత సమాజములవారు వీర్లను ఆదరించుచుండిరి.

మైసూరు ఆస్థాన సంగీత విద్వాంసులగు బిడారం క్రిష్టప్పగారిని శర్మ సోదరులకు పరిచయపరచితిని. క్రిష్ణప్పగారు పిల్లకాయల గానమునువిని చాలా సంతోషించి వీర్లను మైసూరు దర్బారులోకి ప్రవేశమును కలుగచేసిరి. శర్మసోదరుల గానమును మహారాజులవారు (గతించినవారు) విని చాలా సంతృప్తులయి గాయకులకు గొప్ప బహుమానముల నొసంగిరి. ఒకటి రెండు కచ్చేరులు దర్బారునందు జరిగిన పిమ్మట ఈ పిల్లకాయలను క్రిష్టప్పగారికి వప్పగించి వీర్లను మీరు చక్కగ తరిఫీదు చేయవలయునని ఆజ్ఞాపించిరి. వీరు దర్బారు అతిథులుగ యుండుటకు తగుమైన యేర్పాట్లను చేయించిరి.

బ్రహ్మశ్రీ గాయక శిఖామణి హరినాగభూషణముగారు ఆంధ్రదేశమునకు చిరపరిచితులు. వీరు ప్లీడరు వృత్తిలోనుండి ఫిడియలును అభ్యసించి ప్రసిద్ధ పురుషులైరి. అందరికీ సులభముగ అందరివలె అందుబాటులో లేకపోయినను దొరికినప్పుడు సభ్యులను ఆనందింప చేయు పండితులు. బ్రహ్మవర్చస్సుగల వైదిక శిఖామణి, రామభక్తులు. సంగీతముతో కూడ సాహిత్యమును అభ్యసించిన పుణ్యపురుషులు. ఈ కాలమున ఆంధ్రదేశమునకు వన్నెదెచ్చిన వాగ్గేయకారులు.

వారణాశి సుబ్బయ్య, ఘంటయ్య అని సోదరులు, ఒకరు గాత్రమున ఒకరు మృదంగమున నిధులు. వీరు మద్రాసుకు వచ్చి నన్నాశ్రయించినప్పుడు వీర్ల సంగీత సభను గోక్లేహాలులో యేర్పాటుచేసి జోడుతోడాలను ఇరువురకు తొడిగితిని. వీరిది బందరు కాపురస్థలము.

యజ్ఞనారాయణశాస్త్రిగారు అని యొకరు 1942లో కాబోలు నావద్దకు వచ్చిరి. వారు ఫిడేలును ద్వారం వెంకటస్వామిగారి వద్ద నేర్చితిమనిరి. వీరిని సంగీత శాస్త్రమున పేర్గాంచిన శ్రీ వెంకట్రామయ్యర్ గారివద్దకు తీసుకొనివెళ్లి వినిపించితిని. వారు ఆయనకు సంస్కారమును సాధనయు కలదని మెచ్చిరి. ఆ పిదప నాయింటనే యొకకచ్చేరీ గావింపించి అందు ఆయనను బంగారుపతకమును గొలుసుతో చేర్చి కంఠమున అలంకరింపజేసి సత్కరించితిని.

మద్రాసుకు వచ్చిన పిమ్మట అరవల సాంగత్యమువలన నాకున్ను క్రమముగ గానకళాభిమానము ఇనుమడించినది. మద్రాసులో జరుగు సంగీత కచ్చేరీలకు నేను

తప్పక హాజరగుచుండెడివాడను. ఆ కాలమున మద్రాసులో నేటివలె సంగీత సమాజములుండినట్లు నాకు జ్ఞాపకము లేదు. ఎవరి ఇండ్లలోనైనను అగు వివాహ కార్యముల సందర్భములలో జరుగు పాటకచ్చేరీలకు పోవుచుంటిని, అప్పుడు పురుషుల కచేరీల కంటే స్త్రీల కచ్చేరీలే విశేషముగ జరుగుచుండెను. బెంగుళూరు నాగరత్నం, కోయంబత్తూరు తాయి, ధనకోటి, గోదావరి, సేలం చెల్లెంద్రు, రాజాయి మొదలగువారి కచ్చేరీలు విశేషముగ జరుగుచుండెను. వీణె ధనము గొప్ప విద్వాంసురాలైనను వివాహ కార్యములలో వీణకచ్చేరిని పెట్టించువారు చాలా కొద్ది. అయితే ఈమె ప్రతి శుక్రవారమునాడు తన యింటిలో వీణె కచ్చేరిని జరుపుచుండెడిది. అప్పుడు అభిమానులు ఆమె యింటికిపోయి వీణపాటను వినేవారు.

వేణుగాన గాయకులలో ప్రథమమున మద్రాసుకువచ్చి అసమాన పాండిత్యమును చూపిన మహానుభావుడు శరభశాస్త్రిగారు. వీరు పుట్టినది మొదలు ఈ పాడులోకమును చూడక జ్ఞానేంద్రియములతోనే వేణుగాన మభ్యసించి కీర్తిని బడసిన పుణ్యపురుషుడు. వీరి తర్వాత వేణుగానములో ప్రసిద్ధి చెందినవారు నాగరాజరావుగారు, పల్లడం సంజీవరావుగారు.

ఆ కాలమున శరభశాస్త్రిగారు వేణుగానము, గోవిందస్వామి ఫిడియలు, అళగనంబి మృదంగము గొప్ప పాటకచ్చేరిగ నుండెను. ఈ ముగ్గురికచ్చేరి ఒకనాడు జార్జిటవున్లో యొక శెట్టిగారింట జరుగుతుందని దెలిసి నేనును నాతో కూడ నెల్లూరి కాపురస్తుడు విస్సా రామారావుగారును వెళ్లితిమి. అప్పుడు విస్సా రామారావుగారు మద్రాసులో లా కాలేజీలో చదువుచుండిరి. గానప్రియులు. ఈ కచ్చేరీకి రావలసిన విద్వాంసులలో శరభశాస్త్రివారును గోవిందసామి ఇరువురు వచ్చిరిగాని మృదంగమును వాయించు అళగనంబి యింకను రాకయుండెను. వచ్చిన పాటకులు కొంతవరకు వేచియుండి మృదంగమునకు మరియొకని యేర్పాటుచేసి సభను సాగించిరిగాని శరభశాస్త్రిగారికి మృదంగమంతగ సహించలేదు. అళగనంబిగారు వచ్చు రైలు ఆలస్యముగ వచ్చినందున వారు అరగంట ఆలస్యముగ సభకువచ్చి శాస్త్రిగారి ప్రక్కన మెల్లగ కూర్చుండి తిన్నగ మద్దెలమీద దెబ్బవేసిరి. ఆ సుశబ్దమును శాస్త్రిగారు విని ఆనందముతో 'అణ్ణా వందియా' (అన్నా వచ్చావా) అని అళగనంబిని చేతితో తడిమి సంతోషించెను. అప్పుడు సభ్యులందరు గొల్లున నవ్విరి. ఈ పుట్టంధుడు అళగనంబిని చూడకనే సుశబ్దమును వినినవెంటనే గుర్తించగలిగెను. ఈ విషయమును యిప్పటికిని చెప్పుచుందును.

ఆ కాలమున మద్రాసులో జరుగు వివాహకార్యముల సందర్భములలో జరుగు సంగీత కచేరీలకు స్త్రీలు వచ్చెడివారుగాని బహిరంగముగ జరుగు గానసభలకు స్త్రీలు అంతగ వచ్చెడివారుకారు. కొద్దిమంది సంగీతజ్ఞానముగలవారు వచ్చినను చాటున కూర్చుండి పాటను విని పోవుచుండిరి. ఇప్పటివలె అప్పుడు స్త్రీలలో గానకళాభ్యాసము వ్యాప్తిచెంది యుండలేదు. ఆ కాలమున దాశీలుతప్ప తక్కినవారు గానమభ్యసించుట మర్యాదగ నుండెడిది కాదు.

జార్జిటవున్ గోవిందప్పనాయుని వీధిలో యుండు గొప్ప శెట్టిగారింటిలో వివాహము జరిగెను. ఆ వివాహమునకు ఆటకచ్చేరీని యేర్పాటుచేసిరి. అప్పడు మద్రాసులో షణ్ముఖవడివేలను నాట్యకోవిదురాలుండెను. ఈమె నాట్యమును అప్పుడు జనులు హెచ్చుగ మెచ్చుకొను చుండిరి. ఈమె స్థూలకాయమును గలిగిన నల్లటి నటకురాలు. పొట్టిగనుండును. ఇట్లుండినను ఈమె నాట్యము మెచ్చుకొనదగినది. జనులు గుంపులుగ వచ్చుచుందురు. నేనుకూడ ఆనాడు అక్కడ ముందున కూర్చుండగలిగితిని.

సాధారణముగ పెండ్లిండ్లలో పెండ్లి పెద్ద ముందు కూర్చుండును. ఈ యింటిశెట్టి వీరవైష్ణవ సాంప్రదాయకుడు. దట్టముగ నామమును ధరించి ముందు కూర్చుండెను.

ఈ నటకురాలు 'శివదీక్షాపరురాలను రా' అను పాటను పాడుచు శెట్టిగారి ముందు కూర్చుని ఆనాడు బిల్వదళముల అర్చనచేయ అభినయము ఇప్పటికిని నాకు మరుపురాని దృశ్యము. అటుపిమ్మట ఈమె తాండవనృత్యము సల్పినప్పుడు సభ్యుల ఆనందమునకు మేరలేకుండెను. ఆ స్థూలకాయముతో ఆమె అంత చులకనగ చువ్వవలె యెగురుచు చేసిన నృత్యమున బల్ల కూర్పు ఈమె పాదతాళము ప్రతిధ్వనినిచ్చుచుండెను. అప్పటికే నడివయసురాలు - వడ్యాణమును ధరించుటకు వీలులేకపోయినను నాడాతో బిగించిన నడుమును విల్లనంబువలె వంచగలిగెను. ఈమె పాడిన 'శివదీక్షాపరురాలను రా' అను కీర్తనకు గ్రామఫోను ప్లేట్లున్నవి.

సుప్రసిద్ధ లాయరుగ నుండిన పనప్పాకం ఆనందాచార్యులుగారు గొప్ప గానకళాపోషకులుగ నుండిరి. వీరు ఆంధ్రులు. ఆంధ్రభాషాభిమానులు. వీరప్పుప్పుడు తెలుగుపత్రికను కూడ నడుపుచుండిరి. కాంగ్రెసు ప్రెసిడెంటు పీఠమును అలంకరించిన దేశభక్తులు. సంగీతజ్ఞానము గలవారగుటచే వీరింట అప్పుడప్పుడు గానసభలు జరుగుచుండెను. నేను పోవుచుంటిని.

మద్రాసు గోవిందప్పనాయుని వీధిలో తచ్చూరు శింగరాచార్యులు గారుండిరి. వీరు సంగీత విద్వాంసులు. ఫిడియలును చక్కగ సాధకమును చేసినవారు. వీరింటిలోనే శ్రీరామమందిరమును యేర్పాటుచేసి అప్పుడప్పుడు గానసభలను చేయుచుండిరి. ఆ కాలమున విద్యార్థులకు ఉచితముగ వీరు విద్యను నేర్పుచుండిరి. ధర్మబుద్ధి గలిగినవారు 'సంగీతకళానిధి'యను గ్రంథము వీరు వ్రాసినదే. తెలుగుదేశమున 'సరిగమ పదనిసలు' నేర్చినవారికెల్ల ఇదియే పాఠ్యగ్రంథము.

# 25

## నాటి విద్యార్థులు

మద్రాసులో నేను కొంత ప్రయోజకత్వమును సంపాదించిన పిదప పచ్చయప్ప కాలేజీకి ప్రక్కనయుండిన బందరువీధి 9 నెంబరు యింటికి కాపురమును మార్చితిని. అక్కడనే వైద్యశాల కూడ యుండెను. ఈ బాడుగ యిల్లు పెద్దదగుటవలన మిద్దెమీద యొక భాగమును ఆంధ్రవిద్యార్థులకు బాడుగకు యిచ్చితిని. ఈ యింటి యెదురుగనే వైశ్య విద్యార్థుల వసతిగృహముండెను. ఈ మూడవ యింటిలో పచ్చయప్ప కాలేజి హాస్టలును అప్పడే పెట్టిరి. అరవ, తెలుగు విద్యార్థులతో మంచి పరిచయ ముండినది. వైద్య సహాయమునకు, చేబదులుకు నావద్దకు వచ్చుచుండిరి. ఈ పరిచయమువలన విద్యార్థుల విషయములను వ్రాయగలిగితిని.

అరవ విద్యార్థులు చదువుకొనుటకు మద్రాసుకు వచ్చునపుడు తమతోకూడ రెండు చొక్కాలను, రెండు తుండుగుడ్డలను, రెండు చుట్టుపంచలను, రెండు పై పంచలను, రెండు గోచులను తెచ్చుకొందురు. మద్రాసుకువచ్చిన వెంటనే చౌకగ భోజనమునుపెట్టు హోటలులో చేరుదురు. ఇద్దరు ముగ్గురు చేరి ఒక రూమును బాడుగకు తీసుకొని చదువుకొనుచుండిరి. అప్పుడప్పుడు వారు కాలేజి లైబ్రెరికిపోయి చదువుకొనుచుండిరి. వారి గుడ్డలను వారే వుతుకుకొనుచుండిరి. చాకలివానికి బట్టలను వేయరు. తెల్లవారగనే కొళాయివద్ద స్నానముచేసి, ఉతికిన బట్టలను కట్టుకొని భోజనమువేళకు హోటలుకుపోయి, అక్కడనుండి కాలేజికి పోవుచుండిరి. ఆ కాలమున కాలేజివిద్యార్థులు తలగుడ్డలను ధరించుచుండిరి. గనుక వీరు తెచ్చుకొనిన పైపంచను తలకు చుట్టుకొని పోవుచుండిరి. హోటలులో భుజించు భోజనము తప్ప చిరుతిండ్లకు ఆశపడరు. గదిని విడచి షికార్లు పోరు. ఒకే రూములో యిద్దరు ముగ్గురుండినను సక్పతుగ సంభాషించు కొనుచుందురు. మంచి స్నేహముతో మెలగుచుందురు. ఒకరుకొన్న పుస్తకమును మరియొకరు కొనక సర్దుకొనుచుందురు. ఇంటినుండి వచ్చిన డబ్బును దుబారాచేయక మిగుల్చుకొనుచుందురు. ఆటపాటలకు పోరు. తాంబూలమును ముట్టరు. ఒక విద్యార్థికి జబ్బు చేసినప్పుడు మరియొకడు హోటలుకుపోయి అన్నమును తెచ్చిపెట్టును. మరియొకడు ధర్మవైద్యశాలకుపోయి మందులను తెచ్చి యిచ్చును. ఆ కాలమున అనిబెసెంటు, గోక్లే, వివేకానంద మొదలగు గొప్పవారి ఉపన్యాసములు

జరుగుచుండినందున, వాటికి వీరు తప్పక పోవుచుండిరి. ఈవిధముగ అరవ విద్యార్థులు పలు ప్రాంతముల నుండి పైపంచలతో వచ్చి పరీక్షలను గొప్పగ నిచ్చి హైకోర్టునందును, రెవిన్యూబోర్డునందును, కలెక్టరు ఆఫీసునందునేగాక విద్యాలయములందును వైద్యాలయములందును మరి అనేక సర్కారు సంస్థలందును కూడ నిండియున్నారు. ఆంధ్రదేశమున అరవ ఆఫీసరులేని జిల్లా లేదు.

ఆంధ్రవిద్యార్థులు అరవ విద్యార్థులవలెనే ఆ కాలమున మద్రాసుకు వచ్చి కాలేజి చదువును చదువుకొనుచుండిరి. ఈ వచ్చినవారిలో బ్రహ్మచారులు, గృహస్థులు, బిడ్డల తండ్రులు వుండిరి. నాకు తెలిసిన విద్యార్థులలో ఒక తాత కూడ యుండెను. ఈ తాత బి.ఏ.లో యొక పార్టును పూర్తిచేయుటకు 10 సంవత్సరములగ పరీక్షకు డబ్బు కట్టుచుండెను. తెలుగు విద్యార్థులు మద్రాసుకు వచ్చునప్పుడు మూడు నాలుగు ట్రంకుల నిండుగ సామానులను తెచ్చుకొనుచుండిరి. ఆ కాలమున హోల్డాల్ లేనందున పెద్ద పరుపులో కొంత సామాను నిమిడ్చి మోకుతోగాని మంచపు నవారుతోగాని గట్టిగకట్టి రైలులో తూకముపేయకుండ ట్రంకులతోకూడ తెచ్చుకొనుచుండిరి. వారు తెచ్చుకొనిన ట్రంకులలో ఒకదాని నిండుగ గుడ్డలు, మరియొక దానిలో పుస్తకములు, మూడవ ట్రంకు నిండుగ ఆవకాయ, మెంతికాయ, బెల్లపు మాగాయ మొదలగు వూరగాయలను, నిలవయుండు చిరుతిండ్లను తెచ్చుకొనుచుండిరి. నెల్లూరు, గుంటూరు ప్రాంతములనుండి దిగిన ట్రంకులలో గుడ్డలు, పుస్తకములతోకూడ అన్నములో పొడి, ధనియాల పొడి, ఎండుచింతాకు పొడి, తెల్లగడ్డల పొడి, కొరవికారము, నీళ్లు పోయకుండ నూరిన గోంగూర, చింతకాయ, మినుముల చింతపండు పచ్చళ్లు వుండెడివి. నిలవఉండు గారెలను, అరిశెలను, మణుగుబూరెను తెచ్చుకొనుచుండిరి. కొందరి పెట్టెలలో చుట్ట పొగాకు, పొడి బుర్రలు నుండెడివి. ఒక శివభక్తుడు లింగార్చనకు తనతో కూడ నల్లరేగడి మన్నును బుట్టనిండుగ తెచ్చుకొనెను. వీరు మద్రాసుకు వచ్చిన వెంటనే మంచి హోటలు యెక్కడున్నదాయని వెతుకుదురు. ఎక్కడైతే వేపుడు కూరలు, పచ్చళ్ళు, చాలినంత నెయ్యి వడ్డించెదరో అక్కడ ప్రవేశించెదురు. అయితే అక్కడ బాగా డబ్బు యిచ్చుకొనవలయును. వీరు యింటినుండి తెచ్చుకొనిన పచ్చళ్లను, వూరగాయలను హోటలుకు తీసుకొనిపోవుచుండిరి. వారి యిండ్లనుండి అప్పుడప్పుడు ఫలహారములు, పచ్చళ్ళు పార్శిల్సు వచ్చుచుండెను. అయితే ఆదివారమునాడు హోటలులో చేసిన

వల్లిగడ్డల సాంబారును అరవవారితో కూడ వీరును జుర్రుకొనుచుండిరి. ఆనాడు చేసిన ఉర్లగడ్డలకూర వీర్లకు చాలకుండెడిది.

ఒక నెల్లూరి విద్యార్థి వంటరిగ నుండజాలక భార్యను రప్పించి మాయింటిలోనే ఒక భాగమును అద్దెకు తీసుకొని కాపురమును పెట్టెను. మరియొక విశాఖపట్టణపు విద్యార్థి కూడ అటులనే చేసెను. వంగవోలునుండి వచ్చిన విద్యార్థి యొకరు వేదం వెంక్రటాయశాస్త్రిగారి బొబ్బిలినాటకములోని పాటలను, బిల్హణీయములోని పద్యములను తరుచుగ పాడుచుండిరి. మరియొకరు తేలుకుట్టినవారికి పోతన భాగవతమునందలి పద్యములను పాడుచు, మంత్రించుచుండెను. ఇందువలన క్రమముగ వీరిని మేము మంత్రవేత్తయని పిలుచుచుంటిమి. ఒక అబ్బాయికి భార్యవద్దనుండి వచ్చిన జాబులో, మీరు మద్రాసుకు వెళ్ళిన పిమ్మట పెద్దబ్బాయి బెంగపెట్టుకొని అన్నమును సరీగా తినడములేదని వ్రాసియుండెను. అప్పుడు ఆ అబ్బాయి ఆ సాయంత్రము బండికే రైలెక్కి వూరికి పోయి నెలదినముల పిమ్మట తిరిగి వచ్చెను. ఈ నెలదినములు లాకాలేజీక్లాసులో మరియొక అబ్బాయి వీరిపేరును పిలిచినప్పుడు హాజరు చెప్పచుండెను. ఆ కాలమున ఒకరికొకరు ఇట్లు సహాయమును చేసుకొనుచుండిరి. క్రొత్తగ పెండ్లి చేసుకొనివచ్చినవారు పండగలకు పలుమారు అత్తవారిండ్లకు పోయి వచ్చుచుండిరి. బందరు వీధికి 'లా' కాలేజి దగ్గరనుండినను నడిచిపోవుటకు బద్ధగించి బండ్లమీద కాలేజికి పోవుచుండిరి. కొంతకాలము వుద్యోగమును చేసివచ్చి, బి.యల్. క్లాసులో చదువుకొనుచున్నవారు లాంగ్ కోటులు తలగుడ్డలను ధరించుకొని కాలేజికి పోవుచుండిరి. వారమునకొకసారి చాకలి యిస్త్రిరి బట్టలను తెచ్చుచుండెను. ఆ కాలమున స్వంత క్షౌరం అలవాటు లేదుగనుక తెలుగు మంగలి ప్రతిదినము వచ్చుచుండెను. ప్రతి శనివారము జట్టివాడువచ్చి సుగంధ తైలములతో తలంటిపోసి పోవుచుండెను. దినమునకు మూడు పర్యాయములు రవేసి తమలపాకులను, సుగంధపుపీటిన్ వక్కపొడిని, జింతాను మాత్రలను వాడుకొనుచుండిరి. చదువుకొనుచుండిన ఒక అబ్బాయి వున్నట్లుండి కనుపడకపోయెను. ఆ అబ్బాయి నాకు చాలా ఆప్తుడగుటవలన వూరంతయు వెతికి వేసారి కడపట ఒక అమ్మాయి యింటిలో చూడగలిగితిని. సాయంత్ర సమయమున అందరు కలసి హైకోర్టు వద్ద యుండు బీచికిపోయి, 7 గంటలకు బైలుదేరి దోవలో యుండు హోటలుకుపోయి వచ్చునపుడు గుజరాతి మిఠాయి అంగడిలో రెండు తీపి, రెండు కారము

పొట్లములను కొనుక్కొని యింటికి వచ్చులోపల దోవలోనే ముగించి వచ్చుచుండిరి. అప్పుడందరు తాంబూలములను జాడించి పక్కలను పరచుకొని పండుకొని తలప్రక్కన మగినపు వత్తుల దీపములను పెట్టుకొని చదువుకొనుచు నిద్రించుచుండిరి. వీరికి పగలుకూడ పండుకొని చదువుకొనుటకు అలవాటుగా నుండెను.

ఆ కాలమున మద్రాసులో పార్శినాటక కంపెనీవారువచ్చి లా కాలేజీకి ప్రక్కన నాటకశాలను నిర్మించి నాటకములను ఆడుచుండిరి. ప్రతి శనివారము, ఆదివారము అందరము కలిసి వెళ్ళుచుండెడివారము. కందస్వామి గుడి కైలాస పర్వతోత్సవమునకును, పార్థసారధిస్వామి అద్దాలపల్లకి మహోత్సవమునకు కూడ అందరము కలసి పోవుచుంటిమి. ఆ కాలమున జుట్టు కత్తిరింపులు లేవు గనుక కొందరు జుట్టుకు కేశరంజన్ తైలమున పూసుకొని మల్లెపూలను చుట్టుకొనుచుండిరి. వన భోజనములకు తిరువత్తియూరును, మైలాపూరు తిరునాళ్ళకును పోవుచుంటిమి. ఈ ప్రకారము ఆంధ్ర విద్యార్థులు ఆ కాలమున కాలమును కులాసగ గడుపుచుండిరి. ఇంటినుండి వచ్చు డబ్బు చాలక అప్పుపెట్టుచుండిరి. వివాహమైన విద్యార్థులు త్వరగ పరీక్షలను ముగించుకొని స్వస్థానములను చేరుటకు కష్టపడి చదువుచుండిరి. కాని బ్రహ్మచారులు పరీక్షలను టేస్తు పెట్టుచుండిరి. 'ఏలనంటే పరీక్షలను ప్యాసుచేసి ఆ పాడు పల్లెటూళ్లకు పోయిన మన సుఖమును చూచువారెవరునుండరు. మద్రాసులోనే యుండి కాలేజి చదువుచుండిన మనకు మంచిమనువులు వచ్చి లాపైన వరకట్నములు లభించును' అని చెప్పుచుండిరి. 'రాత్రింబవళ్లు చదివి చచ్చి చెడిసున్నమైతే మనము మాత్రము ప్యాసు కాలేమట్రా" అని అనుకొనుచుందురు.

# అనుబంధము

## నా జీవిత వృత్తాంతము

"దేహీతి వచనం కష్టం, నాస్తీతి వచనం తధా

దేహీ నాస్తీతి మద్వాక్యం మాభూత్ జన్మని జన్మని."

సోదర సోదరీమణులారా !

ఈ రోజున నా 73వ జన్మదినము. నేను ఈ చెన్నపట్నానికి వచ్చి సుమారు 60 సం||లైనది.

నేను వంగవోలు తాలూకాలో, ఆ పట్నానికి సమీపంగా ఉండే ఇనమనమెళ్ళూరు గ్రామంలో ఒక పేద కుటుంబమునందు, పూరి ఇంట్లో జన్మించినాను. మా యింటిపేరు కోటవారు. మేము వెలనాటి వైదిక బ్రాహ్మణులము. నేను జన్మించిన 5 మాసములకే హఠాత్తుగా మా నాయన గారు కలరా జాడ్యమువల్ల స్వర్గస్థుడైనాడు. జంధ్యాలు వడుక్కుంటూ వచ్చిన టెంకాయ చిప్పలో రూ. 0-10-0లు రొఖం మాత్రం నిలువచేసి వెళ్లిపోయినారు. అదీ నా పిత్రార్జితము. ఆ పిదప మాతల్లి ఎన్నెన్ని కష్టములోపడి 10, 11 సం||లు నన్ను కష్టము తెలయనివ్వకుండా పెంచి పెద్దవానిని చేసినది. నాకు ఊహ తెలిసినది. ఆమె కష్టము చూడలేకపోయినాను. ఒకనాడు మాగ్రామం వదలిపెట్టి, కాలి నడకన, దారి మకాములు చేసుకుంటూ చెన్నపట్నం చేరుకున్నాను. ఆ రోజులలో రైళ్ళులేవు. ఎవరైనా బండ్లమీద, బక్కింగ్ హామ్ కాలువపై పడవలలో, లేనిచో కాలినడకతో చెన్నపట్నం రావలసినదే. నాకు కాలినడకే అనుకూలమైనది.

చెన్నపట్నం రాగానే కొత్వాల్ చావడివద్ద రావిచెట్టు అగ్రహారం ప్రవేశించినాను. ఆ అగ్రహారంలో ఉండేవారు పలువురు ఉత్తరాదినుంచి వచ్చిచేరిన పేదబ్రాహ్మణులు. వారందరు పౌరోహిత్యము చేసియో, లేక బిచ్చమెత్తుకొనియో జీవించేవారు. నేనున్నూ ఆ జట్టుతో చేరి వారి వలెనే జీవిత మారంభించినాను. ఆ కాలంలో చెన్నపురియందు బ్రాహ్మణులకు అన్నంపెట్టే ధర్మసత్రములు చాలా ఉండేవి. అయితే వాటిలో ఒకపూటే అన్నం పెడతారు. ఆ ఒకపూట తిని, ఉండడానికి ఇల్లులేని కారణమున, రావిచెట్టు క్రిందనే పడుకునేవాడిని. పసివాడను కావడంచేత రాత్రి ఆకలి వేసేది. ఒక్కొక్కరోజు ఆ ఆకలి

తట్టుకోలేకపోయేవాడిని. అప్పుడు ప్రక్కనున్న కొత్వాల్ చావడికి వెళ్లితే, అక్కడ మొక్కజొన్న పేలాలు పడి రెండు దమ్మిడీలకు ఇచ్చేవారు. ఒక్క దమ్మిడీపెట్టి - అరపడి పేలాలు కొనుక్కొని తిని మంచినీళ్లు త్రాగి, రావిచెట్టు క్రిందికి తిరిగి చేరి నిద్రపోయేవాడిని. ఈవిధంగా చెన్నపట్నంలో రావిచెట్టుక్రింద కాపురం కొన్నాళ్లు సాగించినాను. ఆ బ్రతుకు అసహ్యంగా తోచి చదువుకొందాము - అనే ధ్యాస కలిగింది.

పచ్చయప్ప కాలేజీ భవనానికి (జార్జిటవున్లో) ప్రక్కన బందరు వీధి అనియొక వీధి ఉన్నది. ఆ వీధిలో - రామానుజాచారిగారని యొకరు, వీధి బడి పెట్టుకొని చిన్నపిల్లలకు చదువులు చెప్పేవారు. పిల్లల తలిదండ్రులవద్ద జీతాలు పుచ్చుకొనేవారు. విద్యాతురుడనైన నేను తిన్నగా వారి నాశ్రయించి, జీతము లేకుండా చదువుచెప్పేటట్టు, వారి అనుగ్రహం పొందినాను. వారి అనుగ్రహం పొందిన విద్యార్థిని కావడంచేత వారి ఇంటికి వెళ్లి, వారికి శుశ్రూష చేసేవాడిని. వారు నాయందు దయగలిగి చనువుతో నాచేత కాళ్లు పట్టించుకొనేవారు; ఇతరమైన ఇంటి పనులు చేయించుకొనేవారు. నాయందనుగ్రహించి ఉచితంగా విద్యాదానం చేసే గురువునకు అరమరికలు లేకుండా సపర్యలు చేసేవాడను. వారి వద్దనే రుక్మిణీ కళ్యాణం, గజేంద్ర మోక్షము మొదలైన పద్యకావ్యములు అర్థసహితంగా చదువుకొన్నాను. కాని చూచేకొద్దీ ఈ చదువు, బ్రతుకు తెరువుకు పనికిరాదని తోచినది. ప్రైవేటుగా నాలుగు ఇంగ్లీషు ముక్కలు నేర్వసాగినాను. ఇంగ్లీషు విద్యపై మనసు కలిగినది.

1889-లో టంకసాల వీధిలో శ్రీ సచ్చిదానంద యోగి రామనాథ శివశంకర పాండ్యాగారు, హిందూ థియొలాజికల్ హైస్కూలు స్థాపించి, ప్రధానాధ్యాపకులై నడిపింపనారంభించినారు. 1888లో క్రిస్టియన్ కళాశాలలో నొక ఆంగ్లేయాధ్యాపకుడు హిందూ మతమును దూషణ పూర్వకముగా అపహాస్యం చేయుటచే నాటి హిందువులలో అలజడి బయలుదేరింది. కొత్తగా వచ్చిన ఆంగ్ల విద్య నేర్చుటతోపాటు బిడ్డలు మతాంతరులు అవుతారనే భయము కలిగినది. దాని ఫలితంగా నీ హిందూథియలాజికల్ హైస్కూలు ఏర్పడినది. శ్రీపాండ్యాగారు సంస్కృతాంధ్ర ఆంగ్లభాషా కోవిదులు; ప్రెసిడెన్సీ కాలేజీలో బి.ఏ. ప్యాసైనవారు, దైవచింత గలవారు; వారి నాశ్రయించి తిన్నగా ఆ పాఠశాలలో జీతము లేకుండా చదువుకొనే వసతి (Scholarship) సంపాదించినాను. వారొకనాడు క్లాసుకువచ్చి - విద్యార్థుల రిజిస్టరులో పేరులు చదివి హాజరు వేయుచుండిరి. కె. నరసింహం' అనగానే ఇద్దరము ఆ పేరు

గలవారము లేచి నిలచినాము. ఇద్దరికి ఒకే పేరు చిక్కుగా ఉన్నది, అని వారు తలచి - నాయందు చనువుచే నావంకచూచి - 'నీ పేరు అర్థము చెడకుండా కొద్దిగా మారుస్తాను' అన్నారు. నేను సమ్మతించినాను. అంతట - 'కోట నరసింహం' అనే పేరులో 'సింహం' అర్థముగల 'కేసరి' పదమును సింహమునకు బదులుచేర్చి - 'కోట నరకేసరి' అని మార్చిరి. నేను అంగీకరించితిని. అది మొదలు నా మిత్రులందరు నన్నా పేరటనే పిలువ నారంభించిరి. పాండ్యాగారి దయవల్ల జీతమైతే అవసరము లేకపోయిందేగాని, పుస్తకాలకు, గుడ్డలకు, భోజనానికి ఇబ్బంది మాత్రం అట్లాగే ఉన్నది. భోజనానికి కొన్ని ఇండ్లలో వారాలు ఏర్పాటు చేసుకొన్నాను. పుస్తకాలకు, గుడ్డలకు - ఆ ప్రాంతంలో వ్యాపారం చేసుకొనే కోమట్లవద్ద నెల 1 కి తలా రూ. 0-4-0 చందా ఇచ్చే ఏర్పాటు చేసుకొన్నాను. ఒకనాడు కొన్ని పుస్తకాలు కొనవలసి వచ్చినది. ఇంకా నెలసరి చందాలిచ్చే గడువు రాలేదు. జార్జిటౌను ఆదియప్ప నాయక్ వీధిలో పై చందాలిచ్చేవారిలో వకరి వద్దకు వెళ్ళి - 'మీరు మామూలుగా ఇచ్చే రూ. 0-4-0 లు అటుంచి - మరొక్క పావులా అదనంగా ఈరోజున ఇవ్వండి; పుస్తకాలు అగత్యంగా కొనవలెను' అని సాహసించి అడిగినాను. వారు దగ్గరకు రమ్మనిన, అడిగన తడవుగానే ఇవ్వబోతున్నారనే ఆశతో, ధైర్యముతో దగ్గరకు వెళ్లినాను. 'మామూలుగా ఇచ్చే పావులా గాక పైన ఒక పావులా వడ్డీగూడా కావాలా' అంటూ - చెళ్ళున చెంపకాయ గొట్టినాడు. అది దూసిపోయి నెమరు కణతన తగిలినది, స్పృహతప్పి పడిపోయినాను. ఆ శబ్దం విని సెట్టి భార్య లోపలనుంచి వచ్చినది. నా అవస్థచూచి 'ఆ పిల్లవానిని ఎందుకు అల్లా కొట్టా'వని మగని గద్దించి - చాలా నొచ్చుకొన్నది. లోపలకు వెళ్లి ఇన్ని మంచినీళ్లు తెచ్చి త్రాగమని ఇచ్చినది; త్రాగినాను. స్పృహ బాగా వచ్చిన తర్వాత ఆమె రూ. 1-0-0 తెచ్చి పుస్తకాలు కొనుక్కోమని నా చేతిలో పెట్టి పంపినది. రావిచెట్టు క్రిందకు చేరాను. తిరగీ జిజ్ఞాసలో పడ్డాను. రిక్తుడను. అవమాన పరంపరలతో చదువు సాగించడం దుర్లభమని తోచింది. నాకూ ఈ చదువుకూ దూరమని నిర్ణయించుకున్నాను. ఏదైనా నాకు తగిన ఉద్యోగంచేసి సంపాదించి పొట్టబోసుకుందాము అని యోచన కలిగింది.

ఏమి ఉద్యోగం చేతుమా అని ఆలోచింప నారంభించాను. ప్లీడరు గుమాస్తా చేయమని ఒకరు సలహా యిచ్చారు. ఒక వకీలుకు సిఫారసు చేసినారు. వారివద్ద గుమాస్తాగా చేరినాను. ఆ వకీలు నెలపూర్తి అయితేగాని జీతమివ్వబడడు, పని నేర్చుకో అన్నారు. నాకప్పచెప్పబడిన పని - వకీలుగారి గౌను, ఇంతంత 'లా' పుస్తకాలు - ఎద్దుమోత నెత్తిన

పెట్టుకొని హైకోర్టు మెట్లు ఎక్కడం, దిగడం, నెల అయిపోయింది. అన్నానికి ఇబ్బందిగా ఉన్నది; జీతం ఇవ్వండి అన్నాను. 'ఇంకా పని నేర్చుకోనిదే; రెండు మూడు నెలలు నేర్చుకున్నాక - జీతం ఆలోచిద్దాము' అన్నారు. ఎన్నాళ్లు గౌను, "లా" పుస్తకాలు నెత్తిన పెట్టుకొని మోస్తూ - హైకోర్టుమెట్లు ఎక్కే, దిగే విద్య నేర్చేదను అని నాకు తోచింది. ఆ దినంతో దానిని వదులుకొన్నాను.

అప్పుడే క్రొత్తగా 'ట్రాంబండి' వేసినారు. ట్రాంబండ్లలో కండక్టరుగా చేరుదామని బుద్ధిపుట్టినది. దరఖాస్తు వేశాను. 'ఖాళీలేదు" అని జవాబిచ్చారు. అది అట్లా తొలగిపోయింది.

ఎవ్వరి సలహాలేకుండా నాలో నేను ఆలోచించుకో నారంభించాను. ఏదైనా ఉద్యోగం చేసే బ్రతకవలెను అనే నిశ్చయం ఇంకా దృఢపడ్డది. ఆ ఉద్యోగం, ఒకరి సలహా, సిఫారసు లేకుండా దొరకవలెను. అప్పటికీ ఇప్పటికీ - చెన్నపట్నంలో, రెండు ఉద్యోగాలు హెచ్చు విద్య అవసరం లేకుండా, ఏ సిఫారసు లేకుండా దొరికేవి ఉన్నవి. అందొకటి బ్రోకర్ పని, దీనికి తలగుడ్డ, కోటు, వల్లెవాటు, చేతికర్రో, గొడుగో, చెప్పులు. ఇట్టాకొంత వేషం, భేషజం ఉండవలె.

రెండవది : నాటు వైద్యం. ఆయుర్వేద వైద్య విద్య నేర్పే పాఠశాలలు ఆ రోజుల్లో మద్రాసులో లేవు. ఆ వైద్యవిద్య తెలిసినవారి వద్ద గురుకుల వాసం చేసి నేర్వవలసినదే. ఒక నంబి ఆచార్లవద్ద, ఒక శాస్త్రులగారివద్ద ఆ విద్య నేర్చినాను. ఆ నంబి ఆచార్లగారికి శాస్త్రము విశేషమేమీ తెలియదు. తాతముత్తాతల నాటినుండి అనుశృతంగా వచ్చే వైద్యవృత్తి మాత్రం అవలంబించినారు. వారుచేసిన కుప్పెకట్టు కొన్ని వీరివద్ద ఉన్నవి. వాటిసహాయంతో అనుభవంకొద్దీ ఆయన 'సంచికట్టు' వైద్యం సాగించేవారు. ఆయన నాకు నేర్పగలిగిందేముందు? ఏదో ఇంతమందు కల్వంలో వేసి, ఇన్ని నిమ్మపండ్ల రసం పిండి మర్దన చేయమనేవారు. ఎంతకాలం అట్లా మర్ధనచేస్తే నాకు విద్య అంటుతుంది? ఆయనను వదిలిపెట్టినాను.

మహదేవ శాస్త్రిగారు వైద్యశాస్త్రం తెలిసినవారు. వారివద్ద కొంతవరకు శాస్త్రరీత్యా విద్య నేర్చినాను. వైద్యగ్రంథములు చదివి వైద్య రహస్యములు బోధపరుచుకున్నాను. కొన్ని మందులను తయారుచేసి, కోమట్ల ఇండ్లలో వైద్యం చేసేవాడను. శ్రీ పాలూరి రాజం శెట్టిగారు నీలిమందు వర్తకం చేసేవారు. వర్తకులలో ప్రముఖులు, కన్యకా పరమేశ్వరీ దేవాలయపు ఆస్తికి ట్రస్టీలలో ముఖ్యులు, సరిగా ఆ కాలమందే వారు కన్యకా పరమేశ్వరీ

ధర్మ ఆయుర్వేద వైద్యశాల అని యొకటి స్థాపించినారు. దానిలో శ్రీ పండిత డి. గోపాలాచార్యులుగారిని వైద్యులుగా నియమించినారు. శ్రీ రాజంశెట్టిగారికి నేను తరచుగా పుల్లటి మందులు పెడుతూ ఉండేవాడిని. వారు దానికని నాయందెంతో దయగా ఉండేవారు. ఆ పరిచయంచేత వారు మిగత ట్రస్టీలకు సిఫారసుచేసి, నన్ను కూడా ఆ కన్యకా పరమేశ్వరీ ట్రస్టు ధర్మాయుర్వేద వైద్యశాలలో ఆచార్లగారికి సహాయ వైద్యులుగా నియమింపచేశారు. నేనూ ఆచార్లు గారూ కలిసి ఆ వైద్యశాలలో, 4 సం||లు పనిచేశాము. పిదప వారికీ నాకూ సరిపడలేదు. నేను ఆ ఉద్యోగానికి రాజీనామా నిచ్చినాను. స్వయంగా, స్వతంత్రముగా 'వైద్యాలయం' ఏర్పాటు చేసుకొని, పొట్టపోసుకోదలచినాను. ఆ ధర్మవైద్యశాల యుండిన నారాయణ మొదలి వీధిలోనే, ఒక ఇల్లు నెల 1కి రూ. 1-6-0 కి బాడుగకు తీసుకొని, వైద్య మారంభించాను. మందులు చేసుకోడానికి కాపురముండడానికీ అదే యిల్లు. ఈ నూతన యత్నారంభం చేసిన రోజుననే - ఆయింటి వీధిగోడమీద, బొగ్గుతో, పెద్ద అక్షరాలలో, 'కేసరి కుటీరం - ఆయుర్వేద ఔషధశాల' అని వ్రాశాను. అదే నా అదృష్ట రేఖ ధరించిన మొదటి సైన్ బోర్డు (Sign Board) అప్పటినుంచీ ఇప్పటివరకు, ఈ వృత్తిలో కూడా నాకు చాలా కష్టములు కలిగినప్పటికి వాటినన్నిటినీ జయించుకొని, కొన్ని సంవత్సరములుగా ఏ ఇబ్బందియు లేక స్థిరపడినాను. ఇదీ నా నిజవృత్తాంతము.

'ఇన్ని కష్టములు పడిన్నీ చేసిన ఘనకార్యములేమిటి' అని మీరు నన్ను అడుగవచ్చును. చెప్పెదను.

చిన్నతనంలో ఇల్లు వాకిలి లేనివానినిగా చేసి నన్ను, రావిచెట్టు క్రింద కాపురము చేయించినందుకు - దేవుని మీద కోపం వచ్చి - నివసించడానికి మంచిభవనాన్ని నిర్మించుకున్నాను.

చిన్ననాడు విద్యకై పడిన కష్టములు మరువజాలక ఈ విద్యాలయం స్థాపించినాను.

చదువుకొనునప్పుడు నన్నాదరించి నాకు అన్నముపెట్టిన అమ్మల అమృతహస్తములను ఏటేటా 'గృహలక్ష్మి స్వర్ణకంకణము" అనే పేరుతో బంగారు తోడాలను తొడుగుతున్నాను.

ఇప్పుడు మరొక కార్యం చేయదలచుకొన్నాను. నన్ను ఈ స్థితికి తెచ్చినది స్త్రీల ఆరోగ్యమునకై తయారుచేయబడుచుండిన 'లోధ్ర' అనే ఔషధరాజము. ఈ ఔషధమువల్ల నాకింత సంపాద్యము చేకూరినది. ఈ దినం స్త్రీల విద్యాభివృద్ధికై - లక్ష రూపాయలను

స్కూలు కమిటీ పరముగా ఇచ్చుచున్నాను. ఈ ధనం వెచ్చించి "కేసరీ కన్యావిద్యాలయం" అనే పేరుతో ఆడబిడ్డలకు ప్రత్యేకంగా ఒక విద్యాలయం నెలకొల్పండి - అని ఈ కమిటీ వారిని కోరుచున్నాను.

'క్షణం చిత్తం క్షణం విత్తం క్షణం జీవిత మాపయోః

యమస్య కరుణా వాప్తి ధర్మస్య త్వరితా గతి'

******************

Made in the USA
Monee, IL
22 August 2025

23935693R00095